அமெரிக்காவுக்கு ஒரு பயணம்

பேராசிரியர்

தி. சு. நடராசன்

நியூ செஞ்சுரி புக் ஹவுஸ் (பி) லிட்.,

41-பி, சிட்கோ இண்டஸ்டிரியல் எஸ்டேட்,

அம்பத்தூர், சென்னை- 600 050.

☎: 044 - 26251968, 26258410, 48601884

Language: Tamil
Americavukku Oru Payanam
Author: **T. S. Natarajan**
First Edition: August, 2014
Second Edition: January, 2023
Copyright: Author
No. of pages: vi + 166 = 172
Publisher:
New Century Book House Pvt. Ltd.,
41-B, SIDCO Industrial Estate,
Ambattur, Chennai - 600 050.
Tamilnadu State, India.
Email : info@ncbh.in
Online : www.ncbhpublisher.in

ISBN: 978 - 81 - 2342 - 701 - 0
Code No. A 3048
₹ 220/-

Branches

Ambattur (H.O.) 044 - 26359906 **Spenzer Plaza (Chennai)** 044-28490027
Trichy 0431-2700885 **Pudukkottai** 04322- 227773 **Thanjavur** 04362-231371
Tirunelveli 0462-4210990, 2323990 **Madurai** 0452 2344106, 4374106
Dindigul 0451-2432172 **Coimbatore** 0422-2380554 **Erode** 0424-2256667
Salem 0427-2450817 **Hosur** 04344-245726 **Krishnagiri** 04343-234387
Ooty 0423 2441743 **Vellore** 0416-2234495 **Villupuram** 04146-227800
Pondicherry 0413-2280101 **Nagercoil** 04652-234990

அமெரிக்காவுக்கு ஒரு பயணம்
ஆசிரியர்: **தி. சு. நடராசன்**
முதல் பதிப்பு: ஆகஸ்ட், 2014
இரண்டாம் பதிப்பு: ஜனவரி, 2023

அச்சிட்டோர்: **பாவை பிரிண்டர்ஸ் (பி) லிட்.,**
16 (142), ஜானி ஜான் கான் சாலை, இராயப்பேட்டை, சென்னை - 14
☎: 044-28482441

All rights reserved. No part of this book may be reprinted or reproduced or utilised in any form or by any electronic, mechanical, or other means, now known or hereafter invented, including photocopying and recording, or in any information storage or retrieval system, without permission in writing from the publishers.

வழிகள் தந்த

வெண்ணிலா
மேகனா
வெற்றிவேல்
சுபா
முகிலன்

மற்றும், உடன்வந்து பகிர்ந்துகொண்ட என் மனைவி, இன்னும், இங்கிருந்தே ஆற்றுப்படுத்திய சாந்தினி, ஆதவன், கவிதா, கருவேலமுத்து - என் குடும்பத்தினராகிய இவர்களுக்கும், இந்தப் பயண நூலை அச்சிட்டு வெளியாக்க, ஆர்வம் காட்டிய மதுரை - என்.சி.பி.எச். மண்டல மேலாளர், திரு. அ. கிருஷ்ணமூர்த்தி, அவருடைய சகாக்கள், திரு.மகேந்திரன், திரு.ராஜன் ஆகியோர்க்கும் நூலை அழகாக வடிவமைத்துத் தந்த திருமணிகண்டனுக்கும் இதனை வெளிக்கொணர்ந்து உங்களுக்குத் தந்துள்ள என்.சி.பி.எச். நிறுவனத்தாருக்கும், தோன்றாத் துணைகளாக இருக்கிற இன்னும் பலருக்கும் என்னுடைய நன்றியும் வாழ்த்துக்களும் என்றென்றும் உண்டு.

அடங்கல்முறை

1. ஒரு முன்னுரை — 1
   ஒரு நாடு, ஒரு பயணம்
2. சான் ஃபிரான்சிஸ்கோ — 5
   தங்க நுழைவாயில்
3. சான்டாகிளாரா, சான்யுசே — 12
   சில தேடல்கள்
4. டிஸ்னி தேசம் — 20
   புனைவுகளின் உலகம்
5. நியூயார்க் - 1 — 33
   காட்சி மனைகளோடு
6. நியூயார்க் - 2 — 45
   மன் ஹாட்டன்
7. சுதந்திர தேவி சிலை — 55
   புலம் புகலின் இலச்சினையாக
8. நியூஜெர்சி — 63
   இளைப்பாறும் நிழல்
9. டால்லஸ் — 69
   பெருநகரக் குழுமம்
10. சான் அன்டானியோ — 79
    நீர் விளையாட்டு
11. ஒரு தீபாவளி இரவு — 89
    இர்விங்

12. ஹாலோவீன் பண்டிகை — 96
    ஆவிகளைக் கொண்டாடி
13. சால்ட்லேக் சிட்டி — 104
    இணைச் சொல்லாடல்களுடன்
14. லாஸ்வெகாஸ் — 116
    சூதாட்டமும் கேளிக்கையும்
15. சியாட்டில் — 127
    ஒரு மரகத நகரம்
16. நயாகரா — 141
    ஏரி, ஆறு, அருவி
17. வாஷிங்டன் — 149
    ஒரு தலைநகரம்

ஒரு முன்னுரை

ஒரு நாடு, ஒரு பயணம்

பயணம் என்பது, வழக்கமான வாழ்க்கையிலிருந்து - அதன் இடிபாடுகள், சலிப்புகள், சோர்வுகள் முதலியவற்றிலிருந்து - தப்பித்தல் (escape) என்று வருணிக்கப்படுகிறது. இன்னொன்றைப் (the other) பார்ப்பது இன்னொன்றைத் தேடுவது, இன்னொன்றைப் பெறுவது, இன்னொன்றில் தன்னை இணைத்துக் காண்பது - இவையெல்லாம் மனித மனத்தின் ஒருநிலை; ஒரு குணம்; ஒரு உணர்வு. அதுவரை பார்த்திராத இடங்கள் தினம் போய்வராத இடங்கள், மேலும் மேலும் பார்க்கத் தூண்டும் இடங்கள், பார்த்திராத மனிதர்கள், அவர்களின் பழக்க வழக்கங்கள், உணவு, உடைகள், நிகழ்ச்சிகள் - இப்படியெல்லாம் பயணங்களில் சந்திக்கிற போது, புதிய புதிய அனுபவங்களைப் பெறுவனவாகவும், வழக்கமான வாழ்க்கையின் சலிப்புக்களிலிருந்து தப்பித்துப் போகின்றனவாகவும் பயணங்கள் அமைகின்றன.

பயணம் என்பது புதியனவற்றைக் கண்டறியும் விருப்பத்தோடு கூடிய நோக்கத்தைக் கொண்டதாக இருக்கலாம். அது ஒருவகை. இனி, குறிப்பிட்ட ஒரு பொது நோக்கத்திற்காக, அதனை அடைவதற்

காகக், குறிப்பிட்ட நாட்டை அல்லது அகண்ட இடத்தைத் தேடுவதாக இருக்கலாம். அது, இன்னொரு வகை. பாஹியான், யுவான் சுவாங், கொலம்பஸ், தோமஸ் இவர்களெல்லாம் இப்படிப் பயணம் மேற்கொண்டவர்கள்தான். எல்லோரும் கொலம்பஸ்களாக, யுவான் சுவாங்குகளாக இருக்க முடியாதுதான். ஆனால், மூன்றாவதாக ஒன்று உண்டு. பார்த்தறியா இடங்களைப் பார்ப்பது, புதிய இடங்களைப் புதிய சூழல்களைப் பார்ப்பது என்பது பெரும்பாலான பயணங்களின் நோக்கமும் தன்மையும் ஆகும். உறவினர்களையும் நெருங்கிய நண்பர்களையும் பார்க்கச் செல்வது அல்லது வேறு காரணங்களை முன்னிட்டுப் போவது அவற்றின்போது, சுற்றிப் பல இடங்களுக்குச் சென்று பார்த்து வருவது, அல்லது சுற்றுலா என்ற நோக்கத்திற்காக மட்டுமே போவது என்று இந்தப் பயணங்கள் அமையலாம். எப்படியானால் என்ன? பயணம் என்பது ஒரு அனுபவம். இன்னொரு பண்பாட்டை, இன்னொரு வாழ்க்கை நிலையைப் புரிந்துகொள்ள முயலுகின்ற ஒரு அனுபவம். அந்த அனுபவத்தின் இனிமையைப் பகிர்ந்து கொள்வது என்பது ஒரு உற்சாகமான காரியம்.

'பாரிசுக்குப் போ' என்று ஜெயகாந்தன் சொன்னார். ஆனால், அமெரிக்காவுக்கு வாருங்கள் என்று பேத்திகளும், மகள், மகன், மருமகனும் அழைத்தார்கள். போனோம். இருந்தோம். பார்த்தோம். வந்தோம். விமானப் பயணம் மட்டுமே இருபது மணி நேரத்திற்கும் மேல்; என்றாலும் போகவேண்டும் என்று முடிவு பண்ணினால், அதெல்லாம் பொருட்டாகிவிடுமா? ஆகாது. அவர்களையும் பார்த்தது மாதிரி ஆயிற்று; அந்த நாட்டையும் சுற்றிப் பார்த்தது மாதிரி ஆயிற்று. சரிதானே? பொதுவாகச், சென்னையிலிருந்து அமெரிக்கா போகிற விமானங்களில், கணிசமானவர்கள் இப்படித்தான் - மகன், மகள்களை, பேரன், பேத்திகளைப் பார்க்கப் போகிறவர்களும், மகள்களின் பிரசவ காலத்திலும் அதன் பின்னும் துணையாக இருக்கப் போகிறவர்களும் இவர்களின் கூட்டம்தான். நாங்களும் இப்படி ஒரு சூழலில் போவதால் எங்கள் கண்களுக்கு இவர்கள் தான் அதிகமாகத் தெரிகிறார்களோ?

இருந்தாலும், பதினைந்து, இருபது ஆண்டுகளுக்கு முன்புவரை, இது மாதிரி விமானங்களில் பறப்பவர்கள்

பெரும்பாலும், பெரும் தொழிலதிபர்கள், பெரும் செல்வந்தர்கள், வணிகர்கள், அங்கே பணி செய்கின்ற அறிவியலாளர்கள், அரசுச் செலவில் போகும் அரசியல் தலைவர்கள், அரசு நிர்வாகிகள் இவர்களைத்தான் பார்க்க முடியும். ஆனால், இப்போதெல்லாம் முக்கியமாகக், கணினித் தொழில் பெருக்கம் காரணமாக, அமெரிக்கா போய்வருபவர்களின் கூட்டத்தில், மத்தியதர வர்க்கத்தினர்களையும் அதிகம் படிப்பறியாதவர்களையும் பெண்களையும், வயோதிகர்களையும் அதிகமாகப் பார்க்க முடிகிறது. பயணங்கள் இப்போது ஜனநாயகப் பட்டிருக்கின்றன. சுற்றுலா விசாக்கள், அதிகபட்சம் ஒரு தடவைக்கு ஆறு மாதங்களுக்கு மேல் இல்லை. அதற்குள் பார்க்க வேண்டுபவற்றைப் பார்க்கவேண்டும். முதலில் கலிபோர்னியா, அடுத்து டெக்சாஸ் என்று என் மனைவியுடன் அமெரிக்கா போய்வந்து பதிவு செய்துகொண்ட அனுபவங்களை உங்களோடு பகிர்ந்துகொள்கிறேன், இங்கே.

அமெரிக்கா, பல்வேறுபட்ட புவியியல் தளங்களையும் பல்வேறு தேசிய இனங்களையும்கொண்ட அகண்ட பெரிய நாடு. பசிபிக், அட்லாண்டிக் பெருங்கடல்களுக்கு இடையே, வடஅமெரிக்கக் கண்டத்தின் பெரும்பான்மை நடுப்பகுதியாக அமைந்துள்ளது. இதன் பரப்பு, இந்தியதேசத்தின் பரப்பளவைவிட மூன்று மடங்கு பெரியது; 9802 லட்சம் சதுரகிலோ மீட்டர் பரப்புக் கொண்ட இந்த நாட்டின் மக்கள் தொகை 31.4 கோடி. அடிப்படையில் இது, ஐரோப்பியர்களின் குடியேற்ற நாடு. 1776 ஜூன் 4 இல் தன்னை ஒரு சுதந்திரநாடாகப் பிரகடனப்படுத்திக்கொண்ட இந்த நாடு, மாநிலங்களுக்குப் பிரத்தியேகமான பல அதிகாரங்களோடு தன்னாட்சியுடன் கூடிய கூட்டாட்சி (Federal Type) முறையிலமைந்தது. வாஷிங்டன், இதன் தலைநகரம். இது ஒரு தனி மாநிலம் என்ற தகுதியோடு கூடியது. அது உட்படப், பிரிந்துபோகும் உரிமை இல்லாத 51 மாநிலங்களைக் கொண்டது இந்த நாடு. ஒரு போருக்குப் பிறகு, டெக்சாஸ் ஒரு மாநிலமாக இறுதியில் சேர்த்துக் கொள்ளப்பட்டது. அமெரிக்க நிலப்பகுதிலியிருந்து சற்று விலகி ஆனால் பிலிப்பைன்ஸ், ஜப்பான் ஆகிய நாடுகளுக்கு அருகே, ஒரு தீவுக்கூட்டமாகவுள்ள ஹவாஇஇ (Hawaii) 1959-இல் விலை கொடுத்து வாங்கப்பட்டது. பிறகு, மாநிலத் தகுதி பெற்றுக் கடைசி மாநிலமாக ஆகியது. ‘உலகத்திலேயே பெரீய.....’ என்ற

அடைமொழிகளில் பெரும் விருப்பம் கொள்கின்ற இந்த அமெரிக்கா, உலகத்திலேயே பெரிய முதலாளித்துவ பொருளாதாரத்தைக்கொண்ட நாடு.

பலவகைப்பட்ட தேசிய இனங்களோடும் பன்முகப்பட்ட பரிமாணங்களோடும் கூடிய பண்பாட்டைக் கொண்டுள்ள இந்தநாடு, சுற்றுவதற்கும் பார்ப்பதற்கும் ஏராளமான, தாராளமான விடயங்களைக் கொண்டுள்ளது. இங்கே, கால எல்லைக்குள் நின்று, பார்த்த- அனுபவித்த இடங்கள்- சொல்லப் போனால், ஓரளவுதான். இன்னும் நிறைய உண்டு. இப்போதைக்குப் போதும். இவற்றை உதாரணங்களாகத்தான், நாம் கொள்ள வேண்டும். இவற்றினூடே, இந்த நாட்டைப் பிரதிநிதித்துவப் படுத்துகின்ற நிகழ்வுகளையும் நிலைகளையும் இனங்கண்டு கொள்ள இங்கே பார்த்த இடங்களில், பார்த்த பல்வேறு நிகழ்வுகள், வித்தியாசங்கள், சுவாரசியங்கள் - இவற்றை நான் மனதிலாக்கிக்கொண்ட முறையிலும், நீங்கள் இவற்றில் அக்கறை கொள்ளுகிற விதத்திலும் உங்களிடம் நான் சொல்ல வேண்டும். சொல்லுவதற்கு நிறையவே இருக்கிறது. பயணங்களும் போக்குகளும் எதிலும் எப்போதும் முடிந்துவிடுவதில்லை.

❖

2

சான் ஃபிரான்சிஸ்கோ

தங்க நுழைவாயில்

முதன்முறையாக, நாங்கள் அமெரிக்காவைச் சுற்றிப் பார்க்க வந்தபோது, கலிஃபோர்னியா மாநிலத்தில் கொஞ்சகாலம் சான்டா கிளாரா நகரிலும், அதன் பிறகு சான்யுசே நகரிலும் எங்கள் மகள் குடும்பம் இருந்தது. மகன், அமெரிக்காவின் வட கோடியிலுள்ள இந்தியானா மாநிலத்தில், இந்தியானா போலீஸ் என்ற நகரிலுள்ள (Indiana Polis) பர்டூ (Purdue) பல்கலைக் கழகத்தில் படித்துக் கொண்டிருந்தான். இரண்டு மாநிலங்களுமே தட்பவெப்ப நிலையிலும் நேரக் கணக்கீட்டிலும் (time - zone) மிகவும் வேறுபட்டவை. இந்தியானாவில் குளிர் அதிகம். குளிர் காலத்தில் பனி கொட்டும். வீதிகளிலெல்லாம் பனிக்கட்டிகள், பாறைகளாகக் குவிந்து கிடக்கும். கலிஃபோர்னியாவில் மிதமான வெப்பம், மிதமான குளிர். 25^{0}C-க்கு மேல் வெப்பம் இருக்காது; 10 அல்லது 15^{0}C-க்குக் கீழ் குளிர் இருக்காது. சீரான தட்பவெப்பம். வடஅமெரிக்கக் கண்டத்தின் வளப்பம் நிறைந்த மையப் பகுதியை அகப்படுத்திக் கொண்டு நான்கு திசைகளிலும் அகன்று விரிந்துகிடக்கும் அமெரிக்காவின் ஒவ்வொரு

திசையிலும் தட்பவெப்ப நிலைகளும் இயற்கைச் சூழல்களும் பெரும்பாலும் வெவ்வேறாகவே இருக்கின்றன.

இயற்கை வளமும் செயற்கை வளமும் மிகுந்த நாடு, அமெரிக்க ஐக்கிய நாடுகள் என்னும் அமெரிக்கா. வற்றாது ஓடும் ஆறுகள், ஏராளமான ஏரிகள், குன்றுகள், மலைகள், வளமான பரந்த விவசாய நிலங்கள், இவையன்றியும் தாராளமாகக் கிடைக்கும் கனிமங்கள் - செழிப்புக்குக் கேட்கவா வேண்டும்! 16-ஆம் நூற்றாண்டின் இறுதியில், மேற்கு ஐரோப்பிய நாடுகளின் வெள்ளை இனமக்கள், வடக்கு, தெற்கு என்று பல நுழைவாயில்கள் மூலம் வந்து மள மளவென்று குடியேறினார்கள். பிறகு பிரிட்டிஷ்காரர்களின் கூட்டம் சில பகுதிகளைத் தாங்கள் மட்டுமே பெரும்பான்மையாக இருக்கும்படியாக ஆக்கிக்கொண்டது. மிக வேகமாக அமெரிக்கா, ஐரோப்பியர்களின் குடியேற்ற நாடாக ஆனது. பூர்வீகக்குடிகளில் மிகப் பெரும் பகுதியினரை, நவீன ஆயுதங்களோடு வந்த இவர்கள் அழித்துவிட்டனர். அவர்களின் கொடூரமான அழிவில் உருவானதுதான் அமெரிக்கா. மெக்சிக்கோக்காரர்கள், ஸ்பானீஷ்காரர்கள், டச்சுக்காரர்கள், பிரஞ்சுக்காரர்கள் என்று பல தேசிய இனத்தவரோடு போரிட்டு வென்று பல பகுதிகளை இந்தக் குடியரசோடு இணைத்தனர். இன்று 51 மாநிலங்கள், இந்தத் தேசத்தில் இருக்கின்றன. 31 கோடிக்கு மேல் மக்கள் தொகையைக்கொண்ட அமெரிக்கா, உலகத்திலேயே அதிகமான தேசிய இனங்கள்கொண்ட நாடு. பூர்வீகக்குடியினர் முதல், இவர்களால் அடிமையாகக் கொண்டு வரப்பட்ட ஆப்பிரிக்க - நீக்ரோ இனத்தவர் வரை, இவர்களால் இங்கே வெற்றிகொள்ளப்பட்ட மெக்சிகன் இனத்தவர், இரு நூற்றாண்டுகளுக்கு முன்னர் வந்து சேர்ந்துகொண்ட சீனர்கள் என்று பற்பல இனத்தவர், பற்பல பண்பாட்டு முத்திரைகளுடனும் மொழிகளுடனும் அமெரிக்காவில் வாழுகிறார்கள். தொடர்ந்து, வேறு வேறு வழிமுறைகளில் இன்னும் கொஞ்சமாகவேனும் குடியேற்றம் நடந்துகொண்டிருக்கிற நாடு, அமெரிக்கா.

அமெரிக்காவில் உள்ள மாநிலங்களில், கலிபோர்னியா, இயற்கை வளத்திலும் கலாச்சார உற்பத்தியிலும் மிக முக்கியமான மாநிலம். இதமான மெல்லிய காற்று ஆரத் தழுவி வரவேற்க, ஒரு செப்டம்பர் மாதத்தின் முதல் வாரத்தில், நாங்கள் கலிபோர்னியாவில் உள்ள சான்ஃபிரான்சிஸ்கோவில் வந்து

இறங்கினோம். சென்னையிலிருந்து அமெரிக்கா வரவேண்டுமானால், இரண்டு திசைகள். கலிபோர்னியா போன்ற அமெரிக்காவின் மேற்குப் பகுதிகளுக்கு, இந்தியாவின் கிழக்குப் பகுதிகளிலிருந்து செல்வது நல்லது. தூரம் குறைவு. சிங்கப்பூர் அல்லது கோலாலம்பூர் வழியாக, மற்றும் தொடர்ந்து சியோல் அல்லது ஹாங்காங் வழியாகச் செல்லவேண்டும். பசிபிக் பெருங்கடலைத் தாண்டினால் அமெரிக்காவின் மேற்குக் கடற்கரைதான். நியூயார்க், டால்லஸ், ஹூஸ்டன், ஃபுளோரிடா செல்ல வேண்டுமானால் சென்னையிலிருந்து மேற்கு நோக்கி நேரே ஃபிராங்க்ஃபர்ட் அல்லது ஆம்ஸ்டர்டம் அல்லது லண்டன் வழியாகப் போக வேண்டியதுதான். இருபது - இருபத்தொரு மணிநேரப் பிரயாணம். விமானத்தின் இறுக்கமான இருக்கைகளின் பிடியில் சலிப்பு ஏற்படும். எனவே, நீண்ட பயணத்தினிடையே ஓரளவு சரிபாதி நேரம் இடைவேளையிருந்தால் நன்றாக இருக்கும் அல்லவா? எப்படியிருந்தாலும், பிரயாணத்தில் தூக்கமின்மையும், களைப்பும், முக்கியமாக, நீண்ட விமானப் பயணத்தினால் ஏற்படுகின்ற நேரக்குழப்பமும் சேர்ந்து ஒரு இரண்டு, மூன்று நாள் தூக்கச் சொக்கு இருந்துகொண்டுதான் இருக்கும். எதிர்பார்ப்பதுதான்.

முதன்முறையாக அமெரிக்காவுக்கு வந்திருக்கிறோம். கற்பனைகளோடு காலடியெடுத்து வைக்கிறோம். விமான நிலையத்தில் மகளும் மருமகனும் பேத்தியும் வரவேற்கக் காத்திருந்தார்கள். ஒரு 30, 35 நிமிடம் கார் பிரயாணம்தான் சாண்டாகிளாராவுக்கு. சாண்டா கிளாரா, சான்யுசே, சன்னிவேல், கூபர்ட்டினோ, ஃபாஸ்டர்சிட்டி -, இவை புதிய - சிறிய - நகரங்கள். வசதியுடன் கூடியவை. அருகருகே நெருங்கியிருப்பவை. கணினித் தொழில் அபரிதமாக வளர்ந்துள்ள இப்பகுதி அதன் காரணமாக ஒரு பதினைந்து அல்லது இருபது நகரங்களுடன் சேர்ந்து, 'சிலிகன் பள்ளத்தாக்கு' (Silicon Valley) என்று வழங்கப்படுகிறது. மேலும், சான்யுசே, இந்தப் பள்ளத்தாக்கின் பிரகடனப்படுத்தப் படாத தலைநகரமாகப் பிரியத்துடன் அழைக்கப்படுகிறது.

கலிபோர்னியாவின் பிரசித்தமான நகரங்கள், சான் ஃபிரான்சிஸ்கோ, லாஸ்ஏஞ்சல்ஸ் ஆகியவை. அமெரிக்காவில் மக்கள்தொகை அதிகம் உள்ள நகரம், நியூயார்க் என்றால் அதற்கடுத்து இரண்டாவது பெரிய நகரம், லாஸ் ஏஞ்சல்ஸ். கலிபோர்னியாதான், அமெரிக்க மாநிலங்களிலிலேயே பெரியது.

இதன் தலைநகரம் சான்மேட்டியோ (San Mateo) என்னும் சிறு நகரம். (San - என்னும் முன்னொட்டு, ஸ்பானீஷ் வழக்கு; Saint என்று பொருள்.)

சான்டா கிளாராவில் ஒரு வாரம், பத்துநாள் ஓய்வாக இருந்துவிட்டு சான்பிரான்சிஸ்கோ நகரில் உள்ள தங்க நுழைவாயில் பாலத்தைப் (Golden Bridge) பார்ப்பதற்குப் போனோம். சான்பிரான்சிஸ்கோ, பசிபிக் பெருங்கடலைச் சார்ந்த ஒரு பெரிய துறைமுகப்பட்டினம். நகரத்தின் பெரும்பகுதி, பசிபிக் கடலின் வளைகுடாப் பகுதிக்குள், வலப்பக்கமும் இடப்பக்கமும் நீண்டு தனது உடலை நுழைத்துக் கொண்டுள்ளது. நகரின் மேல்பகுதி, குன்றுகளின் சரிவுகளில் அமைந்துள்ளது. நகருக்கு வெளியேயும் பல குன்றுகள் இருக்கின்றன. நகருக்குள் இருக்கும் சாலைகளும் வீதிகளும் சற்றுக் குறுகலானவை. வீடுகளும் நெருக்கமாக இருக்கின்றன. பெரும்பான்மையான உள்நகரப் போக்குவரத்து, (cable car) எனப்படும் பேருந்துகள் மூலமாக நிகழ்கின்றது. குன்றுப் பிரதேசமாக உள்ள நகரத்தில் சரிவுகளிலும் உச்சங்களிலும் செல்வதற்குப் பிரத்தியேகமான கட்டுமானங்களைக் கொண்ட பேருந்து வாகனங்கள் செல்கின்றன. அவற்றில் எப்போதும் கூட்டம்தான். மக்கள் பலர், படிக்கட்டுகளில் நின்றுகூடப் பயணம் செய்கிறார்கள். சரிவுகளில் வேகமாக வருகிறபோது, படிக்கட்டுப் பயணம் நம்மைப் பயப்படவைக்கிறது.

நகரின் நடுவே, வான்முட்டும் கட்டடங்களுடன் வணிக நிறுவனங்களும், அரசு அலுவலகங்களும் இருக்கின்றன. இதனை 'Down Town' (நகரின் மையம்) என்று அழைக்கிறார்கள். நகரின் ஓர் ஓரத்தில், உயரம் அதிகமில்லாத அதேபோது நெருக்கமாக உள்ள ஏறத்தாழ ஒரே மாதிரியான வீடுகளோடு கூடியதாக 'சைனா நகரம்' (China Town) என்ற பகுதி அமைந்திருக்கிறது. ஒருவேளை அவர்களுடைய பூர்வீக தேசத்தில் பூர்வீகமாக இருந்த வீடுகளைப் போன்று இவை இருக்கலாம். நகரத்தின் ஏனைய பகுதிகளிலிருந்து வித்தியாசப்பட்ட கட்டடங்களும் வீதிகளும் உடையது இது. பிறகு ஒரு சமயத்தில் நியூயார்க் நகரத்திலும் இந்த வகையான 'சைனா நகரத்தைப்' பார்த்தோம். அமெரிக்காவில் உள்ள இந்த சைனா நகரங்களில் நியூயார்க்கில் இருப்பதுதான் மிகப் பெரியது. அடுத்து, இந்த சான்ஃபிரான்சிஸ்கோ நகரில் இருப்பது. ஆசியாவுக்கு வெளியேயுள்ள சீனர்களின் குடியிருப்பில் அமெரிக்காவில்தான் சீனர்கள் அதிகமாக இருக்கிறார்களாம்.

ஏறத்தாழ இரண்டு நூற்றாண்டுகளாகியும் இவர்கள் பெரும்பாலும் தங்களுடைய மொழியையோ பண்பாட்டையோ மறந்துவிடாமல் தக்கவைத்துக்கொண்டிருக்கிறார்கள்.

சான்ஃபிரான்சிஸ்கோ என்பது Saint Francis என்ற பொருள் கொண்ட ஸ்பானீஷ் பெயர். இந்த மாநிலத்திலுள்ள பல பெயர்கள், இப்படி ஸ்பானீஷ் பெயர்கள்தான்.

19-ஆம் நூற்றாண்டின் நடுப்பகுதியில்தான் வேகமாக வளர்ச்சி பெற்றது இந்த நகரம். எப்படி? தங்கம் கிடைக்கிறது என்று பரவலான பேச்சு. வெள்ளைக்காரர்கள் 'தேடோ தேடு' என்று தேடுகிறார்கள். வெறும் தேடல் அல்ல; வேட்டை. தங்க வேட்டை. 1854-இல் இந்தப் பகுதியில் இப்படி ஒரு தங்கவேட்டை (Gold Rush) நடந்திருக்கிறது. இது என்ன? அமெரிக்காவே இப்படி ஒரு வேட்டைக்காடாக இருந்ததுதானே! கொலம்பஸ் வந்ததும் தொடர்ந்து அமெரிக்காவின் வடகிழக்குப் பகுதி வழியாக லட்சக்கணக்கான வெள்ளைக்கார ஐரோப்பியர்கள் நுழைந்ததும், எல்லாம் இப்படி ஒரு வேட்டைக்குத்தான். வற்றாத நதிகளும் கனிமங்களும் குன்றுகளும் குளங்களும் நீண்ட சமவெளிகளும் பரந்து விரிந்து கன்னி நிலமாகக் கிடக்கிறபோது, வேட்டைக்கு என்ன பஞ்சமா? தங்கவேட்டையாடியவர்களின் கூட்டத்தினால் சிறிய ஊர்களெல்லாம் நகரங்களாகின.

கலிபோர்னியா பகுதிகளில் தங்க வேட்டையாடியவர்கள் திரும்பிப் போகிற வழியில் ஓய்வெடுக்கவும், கூடியிருந்து களிக்கவும் கேளிக்கைகள் நிகழ்த்தி மனமகிழவும் உருவானதுதான், லாஸ் வெகாஸ் (Las Vegas) என்னும் நகரம். பாலைவனம் போன்றிருந்த பகுதி, உல்லாச நகரமாக ஆகியது. இது நவீன வேட்டைக் கலாச்சாரத்தின் பயன்தான். இந்தத் தங்கவேட்டையை நினைவுறுத்தும் வகையில், சான்ஃபிரான்சிஸ்கோவின் முடிவில் பிரசித்திபெற்ற தங்க நுழைவாயில் பாலம் (Golden Gate Bridge) தோன்றியது. ஆனால் பாலம் என்னவோ, தங்கத்தினால் கட்டப் பட்டிருக்குமோ என்று நினைத்துவிட வேண்டாம். வளைந்து தொங்கும் முரட்டு இரும்புச் சங்கிலிகளாலும் கான்கிரீட்டினாலும் அமைந்த இந்தப் பாலம், பசிபிக் கடலின் ஓரத்தில், குறுக்கே, மிக நீளமாகவும் அழகாகவும் காட்சி தருகிறது. வரிசையாக, நடு நடுவே உயரமான ஒல்லியான இரும்புத் தூண்கள். இரண்டிரண்டு தூண்களாகச் சேர்த்துக் கட்டியது போன்றிருக்கின்ற இந்தச் சங்கிலிகள், ஒரே சீராக, மேலிருந்து சரிந்து மறுபடியும் மேல் நோக்கிச் சென்று அரைவட்ட அமைப்பில் தூண்களிடையே

தோரணங்கள் கட்டியது போன்று இருக்கின்றன. பெரிதாகவும், அழகாகவும் கம்பீரமாகவும் இதன் தோற்றம் இருக்கிறது. இந்தப் பகுதியில் நடந்த 'தங்கவேட்டை'யின் காரணமாகத்தான் இப்படி ஒரு தங்க நுழைவு வாயில் இங்கே அமைந்திருக்கிறது என்கின்றனர். இந்தப் பாலம் பல ஹாலிவுட் திரைப்படங்களில் நடித்திருக்கிறது. ஜேம்ஸ்பாண்ட், (சீன் கோனரி) ஒரு படத்தில் இந்தப் பாலத்தின் தொங்கும் சங்கிலியிலிருந்து எதிரிகளுடன் சண்டை போடுவது போன்ற ஒரு காட்சி, பிரசித்தமான ஒரு காட்சியாகக் கருதப்பட்டது. நீண்டு அகன்ற இந்தப் பாலத்தின் நடையோரமாகக் கொஞ்சத்தூரம் நடந்தும் ஓடியும் போய் வந்தோம். இரண்டு பக்கமும் கருநீலத்தில் அமைதியாய் வேடிக்கை பார்த்துக்கொண்டிருந்தது, பசிபிக் பெருங்கடல். சற்றுத் தொலைவில் நகரத்தின் பிரம்மாண்டமான தூரக்காட்சி. பாலத்தின் இந்தப் பக்கம் சற்றுத் தொலைவில் பெரும் விடுதிகள் நிமிர்ந்துகிடந்தன அமெரிக்காவின் அடையாளங்களில் ஒன்றாக இந்தத் தங்க நுழைவாயில் மனதை நிறைத்துக் கொண்டிருந்தது.

நீண்ட இந்தப் பாலத்தின் இறுதியில் வலப் பக்கம் ஓரமாய் ஒரு சிறிய கடற்கரைவெளி. சிறிய உருண்டைப் பாறைகள் பல வீசியெறியப்பட்டதுபோலச் சிதறிக்கிடக்கின்றன. பயணிகள் அமருவதற்கு வசதியாக ஆங்காங்கே இருக்கைகள் உண்டு. மணல் வெளி மிகவும் குறைவானதுதான். சோளப் பொரியையும் ஐஸ் கிரீமையையும் சுவைத்துவிட்டு அப்படியே, புகழ்பெற்ற அந்தப் பாலத்தில் கொஞ்சதூரம் நடந்தும் ஓடியும் தடம் 'பதித்து' விட்டு வந்தோம். அது ஒரு மாலை நேரம். தூரத்தே சாம்பல் படர்ந்த மேகங்களும் மெல்லிதாய்க் கறுப்பு வண்ணம் பூசிக்கொண்டதாகத் தோன்றும் கப்பல்களும் அடர்த்தியாய் நீலநிறத்துடன் பாய் விரித்துக்கிடந்த பசிபிக் கடலின் மேலே அரவணைத்துக் கிடந்தன. கடலும் மேகமும் எப்போதும், எங்குமே அழகுதான்.

பசிபிக் சமுத்திரம், அமெரிக்காவுக்குப் பல அனுகூலங்களையும் அபரிமிதமான அழகையும் செல்வத்தையும் தருகிற ஒரு பெருங்கடல். 165.2 மில்லியன் சதுர கிலோ மீட்டர் பரப்புக்கொண்டதாக அறிஞர்களால் கூறப்படுகின்ற இந்தப் பெருங்கடல், ஏனைய கடல்களிலும் மிகப் பெரியது. 'பசிபிக்'

என்றால் 'அமைதியானது' என்று பொருள். போர்த்துக்கீசியர் பிரியத்தோடு வைத்த பெயர் இது. பெயருக்கு ஏற்ற மாதிரி இது அமைதியாகத்தான் இருக்கிறது. அமெரிக்காவின் கிழக்கே பரவிக்கிடக்கிறது, அட்லாண்டிக் பெருங்கடல். அமெரிக்காவுக்கும் மேற்கு ஐரோப்பாவுக்கும் இடையே இரு பகுதிகளுக்கும் தொப்பூழ்கொடி உறவாய் அது குதூகலித்துக் கொண்டிருக்கிறது.

❖

3

சான்டாகிளாரா, சான்யுசே

சில தேடல்கள்

சான்யுசே, சான்டாகிளாரா உள்ளிட்ட சிலிகன் சிறு நகரங்களைச் சுற்றிச், சுற்றுலா மையங்கள் குறைவுதான். சான்பிரான்சிஸ்கோ, லாஸ் ஏஞ்சல்ஸ், சான் டியாகோ என்று போகவேண்டும். ஆனாலும், அருகில் சான்டா கிளாராவில் உலகிலேயே மிகவும் வித்தியாச மான வீடு என்று சொல்லப்படுகிற ஒரு மர்ம (மாய) மாளிகை (Mystery House) இருப்பதாகச் சொன்னார்கள். வெள்ளை மாளிகை (White House) கோலோச்சுகிற நாட்டில், மர்ம மாளிகையா? நினைக்கவே சுவாரசியமாக இருக்கிறது. போனோம்.

ஷாஜகான், தன்னுடைய அருமை மனைவி மும்தாஜ் மேலுள்ள காதலுக்காகத் ‘தாஜ்மகால்’ கட்டினான் என்றால் சாரா என்னும் பெண்மணி தன்னுடைய கணவன் வில்லியம் விஞ்செஸ்டர் மேலுள்ள காதலால், அவனை இழந்த சோகத்தில், அவனுடைய நினைவாக இப்படி ஒரு மாளிகையைக் கட்டியிருக்கிறாள்.

இந்த நினைவாலயம், விஞ்செஸ்டர் மர்ம மாளிகை என்று வழங்கப்படுகிறது. வில்லியம் விஞ்செஸ்டர் ‘கனக்டிக்கட்’ என்ற மாநிலத்தில் அதன் லெப்டினன்ட் கவர்னராக உயர்ந்த பதவியில் இருந்தவர். இவர், துப்பாக்கித் தொழிற்சாலை வைத்திருந்தார். இவர்

வடிவமைத்துத் தந்த இவர் பெயரில் அமைந்த துப்பாக்கிகள்தான் (Winchester repeating rifle) அன்று பிரசித்தம். குடியேறிய பெரும் பாலான வெள்ளையர்களின் கையிலிருந்த இந்தத் துப்பாக்கிகள் அங்கிருந்த பூர்வீக சிவப்பு இந்தியக் குடிகளின் பெரும் பகுதியினரை அழிக்க உதவியது. விஞ்செஸ்டர், அப்போதே இரண்டரைக் கோடி டாலர் மதிப்புள்ள சொத்துக்களையும், 'விஞ்செஸ்டர் டார்ச்லைட்' உள்ளிட்ட பல நிறுவனங்களையும் ஐயாயிரத்துக்கும் மேற்பட்ட கடைகளையும் நிறுவியிருந்தார். அவற்றையெல்லாம் விட்டுவிட்டு அகாலமாக இறந்துபோனார். அதன் பிறகு சில மாதங்களில் அவர்களின் ஒரே குழந்தையினுடைய மரணமும் நிகழ்ந்தது. அதிர்ச்சி! என்ன காரணம்? கொல்லப்பட்ட பூர்வ குடியினரின் ஆவிகளா? சாராவுக்கு அயர்ச்சி. கணவன் மேலுள்ள தீவிரக் காதலும், இத்தனை பேருடைய சாவுக்கும் நம் துப்பாக்கிகள்தான் காரணமோ என்ற குற்ற உணர்வும், பேய், பிசாசு, தீயஆவி என்ற பயமும் துரத்த, பிறந்து வளர்ந்து பணம் சேர்த்த ஊரைவிட்டு விட்டு, சாரா சொத்துபத்துக்களுடன், சான்டாகிளாரா வருகிறார். இங்கே வந்து என்ன செய்கிறார்? 38 ஆண்டுகள் (1884 - 1922) (தன்னுடைய இறப்பு வரை) தொடர்ந்த கடினமான உழைப்பில் இந்த மாளிகை உருவாகிறது. தீய ஆவிகள் தீண்டிவிடக் கூடாது என்ற எச்சரிக்கையோடு அன்றே ஐந்தரை மில்லியன் டாலர் (ஏறத்தாழ 300 கோடி ரூபாய்....) செலவில் இந்த நவீன 'தாஜ்-மகால்', விஞ்செஸ்டர் மர்ம மாளிகையாக உருவாகிறது. ஆவிகள்-அதாவது, இவர்களின் துப்பாக்கிகளால் மாண்டுபோன பூர்வீகக் குடிகளின் 'ஆவிகள்', இவர்களைத் தேடிப் பழிவாங்க வந்துவிடக் கூடாது. வழி தெரியாமல் அவை போய்விடவேண்டும்.

சான்டாகிளாராவில் போக்குவரத்துக்கள் நிறைந்த விசாலமான வீதியில், ஓர் அழகான பூங்காவுக்கு நடுவே இந்த மாளிகை ஒய்யாரமாகவும், ஆர்ப்பாட்டமில்லாமலும் உட்கார்ந்திருக்கிறது. டிக்கட் எடுத்துக்கொண்டு உள்ளே போனோம்; போன பிறகுதான் அந்த ஒய்யார மாளிகை, மர்ம மாளிகையாகத் தெரியும். நெற்றியைச் சுளித்து, விழிகளைப் பிதுங்க வைக்கிற ஒரு மாளிகை அது. அந்த மாளிகையைப் பற்றித் தெரிந்த ஒரு நண்பர் கூடவே வந்தார்.

முன் வாசல் எல்லா இடங்களிலும் இருப்பது போல்தான். எல்லோரும் உள்ளே போனோம். முன் அரங்கு விசாலமாக இருந்தது. தளம் அழகான மரப் பலகையினால் செய்யப்பட்டிருந்தது. பார்த்துக்கொண்டு போனால் எதிரே அழகான வாசல் இருந்தது.

முதலில் அந்தப் பக்கம் போகலாமே, வாசலைத் திறக்கலாம் என்று போனோம். வாசல் போன்று இருந்தது. ஆனால் வாசல் இல்லை. ஒரு தோற்றம். கேள்விக்குறிகளை ஏந்திக்கொண்டு திரும்பினோம். நண்பர், தோள் தொட்டு மெல்லிதாய்ச் சிரித்தார். சற்றுத் தூரத்தில் மாடிக்குப் போகிற படிக்கட்டு தெரிந்தது. ஏறினோம். 40 படிகள் இருந்தன; ஆனால், நாங்கள் ஏறியதோ வெறுமனே 9 அடி உயரம்தான். ஒவ்வொரு படியும் இரண்டு அங்குல உயரம்தான்; சாராவுக்கு மூட்டுவலியாம்; உந்தி ஏற முடியாது என்பதால்தான், இப்படி என்றார் நண்பர். இருக்கட்டும். ஆனால், மாடிப்படி ஏறினால் மாடி வரவேண்டுமே. கதவு மாதிரி இருந்தது. ஆனால், அது கதவு இல்லை. மாடிக்கு எப்படிப் போவது? அதனைக் கட்டிய, அதிலே குடியிருந்த சாராவுக்குத் தெரியும். நமக்குத் தெரியாது. ஆவிகளுக்கும் தெரியாது. சுழற்சியான படிகள்தாம். நேரடியாகப் போவது தலையைப் பிய்த்துக்கொண்ட பிறகுதான்.

வீட்டின் நடுவே அகன்ற பெரிய அரங்கு. தரையும் சுவர்களும் மேலே கூரையும் பளபளவென்று இருந்தன. எல்லாம் மரவேலைப்பாடுகளோடு கூடியதுதான். மேலே கொத்துக் கொத்தாகத் தொங்கும் கிரிஸ்டல் கண்ணாடிச் சரவிளக்கு. ஆனால், உள்ளே எப்படிப் போவது? சுற்றிச் சுற்றிப் பல அறைகள். சுற்றிச்சுழன்று செல்லும் பாதைகள். ஆனால் உள்ளே எப்படியாக்கும் போவது? நுழைகிற வாசல் எது? வாசல் போன்ற தோற்றமுடையது எது? சாரா, அங்குள்ள பட்டன் ஒன்றைத் தட்டுவாளாம். ஒரு அறையின் வாசல் போன்ற பகுதியிலிருந்து மெல்லிய பலகையிலான திரையொன்று அப்படியே பறந்து வருவது போல வருமாம். ஒருகணநேரம்; அந்தக் கதவு திறந்தவுடன் வேகமாகச் 'சுர்' ரென்று சாரா நுழைந்து போகிறாள். கதவு மூடிக்கொள்கிறது. படுதா அல்லது திரை அடைத்துக்கொள்கிறது. ஒரு அறையிலிருந்து - இன்னொரு அறை - அடுக்கு அடுக்கான அறைகளுக்கு- யாரும் எதுவும் பின்தொடர முடியாத அளவுக்கு முக்கியமாக, ஆவிகள் பின்தொடர முடியாத அளவிற்கு சாரா நழுவிப் போய்விடுகிறாள். ஒரே உயரமாக அல்லாமல் மேலே அடுக்கி நிற்கின்ற மாடிகளுக்குப் பாதைகள் மடங்கி மடங்கிப் போகின்றன. மேலே படிகள் போகின்றன; மாடிக்குப் போய் விடலாம் என்ற நம்பிக்கையோடு சென்றோம். ஆனால், அதற்கு மாறாகச் சட்டென்று கீழே நோக்கி வந்து கொண்டிருந்தோம். எப்படி என்று தெரியாது. பார்வையாளர்களுக்காகச் சில அறைகள், நடு அரங்கு, நடன அரங்கம், சமையலறை என்று சில.

சிரமமில்லாமல் போகிறதுக்கு வசதியாகத் திறந்து வைக்கப் பட்டிருக்கின்றன. மற்றப்படி எல்லாம் இப்படித்தான். நாமாகச் சற்றுப் புத்திசாலித்தனத்துடன் சென்றால், சில அறைகளுக்குப் போக முடியும். அதையும் எங்கள் நண்பர் சொன்னார்; காட்டினார்.

சாராவின் புத்தியிலும் மனதிலும் உருவானதுதான் இந்த மாளிகை. அவருக்குத் துணையாக இருந்தவர், அவர்களுடைய துப்பாக்கித் தொழிற்சாலையில் மேலாளராக இருந்த, ஜான் ஹேன்சன் என்பவர். 1922-இல் சாராவின் மரணம் நிகழும் வரை, இந்தக் கட்டடம் முடியவில்லை. பல பகுதிகள் கட்டி, அதன் பின்னர் அழித்து, மாற்றித், திரும்பக் கட்டி, மீண்டும் கட்டி..... இப்படியே நடந்ததாம். இன்று இதில் 160 அறைகள் இருக்கின்றன. முதலில் 600 அறைகளுக்குத் திட்டமிட்டிருந்ததாக அங்கேயிருந்த குறிப்புச் சொல்கிறது. வாசல்கள் அல்லது வாசல் போன்ற தோற்றங்கள், கொஞ்சமல்ல, இரண்டாயிரம். ஆவிகள் எங்கேதான் நுழையும்? ஏமாந்து போய்விடாதா என்ன? மரப் பலகைகளுடன் கூடிய ஜன்னல்கள் அல்லது அவற்றின் தோற்றங்கள், கொஞ்சமல்ல, பத்து ஆயிரமாம். 47 மாடிப்படிகள்; 47 நெருப்பு மனைகள் (fire-places) விசாலமும் ஜோடனையும்கொண்ட 13 குளியலறைகள். (இந்த அம்மாவுக்கு 13 என்பது பிரியமான எண்ணாம்), அகன்ற - நீண்ட - 6 அடுப்படிகள். விசாலமான, அலங்காரம் செய்யப்பட்ட அழகான நடன அரங்கம். இப்படிக் கனபரிமாணத்துடன் கம்பீரமாகவும் ஒயிலாகவும் தோன்றுகிற இந்த மாளிகையில் தரையும், மேலே கூரையும், சில சுவர்களும் வெளிநாட்டு மரங்களின் பலகைகளால் இழைக்கப்பட்டவை. பார்வையாளர் களுக்கு மயக்கம் தருகின்ற மர்ம (மாய) மாளிகையென்றாலும், பீதியோ, அச்சமோ தோன்றவில்லை; பிரமிப்பும், ஓர் ஆர்வ நிலையுமே தோன்றின. சுவாரசியம் இல்லையென்றால், ஒன்று - ஒன்றரை மணி நேரம் உள்ளே இருக்க முடியுமா?

மாளிகையிலிருந்து வெளியே வந்தோம். சுற்றி வெளியே அழகான பூங்கா. கொழுகொழு என்று திமிறிக் கொண்டிருக்கும் பசுமையான இலைகளினூடே தொடர்ந்து பல ஆண்டு களாகியும் வதங்கிவிடாமல் வளமையோடு இருக்கும் பல செடிகள், வெளிநாடுகளிலிருந்து வருவித்து வளர்க்கப்பட்டனவாம். வண்ண வண்ண ரோஜா பதியன்கள் சில இடங்களில் எங்களை வேடிக்கை பார்த்துக்கொண்டிருந்தன. அவற்றிற்கு வயது, நூறு

என்றார்கள். விழிகளையும் மனங்களையும் நிறைக்கும் பூங்காவின் அழகு, இறுக்கமும் மாய்ம்மையும் கொண்ட அந்த மாளிகைக்கு முரண்பட்டதாக - மாற்றாக- இருந்தது.

விஞ்செஸ்டர் மர்ம மாளிகை, அமெரிக்கப் பண்பாட்டின் ஒரு முக்கியமான பகுதியைக் காட்டுவதாகத் தோன்றுகிறது. தங்களுடைய புகலிட வேட்டைகளின்போது ஐரோப்பியர்கள் இந்தப் புதிய தேசத்தின் பல பகுதிகளில், அப்பாவிகளான பூர்வகுடி மக்களைக் கொன்று குவித்த குற்றவுணர்வும் ஆவிகள் பற்றிய பீதியோடுகூடிய அடி மனவுணர்வும் என்று- இவற்றோடு கூடிய பண்பாட்டு அடையாளங்கள், பல வகைகளில் பல சூழல்களில் இவர்களிடம் வெளிப்படுகின்றன. சாரா எழுப்பிய இந்த நினைவு மாளிகையில், அமெரிக்கப் பண்பாட்டு அடையாளம் இப்படி வித்தியாசமான வெளிப்பாட்டுடன் புதைந்து கிடக்கிறது.

அமெரிக்காவின் வரலாறு மிகவும் அண்மைக் காலத்ததுதான் என்றாலும் அதிலே புதைந்து கிடக்கின்ற உணர்வுகளும் வெளிப்பட்டுநிற்கின்ற ஆசைகளும் யோசனைகளும் ஒரு நூறுக்குமேல் உண்டு. அது எப்படியாயினும் இருக்கட்டும். அறிவுத் தேடலுக்கு விளக்கமானதொரு 'வெளி' (Space) அங்கே திறந்துகிடக்கிறது என்பது குறிப்பிடத் தகுந்தது. படிக்கிற மனப்பான்மையையும், படித்தற்குரிய சூழ்நிலையையும்தான் குறிப்பிடுகிறேன். பண்பாட்டின் முக்கியமான இலச்சினை யல்லவா, அது? அங்கே சாண்டாகிளாரா ஒரு சிறிய நகரம்தான். ஆனால் அங்கே ஒரு நல்ல நூலகத்தையும், அதனினும் முக்கியமாக, அருமையானதொரு புத்தக விற்பனைக் கூடத்தையும் பார்க்கின்ற வாய்ப்புக் கிடைத்தது. இந்த நகரில் மட்டுமல்ல, அமெரிக்காவின் பல இடங்களிலும் இருப்பதுதான், இது. தேசிய அளவில் பெரியவையாக உள்ள பொது நூலகங்கள், மாநில நிர்வாகங் களினாலும், சற்றுச் சிறியவை, நகர்மன்றங்களினாலும் நடத்தப்படுகின்றன. சாண்டா கிளாராவில் அமைந்துள்ள பொதுநூலகம், அரசினால் நடத்தப்பெறும் ஒரு உயர்நிலைப் பள்ளியின் பெரிய விளையாட்டு மைதானம் ஒன்றின் ஓரத்தில் விசாலமானதொரு இடத்தில் இருக்கிறது. பொதுவாக, அமெரிக்காவில் பெரும்பாலான உயர்நிலைப்பள்ளிகள், இடைநிலைப் பள்ளிகள், மற்றும் தொடக்கப் பள்ளிகள், நகர் மன்றங்களினாலும், அரசு - கல்வித்துறைகளாலும் நடத்தப்பட்டு வருகின்றன. இவை நவீன வசதிகளுடன் கூடியவை. இவற்றிற்கே அங்கே மவுசும் மரியாதையும்! அந்த அந்தப் பகுதியிலுள்ளவர்கள்

அவ்வப் பகுதிகளிலுள்ள பள்ளிகளில்தான் படிக்கவேண்டும். பள்ளிகளில் கட்டணம் மிகக்குறைவு; மறைமுகமான கொள்ளைகளும் பணவசூல்களும் இல்லை. வசதிகளும் உயர்ந்த தரங்களும் உத்தரவாதமாக உள்ளன.

இத்தகைய பள்ளிகள் ஒன்றின் ஒரு பகுதியில், சாண்டா கிளாரா பொதுநூலகம் இருக்கிறது, சகல நவீன வசதிகளுடன். இதேபோன்ற நூலகங்களை இன்னும் பல நகரங்களிலும் பார்த்திருக்கிறேன். இவற்றில் எல்லாவற்றிலும் மின்-நூல்கள் (e-books) சி. டி.க்கள் முதலிய வசதிகளும் அவற்றோடு குழந்தை களுக்கான வசதிகளோடு கூடிய தனிப்பகுதிகளும் உண்டு. உறுப்பினராவதற்கு, அரசு கொடுத்துள்ள சமூகப் பாதுகாப்பு எண்ணுடன் (Social Security Number) கூடிய அடையாள அட்டைகள் இருந்தால் போதும்; தனியே கட்டணம் கிடையாது. பதினைந்து புத்தகங்கள் வரை எடுத்துச் செல்ல முடியும். நூலகம், புத்தகக் கிட்டங்கியாக (godown) இல்லாமல், எடுப்பதற்கும், படிப்பதற்கும் வசதியாக நூல்கள் அடுக்கப்பட்டிருக்கின்றன. நல்ல பராமரிப்புடன் கூடிய இந்த நூலகங்கள் இருக்கட்டும், என்னை அதிசயிக்க வைத்தது, பர்னஸ் அன்ட்நோபில்ஸ் (Barnes and Nobles) என்ற புத்தக விற்பனைக் கூடம்தான். முதலில் அருகேயுள்ள சான்யுசே நகரில்தான் அதனைப் பார்த்தேன்.

பர்னஸ் அன்ட் நோபில்ஸ், புத்தகக்கடை அல்ல; புத்தகக் கடல். அந்தப் புத்தக விற்பனைக் கூடத்திற்கு ஐந்தாறு தடவைகளுக்குமேல் சென்றிருக்கிறேன். ஒவ்வொரு முறையும் அங்கே காலை 9 மணிக்குப் போய் மாலை 7 மணி வரை இருந்திருக்கிறேன். அதுபோல்டெக்சாசின் ஆலன் நகருக்கருகிலுள்ள மெக்கின்னே (Mckinney) ஆகிய இடங்களிலுள்ள விற்பனைக் கூடங்களுக்கும் சென்றிருக்கிறேன். மெக்கின்னேயில் பெரிய மால் (Mall) ஒன்றில் ஒரு பகுதியாக - கடையாக- இது இருக்கிறது. பல நகரங்களில் அப்படித்தான் இருக்கிறதாம். இந்தப் பர்னஸ் அன்ட் நோபில்ஸ், பரந்த வெளியில் புதிய உலகத்தைத் திறந்து வைக்கின்றன. நூல்கள், நூலகங்களில் இருப்பது போன்றே, கவிதை, புனைகதை, புனைகதை அல்லாதன, வரலாறு, சமுதாயம் என்ற மாதிரியாக, உள்ளடக்கப் பொருள்களைச் சம்பந்தப்படுத்தி அடுக்கப்பட்டிருக்கின்றன. எந்தப் புத்தகமும் பாலிதீன் உறைகளால் பர்தாக்கள் போட்டுக்கொள்வதில்லை. எடுக்கலாம்; தழுவிக் கொள்ளலாம்; புரட்டிப் பார்க்கலாம்; தேவைப்பட்டால் சாவகாசமாக உட்கார்ந்து வாசிக்கலாம். மணிக்கணக்காக உட்கார்ந்து குறிப்புக்கள் எடுக்கலாம். விற்பனைக் கூடத்திற்கு

நடுவே அல்லது ஓரத்தில், ஸ்டார்பக்சின் (Star Bucks) சிறிய சிற்றுண்டிக் கடை இருக்கிறது. டீ, காஃபி, கேக் வகையறாக்கள் கிடைக்கின்றன. அந்தக் கூடத்தைச் சேர்ந்த மாதிரியாக உட்கார்ந்து படிக்க வசதியாகத் தனித்தனியே மேசை-நாற்காலிகள் இருக்கின்றன. புத்தகங்களை எடுத்துவந்து சாவகாசமாக அமர்ந்து படிக்க முடியும். அங்கேயே வேண்டியதை வாங்கி மென்றுகொண்டும் காஃபி, டீ, குடித்துக்கொண்டும் படிக்கலாம்; எழுதலாம். நான், வீட்டிலிருந்து 'சாண்ட்விச்' கொண்டு போவேன். அதனோடு அங்கேயே ஒரு காஃபி அல்லது டீ; மதிய உணவு முடிகிறது. ஒரு கேக், ஒரு டீ; மாலை நேரம் முடிகிறது. புதிதாக வந்த புத்தகங்களை அள்ளி அணைத்து வாசித்துவிட்டு அப்படியே வைத்துவிட்டுப் போகலாம். வேண்டுமானால் விலை கொடுத்து வாங்கலாம். பர்னஸ் நோபில்ஸ் கடையொன்றில் குழந்தைகளுக்குத் தனியே விசாலமாக ஒரு பகுதி இருந்தது. குழந்தைகள் தரை விரிப்பில் காலைப் பரப்பிக்கொண்டு அமர்ந்திருந்தார்கள். ஆசிரியையாக இருக்கலாம்- ஒரு பெண்மணி அவர்களுக்கு ஏதோ விளக்கிக் கொண்டிருந்தார். குழந்தைகள் சப்தம் போட்டுக் கொண்டிருந் தார்கள். சப்தத்தைப் பற்றி யாரும் பொருட்படுத்தவில்லை. இது புத்தக விற்பனைக் கூடத்தில் ஒரு காட்சி. இன்னொரு வசதியும் இருக்கிறது - விலை கொடுத்து வாங்கிய புத்தகம் நமக்குச் சரிப்பட்டு வராது என்று தோன்றினால், இரண்டு மூன்று நாள் கழித்துக்கூட, ரசீதுடன் அதனைத் திருப்பிக் கொடுத்துவிடலாம்; பதிலுக்கு அதே விலையில் அங்கே புத்தகம் வாங்கவேண்டிய அவசியமில்லை. பணத்தையே கூடத்திரும்பப் பெற்றுக்கொள்ளலாம். இப்படி ஒருமுறை, சால்ட்லேக் சிட்டியிலிருந்த 'பார்டர்ஸ்' (Borders) என்ற இன்னொரு கடையில் ஒரு மூன்று புத்தகங்களை முதலில் வாங்கிவிட்டுப் பின்னர் இரண்டு, மூன்று நாள்கள் கழித்துத் திருப்பிக் கொடுத்துவிட்டு வந்தோம். உலகமயமாதல் பற்றி Hans Peter Martin -உம் Herald Schuman உம் இணைந்து எழுதிய 'The Global Trap' என்ற மிகச்சிறந்த நூலையும், Sherwin B. Nuland எழுதிய 'How We Die' என்ற பிரசித்தமான நூலையும் அந்தக் கடையில் வாங்கியிருந்தோம். ஆனால் Annazon.com- இல் பழைய புத்தகங்களாக அவை கிடைக்கின்றன என்பதனை ஓரிரு நாளில் வலைப்பின்னல் மூலமாக அறிந்து அதிலிருந்து வரவழைக்க முடிவு பண்ணினோம். எனவே வாங்கிய புத்தகங்களை அப்படியே திருப்பிக் கொடுத்து விட்டோம். தபாலில் வரவழைத்த 'பழைய புத்தகங்கள் 60 சதவிகித விலை; தபால் செலவு இல்லை. பெயருக்குத்தான் பழைய

புத்தகங்கள்; ஆனால் அசல் புதுப்புத்தகங்கள் போலத்தான் இருந்தன. கிறுக்கலோ, அடிக்கோடுகளோ, பெயர்களோ, தாள்மடிப்புக்களோ இல்லை.

பர்னஸ் நோபில்ஸ் புத்தகக்கூடத்தில் பல்லாயிரக் கணக்கான புத்தகங்கள் இருக்கின்றன. பெரும்பாலானவை, அண்மையில் வெளிவந்தவை. நியூயார்க் நகரில் 1917இல் சிறிதாக ஆரம்பிக்கப்பட்ட கடை. 1932இல் பெரிதாக வளர்ச்சி பெற்றது. '70-80'களில் சங்கிலித் தொடர் விற்பனைக் கூடமாக ஒரு பெரிய நிறுவனமாக அமெரிக்கா பூராவும் விழுதுகள் விட்டிருக்கின்றது. இன்று இதற்கு 700க்கும் மேற்பட்ட கிளைகள் இருக்கின்றன. முதலில் இது, சார்ல்ஸ் பர்னஸ் என்பவரால் ஆரம்பிக்கப்பட்டது. நோபில்ஸ் என்பவர், கூட்டாளியாக ஆனார். பின்னர், அவரே மொத்தமாக அதனை விலை கொடுத்து வாங்கினார். 1980-87-இல் இந்தச் சங்கிலித்தொடர் விற்பனைக்கூடம், புகழும் பெருமையும் பெற்றது. பல பெரிய 'மால்'களில், அல்லது அங்காடி மாளிகை களில் பர்னஸ் அன்ட் நோபில்சும் ஒரு கடையாக இடம்பெற்றது. புத்தக வியாபாரத்தில் ஆதிக்கம் செலுத்தவும் தொடங்கியது. ஏராளமான சிறிய சிறிய கடைகள் தொலைந்து போயின.

பர்னஸ் அன்ட் நோபில்சுக்குப் பிறகு 'பார்டர்ஸ்' என்ற புத்தக விற்பனைக்கூடம், தொடங்கப்பட்டது. 1971-இல் ஆரம்பிக்கப் பட்டு மிக விரைவில் இதற்கு 500-க்கும் மேற்பட்ட கிளைகளும் தோன்றின. சால்ட்லேக்சிட்டி என்ற நகருக்குச் சென்றிருந்த போது இந்தப் புத்தகக்கூடத்துக்குப் போயிருக்கிறேன். இதுவும், பர்னஸ் அன்ட் நோபிள்ஸ் மாதிரி ஓரளவு பெரியதுதான். ஆனால் 2011-இல் இது, மூடப்படப் போவதாக அறிவிப்பு வந்தது. ஆலன் நகருக்கு அருகிலுள்ள பார்டர்ஸ்க்கு ஒரு நாள் போனோம். புத்தகங்கள் எல்லாவற்றுக்கும் 50%, 60% என்று 'அதிரடிக்' கழிவுகள் விளம்பரம் செய்யப்பட்டிருந்தன. புத்தகங்கள் மட்டுமா - புத்தக அடுக்குகள், அலமாரிகள் - விற்பனைக்கு என்று குறிக்கப் பட்டிருந்தன. ஒரு நல்ல புத்தகக்கூடம் மூடப்பட விருக்கிறது என்பது மனத்தில் பாரமாய் அழுத்தியது. சரி, வியாபாரத்தில் இதெல்லாம் இயற்கைதானே என்று எடுத்துக்கொள்ள வேண்டி யிருக்கிறது. அதுவும், திடீர்த் திடீரென்று பல சங்கிலித் தொடர்கள் தோன்றுவதும், திடீரென்று சில நிறுவனங்கள் காணாமல் போவதும் அமெரிக்காவில் இயற்கையாக இருக்கின்றது.

❖

டிஸ்னி தேசம்

4

புனைவுகளின் உலகம்

அமெரிக்காவின் இரண்டாவது மிகப் பெரிய நகரம் என்றும் அமெரிக்காவின் கலாச்சாரத் தலைநகரம் என்றும் வருணிக்கப் படுவது, லாஸ் ஏஞ்சல்ஸ் (Los Angels). இது

கலிபோர்னியா மாநிலத்தில் சான்பிரான்ஸிஸ் கோவுக்கும் சற்றுத் தென்கிழக்கேயுள்ள நகரம். நாங்கள் தங்கியிருந்த சான்யுசே நகரிலிருந்து ஒரு ஆறு மணி நேரம் கார் பிரயாணம். தடையற்ற (free - way) ஆறுவழி நெடுஞ்சாலை. ஆறு வழிச்சாலை ஒன்றும் அதிசயமில்லை. அதனால்தானோ என்னவோ சுங்கச் சாவடிகள் கட்டி, வழிமறிக்கும் வசூல் ராஜாக்கள் இல்லை. நேர் ஒழுங்கில் பிரயாணம். கிஞ்சித்தும் ஹாரன் சப்தம் இல்லை. கரும் புகைகள் இல்லை. குறுக்கே பாய்ந்து செல்லும் அவசரம் இல்லை. எறும்புகளின் ஒழுங்கு. இருபக்கமும் இடையிட்டு ஓங்கியுயர்ந்த பச்சை மரங்கள், பசுமையோடு துளிர்த்த விவசாய நிலங்கள், நடு நடுவே சிறிய பண்ணை வீடுகள், ஏரிகள், குன்றுகள் அவ்வப்போது சிறிய சிறிய ஊர்கள், வழியில் இளைப்பாறிக்கொள்ள வசதிகளோடு கூடிய மாக்டி, சப்வே, ஸ்டார்பக்ஸ் (MacDonald, Sub-way, Star-Bucks) முதலிய சாலையோரச் சிற்றுண்டிச் சாலைகள்..... பிரயாணம் சலிப்புத் தரவில்லை. லாஸ் ஏஞ்சல்ஸில் உறவினர் குடும்பம் இருந்தது. தங்குவதற்கும் உண்ணுவதற்கும் பிரச்சினை இல்லை. லாஸ் ஏஞ்சல்சில் மக்கள் தொகை அதிகமே தவிர, நெருக்கடிகள் அதிகம் இல்லை. ஒருவேளை நாங்கள் போய் வந்த பகுதிகள் அப்படியோ, என்னவோ? எப்படியாயினும் விசாலமான சாலைகளோடு இந்த நகரம் மக்கள் திரளைப் பொறுமையுடன் தாங்கிக்கொள்கிறது.

லாஸ்ஏஞ்சல்சின், முக்கியமான தொழிலே, கலை - பண்பாட்டுத் தொழிற்சாலைதான். பலதரப்பட்ட இசை, நடனம், நாடகம் உள்ளிட்ட நிகழ்ச்சிகள், தொடர்ந்து புதிது புதிதாய் நிகழ்த்தப் படுகின்றன. புகழ்பெற்ற கலைஞர்கள் பங்கேற்கும் அந்த நிகழ்ச்சிகள் டிஜிடல் தொகுப்புக்களாக (album) தயாரிக்கப் படுகின்றன. உடனுக்குடன் மதிப்பீடு செய்யப்பட்டு வணிக-நுகர் பொருட்களாக சர்வதேச சந்தைகளுக்கு அனுப்பப்படுகின்றன. எம்.ஜி.எம்., யுனிவர்சல், கொலம்பியா, டொன்டியத் செஞ்சுரி ஃபாக்ஸ், முதலிய படப்பிடிப்பு மற்றும் தயாரிப்பு நிறுவனங்கள் இங்கே குடிகொண்டிருக்கின்றன. இவற்றின் ஒட்டுமொத்தத் தொகுதிக்கு "ஹாலிவுட்" என்று பெயர். உலகத் திரைப்படப் போக்குகளையே தீர்மானிக்கிற, நவீனத் தொழில் நுணுக்கத் திறனோடும் - அதற்குரிய விளம்பரங்களோடும் கூடிய திரைப் படங்கள் இங்கே தயாராகின்றன.

இங்கே ஏற்கெனவே, புகழ்பெற்ற திரைப்பட நடிகர் நடிகைகளும், இசைத் தயாரிப்பாளர்களும் நடனத் தயாரிப் பாளர்களும் கலைஞர்களும் குவிந்துகிடக்கிறார்கள். போதா தென்று உலக நாடுகளிலிருந்து தொடர்ந்து இந்தத் தொழிலில் வல்லவர்கள் பலர் இங்கே வந்து போய்க்கொண்டிருக்கிறார்கள். ஏ. ஆர். ரகுமான் மாதிரி இங்கே நிரந்தரமாக 'டேரா' போட்டு விட்டவர்களும் உண்டு. இசை, நாடகம், திரைப்படம் தவிர, இன்னொரு மிக முக்கியமான கலாச்சாரத் தயாரிப்பு, டிஸ்னியின் விநோத உலகம் (fantasy) ஆகும். யதார்த்தத்தையே பகடி பண்ணுகிற மாதிரி புனைவுகளையும் கனவுகளையும் கொண்டு மாய்ம்மையோடு கூடிய விநோதங்களை உருவாக்கம் செய்கின்ற டிஸ்னி தேசம் (Disney Land) இங்கேதான் இருக்கிறது. முக்கியமாக, வளர்ச்சி பெற்ற நாடுகளின் குழந்தைகளைப் புனைவுகள் உலகத்தில் சஞ்சரிக்க வைக்கின்ற பாத்திரங்களையும் கதைகளையும் உண்மைகளின் பதிலிகளாக வடிவமைத்து உலவ விடுகிறார்கள். கேளிக்கைகளும் பொழுதுபோக்கு அம்சங்களும் நிறைந்த இவை, பெரும் வணிகங்களுக்கு உரிய சந்தைப் பண்டங்களாகவும் உள்ளன. இங்கே 1955-இல் முதன்முதலில் தொடங்கப்பட்ட டிஸ்னியின் தேசம் இன்று அமெரிக்காவிலேயே, ஃபுளோரிடா (Florida) என்னும் இன்னொரு இடத்திலும் (அங்கே அதன் பெயர் Disney World.) மற்றும், டோக்கியோ, பாரிஸ், ஹாங்காங் முதலிய இடங்களிலும் கிளைகள் பரப்பியிருக்கிறது.

லாஸ் ஏஞ்செல்சின் புறநகர்ப் பகுதியாகிய அனஹெய்ம் (Anaheim) என்ற ஒரு சிறு நகரில் இந்த டிஸ்னி தேசம் இருக்கிறது. லாஸ் ஏஞ்சல்சைச் சேர்ந்த பகுதி, எலுமிச்சை - ஆரஞ்சு (Citrus trees) விளைகிற ஒரு பூமி. பின்னர், வளம் நிறைந் இதனுடைய இயற்கைச் சூழலைப் பயன்படுத்திக் கொண்டு இங்கே ஒரு பெரிய பூங்கா (Disney Land Park) உருவாக்கப்பட்டது. வெற்றிபெறவில்லை. கார்ட்டூன் படத் தயாரிப்பாளராகவும், திரைக்கதையாசிரியராகவும், திரைப்பட இயக்குநராகவும் தயாரிப்பாளராகவும் வளர்ச்சி பெற்று வந்த வால்ட் டிஸ்னி, தம்முடைய பயிற்சிகளையும் அனுபவங்களையும் ஒன்றுதிரட்டி, தம்பி ரே டிஸ்னியோடு சேர்ந்து இந்த டிஸ்னி தேசத்தையும் அதனையொட்டிய பல்வேறு கேளிக்கைப் பொருட்களையும் உருவாக்கினார். இது, அவரைப் புகழின் உச்சிக்குக் கொண்டுசென்றது, புலி அல்ல; ஒரு எலி.

அற்பமானது என்று கருதப்படுகின்ற எலி- எலி, ஆடை அணிந்து கொண்டது; பேசியது; சிரித்தது; விளையாடியது. ஒரு கார்ட்டூன் சித்திரமாக எலி, புனைவோடு பொலிவு பெற்று, முக்கியமாகக் குழந்தைகளின் உள்ளங்களைக் கொள்ளை கொண்டது. 'அற்புத உலகில் அலீசு' என்னும் புனைவுகளில் வரும் மார்ட்டிமெர் (Martimer) என்ற பாத்திரத்தின் பெயர், இங்கே 'மிக்கி' ஆகியது. மிக்கி மவுஸ் (Micky Mouse) ஒரு நகைச்சுவைத் தொன்மமாகவும், கேலிச் சித்திரமாகவும் பிரசித்தம் பெற்றது. அதன் துணைக்கு வந்தது, மின்னி மவுஸ்; அதன் பின்னர் பூனை, வாத்து (Donald Duck) பன்றி (Piggy) கரடி (Winnie the Pooh) இப்படிச் சில சிறிய பிராணிகள், புராணிக மாந்தர்கள் போன்ற புனைவுகளோடு சஞ்சரித்தன. தொடர்ந்து கிரேக்க ரோமானிய மரபு - தேவதைக் கதைகளிலிருந்து பனி-வெள்ளை மங்கை (Snow white), தூங்கும் அழகி (Sleeping Beauty) சிண்ட்ரல்லா (Cindralla) முதலிய இளவரசிகள் வந்தனர். அதன் பின்னர், பார்பி (Barbie) இவள் கறுப்பு அழகி. இவர்கள் நவீன புனைவுகளாகப் புத்துயிர்ப்புப் பெற்றார்கள். கார்ட்டூன் சித்திரங்களில் சாதனைகள் புரிந்த வால்ட் டிஸ்னி, தம்முடைய டிஸ்னி தேசத்தில் இவற்றை யெல்லாம் ஒருங்கிணைத்து இன்னும் அதிகமான துடிப்பும் அழகும் புனைவும் உடையனவாக மாற்றினார். இந்தக் கற்பனைகளில் குழந்தைகளின் உள்ளம் சிறகு விரிக்கின்றது. பட்டாம் பூச்சிகளாய்ப் பறக்கின்றனர். டிஸ்னியின் புனைவும் டிஸ்னி தேசமும், டிஸ்னியின் பொருள்களும், உலகம் பூராவும் புகழ்பெறுகின்றன. விற்பனைப் பொருள்களாகின்றன. நவீன தொழில்நுட்ப அறிவைப் புனைவுகளுக்காக வெகு சாமர்த்தியமாகப் பயன்படுத்திக் கொண்டுள்ள டிஸ்னி தேசம், 'மந்திர-சாம்ராஜ்யம்' (Magic Kingdom) என்று தன்னை வருணித்துக்கொள்ளுகிறது. அந்தப் பிரம்மாண்டமான வளாகத்தின் நடுவே இருப்பது, 'முதன்மை வீதி' (Main Street - USA) ஆகும்.

சுற்றிச் சுழன்று செல்லும் ஏழடுக்கு வாகனக் காப்பகத்தில் வண்டியை நிறுத்திவிட்டு வந்தோம், எதிரே வலது பக்கமாய் இந்த முதன்மை வீதி படர்ந்து கிடக்கிறது. இடது பக்கம், சற்றுத் தள்ளி, 'உல்லாச ரயில்' (mono - rail) புறப்படுகிறது. கரடு முரடான புராதன ஆப்பிரிக்கக் காடுகளின் வழியாகச் செல்வது போன்ற ஒரு தோற்றம். கொரில்லாக்களும், சிங்கம் புலிகளும்,

டயானசரசும், காட்டு அணிலும் இன்னும் பலவான சிறிய பெரிய விலங்குகளும், காட்டினிடையேயும் மரங்களின் மேலேயும் பாறைகளின் இடையேயும் உலவிக்கொண்டிருக்கின்றன. விலங்குகள் - பறவைகளின் முரட்டுக் குரல்கள் - எதிரொலித்துக் கொண்டிருக்கின்றன. ஒரு சாகசபூமி (Adventure Land) நம் கண்முன் விரிகிறது. உண்மையா - தந்திரமா என்ற மாய்ம்மைக்குள் நம்மைச் சிக்கவைக்கிறது. இந்த உல்லாச ரயிலில் ஏறாமல், நேரே வந்தால் முதன்மை வீதியின் வழியாகப் பல காட்சியகங்களுக்குச் செல்லலாம்.

முதன்மை வீதியின் முக்கியமான கவர்ச்சி, அந்த வீதியின் முடிவில் உள்ள 'தூங்கும் அழகியின் ஒய்யார மாளிகை' (The Castle of Sleeping Beauty) ஆகும். பரந்த அந்த வீதியின்

முனையிலிருந்து பார்த்தால் அதுதான் மையமாக நம்மை எதிர் கொண்டு பார்ப்பதாக அமைந்திருக்கிறது. சிறிய உயரமான அரண்மனை போன்ற தோற்றம். நுழைவாயிலின் மேலே, சற்று உருண்டை வடிவத்தில் கலசங்கள் போன்ற தோற்றத்துடன் கூம்பி எழுந்து, உயரமும் தாழ்வுமாக உள்ள ஏழு வண்ண வண்ணமான கோபுரங்கள் அலங்கரிக்க அந்த உல்லாச மாளிகை அந்த அகன்ற வெளியில் அமர்ந்திருக்கிறது. உள்ளே, 'தூங்கும் அழகி' இருக்கிறாள். தூங்கும் அழகியின் கதை நிகழ்வுகள், நடனவடிவில் அந்த அரங்கிலே நடக்கின்றன. அரசன் அழகான தன் மகளுக்கு 'ஞானஸ்நானம்' நடத்துகிறான். வாழ்த்துவதற்கு ஏழு தேவதைகள் அழைக்கப்பட்டு அங்கே வருகிறார்கள். அவர்களில் ஆறுபேர், அந்த இளவரசிக்கு நல்ல அழகையும் பொலிவையும் செல்வத்தையும் உடல் நலத்தையும் அள்ளித் தந்து ஆசீர்வதிக்கிறார்கள். அவர்களுள் இறுதியாக வரும் முதிய தேவதை, அவள், எந்த நல்லதையும் பொறுத்துக் கொள்ள முடியாதவள். அவள், 'பிடிசாபம்' என்று இளவரசிக்கு சாபம் தருகிறாள். அதிர்ச்சியடைந்து இறுதியில் அனைவரும் வேண்ட, சாபத்தில் மாற்றம் நிகழ்கிறது. அதன்படி - சாவதற்குப் பதிலாக, இவள் தூங்கிப் போகிறாள். நூறு ஆண்டுகள், இறுதியில் இடைவிடாத தூக்கம். நூறு ஆண்டுகள் முடிகிறபோது, இளவரசன் ஒருவன் அங்கே வருகிறான். அவளைப் பார்க்கிறான். தொடுகிறான். அவள் கண் மலர்ந்து எழுகிறாள். இருவரும் கை கோத்துக் கொள்கிறார்கள். ஆடி மகிழ்கிறார்கள். மணந்து கொள்கிறார்கள். இது பிரஞ்சுமொழியிலுள்ள பிரசித்தமான ஒரு தேவதைக் கதை (Fairy tale). சாவுக்கு எதிராக அழகு, இளமை, காதல் - இப்படி இவற்றிற்கு இவள் - இந்த அழகி - ஒரு அடையாளமாக மேலை நாடுகளில் ஆகிவிட்டிருக்கிறாள். இவளையும் இவள் சார்ந்த நிகழ்வுகளையும், 'பாலே' நடனக் காட்சிகள் வழியாக இந்த ஒய்யார மாளிகையில் பார்க்கிறோம். இறுதியில், இந்த 'அழகி'யிடம் அங்கே பார்க்க வந்த குழந்தைகள் (பெரும்பாலும் பெண் குழந்தைகளே) போகிறார்கள். அவளோடு சேர்ந்து புகைப்படம் எடுத்துக்கொள்கிறார்கள். ஒரு புனைவு, நிஜங்களின் நிழலாகிக் குழந்தைகளை மகிழ்விக்கிறது. டிஸ்னி தேசத்தின் படைப்புத்திறன் இது.

உயரமான-சொகுசான இந்த ராஜமாளிகைதான் மந்திர சாம்ராஜ்யம் என்னும் இந்த டிஸ்லி உலகத்தின் முன்வரிசையை எடுத்துக்கொள்கிறது. அழகி வாழும் மாளிகையைக் கண்டுவிட்ட மனநிறைவோடு அடுத்த காட்சிமனைக்குச் செல்கிறோம். விநோத உலகம் (Fantasy Land) என்று அதற்குப் பெயர். இதுவும் ஒரு தொன்மத்திலிருந்து வந்த புனைவுதான். 'அற்புத உலகில் அலீஸ்' (Alice in Wonderland) என்னும் ஆசீர்வதிக்கப்பட்ட அழகிய சிறுமியைப் பார்க்கிறோம். அவளுடைய கற்பனையின் வழியாக விநோதங்கள் கொண்ட ஒரு சிறிய உலகம் காட்சிப்படுத்தப்பட்டு நிற்கிறது. அழகே உருவான ஒரு வெள்ளை முயல், தத்தித் தத்தி ஓடுகிறது. அதனை விரட்டிக்கொண்டு பின்னால் ஆலீசு ஓடுகிறாள். பெரிய பொந்து வழியாக அந்த முயல் ஓட, அவளும் ஓட, விநோதமான அலங்கரிப்புகளுடன் ஒரு உலகம் விரிகின்றது. ஆச்சரியத்தோடு பொதிந்துகிடக்கும் குழந்தமை உள்ளத்தை எழுத்து வடிவத்தில் லீவிஸ் கரோல் (Lewis Carrol) படைத்துத் தந்திருக்கிறார். டிஸ்னி அதனை பிரத்தியேகமான கண்ணாடி வடிவமைப்பின் துணையோடும் மின்விளக்கு ஒளிப்பாய்ச்சல் களோடும் மந்திர ஆற்றலுடைய ஒரு காட்சி வடிவமாகச் சொல்லுகிறார்.

விநோத உலகம் என்னும் இந்தக் காட்சி மனையில், ஒரு மாற்றுத் திறனாளியையும் இந்த டிஸ்னிதேசம் கொண்டு வருகிறது. அற்புத ஆற்றல் படைத்தவனாக பீட்டர்பான் (Peter Pan) வருகிறான்; உடல் வளர்ச்சி குன்றிய சிறுவன்; அவன் நிலவிலே பிரகாசிக்கும் லண்டன் மாநகரைத் தூக்கிக்கொண்டு, ஆகாயத்திலே பறக்கிறான். நார்க்கண்ணாடிகளின் (Fiber Optics) தனிச்சிறப்பான வேலைப்பாடுகள் கொண்டு ஒரு நம்பகத் தன்மையை அல்லது அப்படி ஒரு பாவனையை உண்டு பண்ணியிருக்கிறார்கள்.

இது மாதிரியான காட்சியரங்குகளில் மிக முக்கியமானது, அற்புதம் அல்லது பிரமிப்பு என்ற மனவுணர்வுகளைக் கொண்டு வருவதும், அதற்கு உகந்த விதத்தில் ஒரு நம்பகத் தன்மையை அல்லது அப்படி ஒரு பாவனையைக் கொண்டுவருவதும் ஆகும். டிஸ்னியின் பெரும்பாலான காட்சி வடிவங்கள், குழந்தை உள்ளங்களின் விசால வெளிகள் அல்லது பெரியவர்களிடம் ஒளிந்து கிடக்கும் குழந்தமை உணர்வுகளை வெளிக்கொண்டு வருவதை நோக்கமாகக்கொண்டவை. ஒரு சில மட்டுமே,

பெரியவர்களை மையமாகக் கொண்டு அமைந்தவை. அவற்றில் ஒன்று - முக்கியமான ஒன்று - ‘கரீபியன் கடற் கொள்ளைக் காரர்கள்’ (Pirates of the Caribean) என்பது. திகில், ஆர்வநிலை, பிரமிப்பு இவற்றோடு கூடியது இந்தக் காட்சி / நிகழ்ச்சி.

பெரிய குகைவாசல் போன்ற நுழைவாயில். டிக்கட் எடுத்து உள்ளே நுழைந்தவுடன் சலசலத்து ஓடிக்கொண்டிருக்கும் பெரிய நீரோடையில் ஒரு மோட்டார் படகு காத்திருக்கிறது. படகில் ஏறுகிறோம்; ஏறியவுடன், அது கிளம்பிய மாத்திரத்தில் சற்று மங்கலான ஒளி படர்கிறது. ஆர்ப்பரித்து எழுகிறது சப்தம். கரீபியன் கடல் என்பது தென் அமெரிக்காவையும் வட அமெரிக்காவையும் பிரித்துக் காட்டும் நீண்ட - ஆனால் - குறுகிய ஒரு கடல். மத்திய அமெரிக்கா என்ற பகுதியோடு வடக்கே கியுபாவையும், அதற்குக் கீழே உள்ள ஜமைக்கா (Jamaica) ஹைட்டி (Haitti) என்ற பகுதிகளையும் இணைக்கின்ற ஒரு கடல். இடுங்கலான இந்தக் கடல் வெளியில் பயங்கரமான கொள்ளைக்காரர்கள் அலைவதாக 19ஆம் நூற்றாண்டின் வரலாறு சொல்லுகிறது. பீதியோடு கூடிய நினைவுகளை, புனைவுகளோடு கூடிய நிகழ்ச்சிச் சித்திரங்களாக டிஸ்னி தேசம் ஆக்கியிருக்கிறது. 22 பயணிகள் மட்டுமே அனுமதிக்கப்பட்ட விசாலமான அந்த மோட்டார் படகில் ஒரு அரைமணி நேரப் பயணம். அவ்வளவுதான். ஆனால், அதற்குள் அச்சமும் ஆச்சரியமும் கலந்த உணர்வுகளைக் கிளப்பிவிடுகிறார்கள். அலைகள் துளும்பும் கட்லில் ஏதோ ஒரு தேசத்தைச் சுற்றிவருவது போன்ற பிரமிப்புடன் படகில் செல்கிறோம். இருபக்கமும் சுற்றிவர ஒரு காடுபோன்ற தோற்றம். கூட்டமாகச் சிறிய விலங்குகளும் பறவைகளும் ‘கக்கர புக்கர’ என்று சப்தம் போடுகின்றன. ஒரு சிறிய கப்பல் வருவதாகத் தோன்றுகிறது. அதிலே ராணுவ வீரர்களும் கடற்கொள்ளைக் காரர்களும் மோதிக் கொள்கிறார்கள். தோற்றம்தான் நிழலின் பின்னால் வாள் சண்டை; கூக்குரல். ஏதோ ஒரு கோட்டை தெரிகிறது. அதன் மீது முற்றுகை நடக்கிறது. அதனைத் தகர்க்கிற சப்தம் ஓங்கி ஒலிக்கிறது. மேலே உச்சியில் மேகம் சூழ்ந்து நிற்கிறது. கண்ணைப் பறிக்கும் மின்னல் பளிச்சிடுகிறது. ஒரு சிறிய அருவி. அது விழுகின்றபோது, கடற்கொள்ளையர்களின் எலும்புக்கூடுகள் சிலவும் விழுகின்றன. எதிரே ஒரு பாலம். அதன்மீது கொள்ளையர்களின் கப்பல் மோதுகிறது. பாலம் நொறுங்கிச்

சிதறுகிறது. தோற்றம்தான் மோட்டார் படகிலிருந்து - ஆனால் படகிலிருக்கும் உணர்வு இல்லாமல் அசையாமல் இதையெல்லாம் பார்த்துக்கொண்டிருக்கிறோம். கப்பல் கவிழ்கிறது. கொள்ளைக் காரர்கள் பலர் மூழ்கிப்போகிறார்கள். ஒரு பாழடைந்த மண்டபம் அது. தீப்பற்றி எரிகிறது. தீக்கனல்களிலிருந்து எலும்புக் கூடுகள் சில கரிந்து விழுகின்றன. மீண்டும் மீண்டும் கொள்ளைக் காரர்கள் புதிது புதிதாய் வருகின்றார்கள். ராணுவ வீரர்கள் நேருக்கு நேராக நெருங்கி வருகிறார்கள். எங்கும் சப்தம்; மீண்டும் சண்டை; எல்லாம் நிழலில். கொள்ளைப் பணம் நிரம்பிய சாக்கு மூட்டையைக் கொள்ளைக்காரர்கள் சிலர் இழுத்துப் போக முயலுகிறார்கள். சிறைச்சாலை போன்ற ஒன்று அருகே தெரிகிறது. கொள்ளைக்காரர்கள் உள்ளே தள்ளப்படுகிறார்கள். சண்டை நடந்த இடங்களில் தீ, பரவலாகக் கொழுந்துவிட்டு எரிகிறது, தோற்றம்தான். இப்போது, எங்கள் படகு, அது புறப்பட்ட இடத்திற்குத் திரும்பி வருகிறது. கூக்குரல்கள், தீ எல்லாம் அவிந்து போகின்றன. வீரர்களோ, கொள்ளைக்காரர்களோ மறைந்து போகிறார்கள். நீரோடை அமைதியாகத் தூங்குகிறது. படகிலிருந்து இறங்குகிறோம். என்ன நடந்தது; என்னவெல்லாம் நடந்தது; எப்படி நடந்தது; என்று அனுமானிக்க முடியாத ஒரு நிலை. ஒலி ஒளிகளை உச்சத்தில் செலுத்திக் கட்டுப்படுத்திப் பாய்ச்சுகின்ற நவீன தொழில் நுட்பத் திறனோடும் திட்டமிட்ட அலங்கரிப்புக் களோடும் புத்திசாலித்தனமான கற்பனைகளோடும் இப்படி ஒரு தோற்றம் சாத்தியப்பட்டிருக்கக்கூடும். வெளியே வந்த பிறகும்கூடச் சில நிமிடங்கள், அந்தத் திகிலும் பிரமிப்பும் நினைவின் நிழல்களில் பதுங்கியிருக்கின்றன.

பிரமிப்பை ஏற்படுத்துதலும் பிரம்மாண்டத்தைக் காட்டுதலும் அமெரிக்கப் பண்பாட்டின் மிக முக்கியமானதொரு பகுதி. டிஸ்னிதேசம், ஒரு சுற்றுலா மையம் என்ற அடிப்படையிலும், முக்கியமாகக், குழந்தைமை உளவியலை இது சார்ந்தது என்ற அடிப்படையிலும், விநோதங்கள், மாய்ம்மைகள், கனவுகள் என்ற பிரதேசங்களுக்கு அழைத்துப்போய் இதனைச் சொல்கிறது. (கனவுகள் + கற்பனைகள் + தொழில் நுணுக்கங்கள் = டிஸ்னி உலகம்). வால்ட் டிஸ்னி முதலில், கார்ட்டூன் வரைகலை இயக்குநர் (Animator - Director). இப்படி ஒரு உலகத்தைக் காட்சி வடிவமாக்குவதற்கு இந்த வகையான திறன் கைகொடுத்திருக்கிறது.

லாஸ் ஏஞ்சல்சின் இந்த டிஸ்னி தேசத்தில் 'டூன் நகரம்' (Toon town) என்னும் காட்சிமனை, பிரபலமான கார்ட்டூன் சித்திரங்களை அவற்றிற்குரிய உருவங்களில் நடமாட விட்டிருக்கிறது. மிக்கி, மின்னி வேடங்களில் இளம் பெண்கள் தோன்றுகிறார்கள். வரிசையில் நின்று, குழந்தைகள் (பெரும்பாலும் பெண் குழந்தைகளே) மிக்கி அல்லது மின்னியோடு தழுவி நின்று புகைப்படம் எடுத்துக்கொள்கிறார்கள். அதற்கென்று தனியே பணம் எதுவும் கிடையாது. எங்கள் பேத்திகள் வெண்ணிலாவும்

மேகனாவும் அவ்வாறு புகைப்படம் எடுத்துக்கொண்டார்கள். ஆட்டோகிராஃப்களில் மிக்கி என்று கையெழுத்து வாங்கிக் கொள்கிறார்கள். ஏதோ சாதனை புரிந்துவிட்டதுபோன்று மகிழ்ச்சியில் திளைக்கிறார்கள்.

டிஸ்னி தேசத்தை முழுமையாகவும் ஆர அமரவும் பார்க்க ஒரு நாள் போதாதுதான்; ஆனால் இது போன்றவை எல்லாமே அப்படித்தான். போகட்டும், அன்றைய பொழுது, மயங்கிக் கொண்டிருந்தது. பகலை ஏய்க்கும் இரவின் விளக்கு ஒளியிலும் பரந்த வெளியின் இதமான காற்றிலும் இறுதி நிகழ்ச்சிக்காகக் காத்திருந்தோம். ஒரு அரை மணி நேரத்துக்கு முன்னாலேயே வந்து!, நிற்பதற்கு இடம் பார்த்து - முடிந்தால் உட்காரவும் இடம் பார்த்து, அங்கிருந்த கூட்டம் காத்திருந்தது.

அது 'அணிவகுப்பு' நேரம். முதன்மை வீதியிலிருந்துதான் அணிவகுப்புக் கிளம்புகிறது. அழகோடும் ஒழுங்கோடும் அலங்காரங்களோடும் ஒய்யாரமாகப் புறப்பட்டு வந்தது அணிவகுப்பு. நடுநாயகமாகத் தோற்றமளிக்கும் உருண்டு உயர்ந்த கோபுரங்கள் கொண்ட ஒய்யார ராஜமாளிகையின் அருகிலிருந்து தான் அணிவகுப்புக் கிளம்புகிறது. ஆலீசின் 'விநோதஉலகக் காட்சிமனை'யின் வழியாக அது வருகிறது. வெள்ளிப் பனி நிறத்தில் நீண்ட பெரிய ரதம். அதன் மேலே, சர்வ அலங்காரங்களுடன் டிஸ்னியின் கனவுலக இளவரசிகள் - தூங்கும் அழகி, பனிவெள்ளை இளவரசி, சின்ட்ரல்லா. (Sleeping Beauty, Snow White, Cindrella) அழகைச் சுமந்து கொண்டும் புன்னகைகளைச் சிந்திக்கொண்டும் வருகிறார்கள். வெள்ளை வெளேர் என்ற தூய ஆடைகள். கழுத்திலும் உடலிலும் அணிகலன்கள், அசைந்தாடுகின்ற மேலங்கி, பளிச்சிடும் கிரீடம், கையிலே வெள்ளிச் செங்கோல் முதலிய வற்றுடனும் புனைவுகளுடனும் 'இளவரசிகள்' வருகிறார்கள். 'பேண்ட்', கிதார் முதலிய இசைக் கருவிகளின் இழைந்தோடும் மெல்லிய இசையோடும் மினுமினுப்போடும் ரதம் நகர்ந்து வருகிறது. இருபக்கமும் திரண்டு நிற்கும் கூட்டத்தினரைப் பார்த்து அழகிய இளவரசிகள் முறுவலுடன் மெதுவாகக் கையசைக்கிறார்கள். ரதத்திற்குக் கீழே, அதனைத் தொடர்ந்து கொஞ்சம் இடம் விட்டு, அடுத்த வரிசையில், ஏரியல் (Ariel) முதலிய டிஸ்னியின் நாயகிகள், அலங்காரமான ஒப்பனைகளுடன் அசைந்து நடனமாடி நளினம்காட்டி வருகிறார்கள். தொடர்ந்து அடுத்தடுத்த வரிசைகளில், மிக்கி, மின்னி, டொனால்டு டக்,

அலாதீன், பீட்டர் பான் முதலிய டிஸ்னியின் சித்திரிக்கப்பட்ட பாத்திரங்கள் வருகிறார்கள். நடனம் ஆடிக்கொண்டே வருகிறார்கள். மக்களுக்கு அருகே கையசைத்து உற்சாகமூட்டிக் கொண்டே வருகிறார்கள். ஒழுங்கும், அலை அலையான வரிசை முறைகளும், அலங்காரங்களும், இசையும் நடனமும், அந்த இடத்தை அற்புத உலகமாக ஆக்குகின்றன. ஒரு இடத்தைக் கடக்க ஒரு பதினைந்து நிமிடம் ஆகிறது. மக்களின் உற்சாகமோ வெளியுலகம் மறந்து, பெருகி வழிகிறது. நாள் முழுக்கப், பல காட்சி மனைகளுக்குப் பரபரப்புடன் அலைந்து வந்த களைப்புக்கள் எல்லாம் கரைந்துபோகின்றன. காட்சி மனைகளின் ஒட்டு மொத்தமான செய்திகளையெல்லாம் திரட்டிச் சொல்லிவிடுவது போல இந்த அணிவகுப்பு நடந்து முடிகிறது. நினைவுகள் போன்ற தோற்றத்தைப் புனைவுகள் செய்துகாட்ட முடியும் என்ற செய்தியோடு இது நடந்துமுடிகிறது.

இந்த அணிவகுப்பு, எப்போதும் ஒரே மாதிரியாக நடப்பதில்லை என்று சொல்கிறார்கள். கருத்தியலும், (theme) வரிசை முறையும் அவ்வப்போது தேவைகளையொட்டி மாறும் என்கிறார்கள். விசேட நாட்களின் தன்மைகளுக்கு ஏற்ப மாறுதல்கள் பெறும் நாங்கள் சென்றிருந்த காலம், விரைவில் கிறிஸ்துமஸ் வரவிருந்த காலம். எனவே அதற்கு ஏற்றாற் போன்ற கருத்தியலோடு அந்த அணிவகுப்பு நடந்தது. அணிவகுப்பு மட்டுமல்ல, டிஸ்னி உலகில் உள்ள பலகாட்சி மனைகளும்கூட, ஆண்டுக்கு ஆண்டு அல்லது சில ஆண்டுகளுக்கு ஒருமுறை மாறும் என்கிறார்கள். அவ்வப்போது வருகிற பார்வையாளர் களுக்குச் சலிப்பு ஏற்படக்கூடாது பாருங்கள்! 'சுற்றுலா', சுவாரசியமானது அல்லவா? எப்போதும் எல்லாமும் ஒரே மாதிரியாக இருந்தால் புளிப்பு ஏறிவிடும் அல்லவா? வியாபாரம் தெரிந்தவனுக்குச் சொல்லியா தரவேண்டும்?

விசாலமான பெரிய நிலப்பகுதி. உள்ளுக்குள் பல பிரிவுகள்கொண்ட எட்டுக்கு மேற்பட்ட காட்சி மனைகள். தினந்தோறும் ஆயிரக்கணக்காக வரும் பார்வையாளர்கள். காலையில் வந்து இரவில் திரும்புகிற கூட்டம். இப்படி இருந்தும் இந்த டிஸ்னி தேசம், எப்படி இவ்வளவு சுத்தமாக இருக்கிறது; தூசு துப்பட்டை ஏதுமில்லையே; ஒரு பாலிதின் பை, ஒரு தாள் பொட்டலம், ஒரு சிகரெட் துண்டு அப்படியென்று எதுவும்

இல்லையே. ஆச்சரியமாக இருந்தது. எல்லாம் தடை செய்யப்பட்டிருந்தது உண்மையாக இருக்கலாம். ஆனால், மக்களிடம் அது பழக்கமாகியிருந்தால்தானே சாத்தியமாகும். குப்பைத் தொட்டிகள் இருந்தன; இருக்கும் கொஞ்ச நஞ்சம் குப்பைகள்கூட அதிலே மட்டுமே இருந்தன. துப்புரவு செய்கிறவர்கள் அதற்குரிய கருவிகளோடு அலைகிறார்கள். நிறைய கழிப்பறைகள் (rest room) இருந்தன. எல்லாமே சுத்தமாக இருந்தன. சிற்றுண்டி விடுதிகள் பல இருந்தன. ஐஸ்கிரீம்கள், நொறுக்குத் தீனிகள் இருந்தன. ஆனால் மிச்சம் மீதிகளைக் கீழே போடுகிறவர்களைக் காணோம். சிகரெட் பிடிக்கிறவர்களையோ, சிகரட் துண்டுகளையோ காணோம். துப்புரவும் தூய்மையும் அமெரிக்கக் கலாச்சாரத்தில் ஒன்றிக் கிடக்கிற ஒரு அம்சம். நல்லது. டிஸ்னியின் புனைவு தேசத்தைச் சொல்லப்போய், இதனையும் சொல்லவேண்டுமா என்ன? ஆமாம். சொல்ல வேண்டும்தான். சுற்றுலா மையங்கள் எப்படிப் பேணப்படவேண்டும் என்பதைத் தெரிந்துகொள்ள வேண்டாமா?

❖

நியூயார்க் -1

காட்சி மனைகளோடு

காற்று மண்டலம் குளிரால் விறைக்கத் தொடங்கியிருந்த காலம். நவம்பர் 17இல் நியூயார்க்குப் பயணம் ஆனோம். நாங்கள் தங்கியிருந்த டால்லஸ் நகரத்திலிருந்து 'அமெரிக்கன் ஏர் லைன்ஸ்' மூலம் ஒரு நான்கு மணி நேரம்தான். நியூயார்க்குக்கு அடுத்து, அருகே அதனோடு ஒட்டி இருக்கும் நியூஜெர்சியில் உள்ள 'நெவ் ஆர்க்' (New Ark) என்னும் விமான தளம். அதிலிருந்து வாடகைக் கார் ஒன்று அமர்த்தினோம். நாள் வாடகை 30 அல்லது 36 டாலருக்குள்தான். நாமே ஓட்டிக் கொள்ள வேண்டும்; பெட்ரோல் போட்டுக் கொள்ள வேண்டும். திரும்பப் போகும்போது, எடுத்த இடத்திலேயே அதை விட்டுவிட வேண்டும். அல்லது அதனுடைய நிறுவனம் இருக்கின்ற இடத்தில் விட்டும் வரலாம். விமானத் தளங்கள், பெரிய விடுதிகள், சுற்றுலா மையங்கள் முதலிய இடங்களில் இத்தகைய வாகன வசதிகள் உண்டு. எங்கள் மகன், 'சால்ட் லேக் சிட்டி'யிலிருந்து நேரே அங்கே வந்து விட்டான். நியூயார்க்கை இணைக்கும் நியூஜெர்சியின் துரித சாலையில் (express way), உள்ளே தள்ளி அகன்ற வெளியில் கால் பரப்பி நின்ற மாரியத் ஓட்டலில், (Hotel Marriot)

அறைகள் எடுத்திருந்தோம். அது இரவு விழித்துக் கொண்டிருந்த நேரம். அங்கேயே சாப்பிட்டு விட்டு, அறைகளில் சென்று ஓய்வெடுத்துக் கொண்டோம். மறு நாள் காலை, நியூயார்க் நகரத்தைச் சுற்றிப் பார்க்கவேண்டும்.

உலகத்தின் மிகப் பெரிய நகரங்களில் ஒன்று நியூயார்க். மக்கள்தொகை, வான்முட்டும் கட்டடங்கள், பெருந் தொழில் மையங்கள், சர்வதேச வணிக உறவுகள், போக்குவரத்துகள், கலை-கலாச்சாரச் செயல்பாடுகள், முக்கியமாக, அரசியல் - பொருளாதார நிகழ்வுகள் என்ற அளவைகளில் மிகப் பெரிய அல்லது முதன்மையான நகரமாக விளங்குகிறது. அது மட்டுமல்லாமல், ஆதிக்க அரசியல் தளத்தில், உலகத்தின் ஆகப் பெரும் சக்திவாய்ந்த நகரமாகவும் இது விளங்குகிறது. 'உலகத்தின் பிடி, என் கைகளில்' என்று சொல்லிக்கொள்வது போல, ஐக்கிய நாடுகள் சபையின் தலைமை அலுவலகம், உலக வர்த்தக சங்கம், (W.T.O.) சர்வதேச நிதி நிறுவனம் (I M F) உலகவங்கி (World Bank) முதலிய நிறுவனங்கள் இங்கே அமைந்துள்ளன. மேலும், உலக நாடுகளிலுள்ள மிகப்பெரும் தொழில் நிறுவனங்கள் இங்கே தங்களுடைய முக்கிய அலுவல்களைக் கொண்டிருக்கின்றன.

அட்லாண்டிக் பெருங்கடலின் வடகிழக்கே, ஹட்சன் நதியின் சங்கமத்தில், இயற்கையான துறைமுக நகரமாக விளங்குவது, நியூயார்க். ஐரோப்பாவுக்கு அமெரிக்காவில் நுழைய, இது ஒரு நுழைவாயில். இதன் வழியாகத்தான் 17ஆம் நூற்றாண்டின் தொடக்கத்திலிருந்து ஐரோப்பிய இனத்தவர்கள், சாரை சாரையாக வந்து குடியேறினார்கள். 1624 இல் டச்சுக் காரர்களின் (நெதர்லாந்து) வணிகநகரமாக 'புதிய ஆம்ஸ்டர்டம்' என்ற பெயர் தாங்கி வளரத் தொடங்கிய இந்த நகரம், மிக விரைவிலேயே - 1644இல் உலகின் மிகப் பெருங் காலனியவாதி களாகிய ஆங்கிலேயரின் கட்டுப்பாட்டுக்குள் வந்தது. நியூயார்க் என்ற பெயரும் வழங்கப்பட்டது. உலகப் போர்களுக்குப் பின்னர், மளமள என்று வளர்ச்சிகளைக் கண்டது இந்த நகரம். அதற்கு முன் செல்வாக்குடனும் சிறப்புக்களுடனும் இருந்த லண்டன் மாநகரத்தையும் பாரீஸ் மாநகரத்தையும் வெகுவாகத் தாண்டி வந்துவிட்டது நியூயார்க்.

நியூயார்க் நகரம், தாராளத்துவமான ஒரு சமூகத் தளத்தோடு (liberal social base) கூடிய நகரம். வெள்ளை மட்டுமே அதன் வர்ணம் அல்ல. ஒரு கோடிக்குப் பக்கத்தில் (ஏறத்தாழ 82 லட்சம்) மக்கள் பெருக்கத்தைக் கொண்ட இந்த நகரத்தில் ஐரோப்பிய மரபணுக்களோடு கூடிய வெள்ளை இனத்தவர்கள், பாதிப்பேர்கூட இல்லை. 44 விழுக்காட்டினர்தான் வெள்ளையர்கள். பெருகி வரும் கறுப்பு இனத்தவர், 23 விழுக்காட்டினர். சைனா, கொரியா, இந்தியா உள்ளிட்ட ஆசிய இனத்தவர், 13 விழுக்காட்டினர். வெள்ளையில் பழுப்பேறிய மெக்சிக்கர் உள்ளிட்ட லத்தீன் அமெரிக்கர் மற்றும் அரபு இனத்தவர், மீதிப்பேர். இன்று நியூயார்க்கில் அதன் குடிமக்களாய் வாழ்பவர்களுள் இங்கேயே பிறந்தவர்கள், வெறுமனே 36 விழுக்காட்டினர்தான். பெரும்பாலோர், அடுத்தடுத்த தலை முறையனராக வெவ்வேறு நாடுகளிலிருந்து வந்து குடியேறியவர்கள் தான். இவர்களுள்ளும், ஐரோப்பிய நாடுகளைத் தவிர, டொமினிகன் ரிபப்ளிக், ஜமைக்கா, சைனா, மெக்சிக்கோ, இந்தியா உள்ளிட்ட பல நாடுகளிலிருந்து வந்தவர்கள் இவர்கள். மேலும், இன்னொன்று குறிப்பிடத் தகுந்தது, இஸ்ரேலுக்கு அடுத்து, யூதர்கள் அதிகமாக வாழுகின்ற பகுதி, நியூயார்க்தான். பெரும் தொழிலதிபர்களாகவும், பெரிய பதவிகளில் இருப்பவர்களாகவும் யூதர்கள் நியூயார்க்கில் செல்வாக்குடன் இருக்கிறார்கள். நியூயார்க் நகரத்தில்தான் உலகத்தின் வேறு எந்த நகரங்களையும்விட அதிகமான மொழிகள் பேசப்படுகின்றன என்று சொல்லப்படுகிறது. 800 மொழிகள் பேசப்படுகின்றன. இப்படிப், பல இனத்தவர்கள், பல பண்பாடுகள் கொண்டதொரு நகரமாக நியூயார்க் விளங்குகிறது. கலாச்சார நெருக்கடிகளும், பொருளாதார நெருக்குதல்களும் கொண்ட நியூயார்க், கேளிக்கைகளோடும் வணிகப் பரிவர்த்தனைகளோடும், எப்போதும் சுறுசுறுப்புடன் இயங்கிக்கொண்டிருக்கிறது.

பெரும் கட்டடங்களும், வீதிகளும், கடைகளும் பார்க்கிற போது நியூயார்க், ஆடம்பரமான ஒரு நகரம் என்று தெரிகிறது. உலகத்தின் 'நிதியத் தலைநகர்' (financial capital) என்று வருணிக்கப்படுவது, இது. அதேபோது, இன்னொரு பக்கம் - இது, "பாதசாரிகள் நகரம்" (pedestrian city) என்றும்

அழைக்கப்படுகிறது. நெருக்கியடித்துக்கொண்டு வாகனங்கள் அலை அலையாகச் சென்றுகொண்டிருந்தாலும், நடை மேடைகளிலும் சுரங்கப் பாதைகளிலும் கால்நடையாகப் போய் வருபவர்களை அதிகமாகப் பார்க்க முடிகிறது. சைக்கிள்களும் நிறையப் போவதைப் பார்க்க முடிகிறது. தினந்தோறும் 120 ஆயிரம் சைக்கிள்கள் போய்வருகின்றன என்று சொல்கிறார்கள். வகை வகையாகக் கார்கள் மிதந்து வந்தாலும், நடையும் சைக்கிளும் என்று செல்லுகிற போக்குவரத்து, மொத்தத்தில் 21 விழுக்காட்டு அளவில் நிரம்பிக் கிடக்கிறது. மேலும், நியூயார்க்கில் ரயில் போக்குவரத்து மிகவும் பிரதானமான ஒன்றாக விளங்குகிறது. ரயில்கள் செல்லும் சுரங்கப் பாதைகளின் (sub-ways) வலைப் பின்னல், உலகத்திலேயே மிகவும் நீளமானது; இந்தப் பாதைகளின் மையமாக உள்ளது 'grand central terminal' எனும் மத்திய நிலையம்.

நியூஜெர்சி பகுதியிலிருந்து நாங்கள், முதலில் 'ஹாலந்து குகைச்சாலை' (Holland tunnel) என்ற நீண்ட சுரங்கப் பாலம் வழியாக, ஒரு மணிநேர கார் பிரயாணத்தில் 'மன்ஹாட்டன்' (Manhattan) பகுதிக்கு வந்தோம். அந்தப் பகுதியில், 'மத்திய பூங்கா'-வும் அதன் அருகே ஐந்தாம் பெருவீதியும் (Fifth Avenue) பிரசித்தமானவை. அந்தப் பகுதியில் போக்குவரத்து அதிகம் இருந்தது. சுற்றுலா மையங்கள் பல அங்கே இருக்கின்றன. அவற்றுள் முக்கியமானது, இயற்கை வரலாற்றின் அமெரிக்க அருங்காட்சியகம் (American Museum of Natural History) என்ற காட்சிமனையாகும். சுற்றுலா மையம் என்பது, ஒரு நாட்டின் பொருளாதாரத்திலும் கலாச்சாரத்திலும் முக்கியமானதொரு பகுதி என்பதை அமெரிக்கா காட்டிவருகிறது. ஒரு நாளுக்கு ஆயிரத்துக்கும் மேற்பட்ட பார்வையாளர்கள் வந்து போகிற அருங்காட்சிமனை இது. எல்லோருக்கும் ரசனை தரவேண்டும்; செய்தி சொல்லவேண்டும்; ஆச்சரியங்கள் தரவேண்டும். அருங்காட்சியகத்தின் பணி இது. இதனை இது நன்றாகச் செய்கிறது.

குறிப்பிட்ட இந்த அருங்காட்சியகத்தில், அமெரிக்காவின் வரலாறோ - கலாச்சாரமோ இல்லை; அதனுடைய நோக்கமும் அது அல்ல என்று தெரிகிறது. இதில் முக்கியமாக இரண்டு

வகையான காட்சி வடிவமைப்புக்கள் சேதிகளாக வெளிப்பட்டு நின்றன. ஒன்று - வரலாற்றில் புதைந்துவிட்ட அல்லது அருகிவிட்ட பிரம்மாண்டமான விலங்குகளின் மாதிரிகள். இரண்டு - இயற்கைச் சூழல்களோடு ஒன்றிசைந்து மறு உருவாக்கம் செய்யப்பட்ட பல விலங்குகளின் போன்மைத் தோற்றங்கள். உண்மையில், இந்தக் 'காட்சி - மறு உருவாக்கமே', இந்த அருங்காட்சியகத்தின், தனிச் சிறப்புக்களோடு கூடிய பகுதி; மையம். இந்த இரண்டைத்தவிர புவியியல் உள்ளிட்ட ஏனைய சில பகுதிகளும் உண்டு. ஆனால் அவை எங்களுக்கு அவ்வளவாக சுவாரசியம் தரவில்லை என்றுதான் சொல்லவேண்டும்.

வரலாற்றில் காணாமல் போய்விட்ட டயனோசர் (Dinosaurs) என்ற பிரமாண்டமான விலங்கின் எலும்புக்கூடு வடிவமைக்கப் பட்டு இங்கே வைக்கப்பட்டிருந்தது. மைக்கேல் கிரீச்டோன் (Michael Crichdon) எழுதிய காணாமல் போன உலகம் (The Lost World) என்னும் புனைந்துரை நாவலைப் பின்பற்றி, ஜூராசிக் பூங்கா (Jurassic Park) முதலிய திரைப்படங்கள், சில ஆண்டுகளுக்கு முன்னால் வெளிவந்தன. நீங்களும் பார்த்திருக்கக்கூடும். உயிருடைய உண்மை போன்ற தோற்றத்துடன் - டயானோசர், அதிர்ச்சியும் அதிசயமும் தருகிற விதத்தில் அவற்றில் காட்சிப்படுத்தப் பட்டிருந்தன. அது ஒரு வகை. இங்கே இந்த அருங்காட்சியகத்தில் அத்தகைய உயிரினங்கள் இன்னொரு வகையில் காட்சிப்படுத்தப் பட்டிருக்கின்றன. லட்சக்கணக்கான ஆண்டுகளுக்கு முன்னால் வாழ்ந்திருக்கக்கூடும் என்று கருதப்படுகிற இந்த டயனோசர், காட்டுப் பல்லி (lizard) இனத்தைச் சார்ந்ததாம். இரண்டாயிரம் ஆண்டுகளுக்கு முந்திய அதன் விலா எலும்புகள், தாடைகள் முதலியவற்றின் படிகங்கள் (fossils) பிரேசில், அர்ஜண்டினா, சைனா முதலிய நாடுகளிலிருந்து கண்டுபிடிக்கப்பட்டன என்று சொல்லி, அவற்றை எலும்புகளோடு கூடிய முழு உருவங்களாகக் கட்டமைத்து வைத்திருக்கிறார்கள். தனித்தனியாகக் கிடைத்த துண்டுகளை அப்படி இணைத்து வைத்திருக்கிறார்கள். உயிரினங்களின் தொல்லியல் எப்போதும் அதிசயிக்கத்தக்கதுதான்.

அருங்காட்சியகம், மிருகக்காட்சிசாலை (Zoo) அல்ல. மிருகக்காட்சிசாலையில், உயிரினங்கள், உயிருடன் உலவுகின்றன. பார்க்கிறோம். அருங்காட்சியகத்தில் இன்னொரு பகுதியில், பல விலங்குகள், உயிருடன் இருப்பது போன்ற தோற்றத்துடன் நுட்பமாக உருவாக்கம் செய்யப்பட்டிருக்கின்றன. விலங்குகளின்

எலும்புகளும் தோல்களும் பிறவும், மெர்க்குரி, ஆர்செனிக், சல்பர், விளக்கெண்ணெய் முதலிய வேதியியல் திரவப் பொருட்களின் சரியான கலவையோடு பதனம் செய்யப்பட்டு பாதுகாப்போடு வைக்கப்பட்டுள்ளன. அவற்றின் சரியான பருமனுக்கும் அளவைக்கும் ஏற்ப அல்லது அதனை அப்படிக் காட்டுகிற மாதிரி, உள்ளே கெட்டுப்போகாத சில பொருள்களைக்கொண்டு 'பொதிந்து' (stuffed) வைக்கப்பட்டிருக்கின்றன. இத்தகைய விலங்குகள் இயற்கையாக இருப்பதுபோலத் தோற்றம் தருகின்றன. உயரம், பருமன் மட்டுமல்லாது, ஆழம் (depth) அல்லது பார்வைத் தூரம் ஆகிய பரிமாணங்களும் வெளிப்படுகிற மாதிரியான இந்த அமைப்பு, இயல்பான தோற்றத்தைக் காட்டக்கூடியதாக உள்ளது. இவை, கண்ணாடிச் சுவர்களுக்குள் இருக்கின்றன. ஆனால், பார்வைக்குக் கண்ணாடி, ஒரு பொருளாக வெளிப்பட்டுத் தோன்றவில்லை. அவற்றை நேரடியாக நாம் பார்க்கிறோம். அந்த அந்த உயிரினங்கள், தாம் வாழுகிற சூழல்களோடு பொருந்துமாறு, நீரோடையோ, சிறிய-பெரிய பாறைகளோ, அடர்த்தியான மரங்களோ, பட்டைகள் கழன்று கிடக்கிற பட்ட மரங்களோ, பழுப்பேறிய இலைகளோ, படர்ந்து கிடக்கிற கொடிகளோ - எல்லாம் அப்படியே இயல்பாக அமைந்து கிடக்கின்றன. இவற்றினிடையேதான் யானையோ, சிங்கம், புலி, கரடியோ, காட்டெருமையோ, குரங்குகளோ, கலைமான்களோ, அணில்களோ, கிளிகளோ, வல்லூறுகளோ, இருக்கை கொண்டிருக்கின்றன. நம்மோடு பேசுவது போன்ற - நம்மோடு வாழ்வது போன்ற தோற்றத்தை இவை தருகின்றன. உயரிய கற்பனையோடு கூடிய படைப்பாக்கத் திறன், இந்தக் காட்சி வடிவாக்கத்திற்கு உயிர்ப்பைத் தருகின்றது. இதனை வடிவமைத்தவர் சார்லஸ் வில்சன் பீல் (Charles Wilson Peale) என்னும் ஓவியர் கலைஞர். 1784-இல் ஃபிலடெல்பியாவில் உருவாக்கப்பட்டுப், பின்னர் சில ஆண்டுகளில் நியூயார்க் வந்திருக்கிறது இது.

அமெரிக்காவில் சற்றுப் பெரிய நகரங்களிலெல்லாம் கலையும், வரலாறும் சம்பந்தப்பட்ட பலதிறப்பட்ட அருங் காட்சியகங்கள் இருக்கின்றன. பெரும்பாலான நகரங்களில், ஒன்றல்ல - பல அருங்காட்சியகங்கள் இருக்கின்றன. பெயரளவில் அல்ல, பேணாமல் அல்ல; போற்றப்பட்டும் அக்கறையோடு நிர்வகிக்கப்பட்டும் வருகின்றன. எல்லாம், பணம் அள்ளித் தருகிற சுற்றுலா மையங்களாக இருக்கின்றன. பொழுதுபோக்கு,

செய்திகள் பரிமாற்றம், மனநெகிழ்ச்சி, பணவசூல் - எல்லாம் ஒருசேர நடக்கின்றன. இது, அமெரிக்கக் கலாச்சாரத்தின் ஒரு முக்கியமான பகுதி.

அடுத்து, நாங்கள் "எம்பயர் ஸ்டேட் பில்டிங்" (Empire State Building) பார்க்கப் போனோம். இது, இன்றைய அமெரிக்காவின் இலச்சினைகளில் ஒன்று. சுற்றுலா மையங்களில் பிரசித்தமான ஒன்று. ஒரு நாட்டின் செல்வச் செழிப்பையும் பெருமிதத்தையும் காட்டுவதற்கு வான்முட்டும் கட்டடங்கள் (sky scrappers) ஏன்,

'வான்முட்டிகள்' என்று சொல்வோமே - சாட்சியங்களாக நிற்கின்றன. போட்டிபோட்டுக்கொண்டு உயரங்களைத் தொடுவதும், தொட்டுவிட்டதாகச் சொல்லிக்கொள்ளுவதும் மனித குலத்தின் செல்வச் செழிப்பின் செருக்குகளில் ஒன்று. அமெரிக்காவிலும் சரி, மேலை நாடுகள் பலவற்றிலும் சரி, குட்டி அமெரிக்காவாக விளங்குகிற சிங்கப்பூரிலும் சரி, ஹாங்காங்கிலும் சரி, துபாயிலும் சரி, இந்தச் 'செருக்கு'களையும் அவற்றின் இலச்சினைகளாகிய வான்முட்டிகளையும் நிரம்பவே பார்க்கலாம்.

எம்பயர் ஸ்டேட் பில்டிங், நியூயார்க்கின் அதே ஐந்தாம் பெருவீதியில்தான் இருக்கிறது. பிராட்வே-ஐத் தாண்டிப்போக வேண்டும். கிட்டத்தட்ட, இது நகரின் நடுவில் இருக்கிறது என்பது போன்ற ஒரு தோற்றம். அந்தப் பெருவீதியில் ஏனைய அங்காடிக் கட்டடங்கள் அல்லது, அலுவலகக் கட்டடங்களைப் போன்று, பெரும்பாலும் அதே வரிசையில்தான் இதுவும் இருக்கிறது. சுற்றி ஒரு பூங்காவோ ஒரு வளாகமோ இல்லை. அதாவது, இது காட்சிக்காகக் கட்டப்படவில்லை. பின்னர்தான் இது காட்சிப்பொருளாக ஆகியிருக்கிறது. பல்வேறு நிறுவனங்களின் அலுவலகங்கள், கடைகள் என்று பலவற்றிற்காக அமைந்தது இது. கொஞ்சமா? 102 மாடிகள் கொண்ட ஒரு வான்முட்டி இது. 1250 அடி உயரம். அதற்கும் மேலே 203 அடிவரை ஊசிக் கோபுரம் ஒன்று, மேகத்தை முத்தமிட்டுத்தழுவ நிமிர்ந்து நிற்கிறது. ஆக, மொத்தம் 1453 அடிகள் உயரம் கொண்ட கட்டடம் இது. கட்டடத்தின் ஒரு பகுதியில் சுற்றுலாப் பார்வையாளர்களுக்கெனவே ஒரு நுழைவாயில் இருக்கிறது. அதிலுள்ள லிஃப்டின் வழியாக மேலே மேலே போகவேண்டும். டிக்கெட் வாங்கிவிட்டுத்தான். 82 வது மாடிக்குச் செல்லவேண்டும். ஏறியதுதான் தெரியும்; என்னா வேகம்! 82வது மாடியில்தான், சுற்றிப் பார்ப்பதற்கு வசதியான சுற்றுத்தளம் இருக்கிறது. அங்கே அந்த உயரத்திலேயிருந்து நியூயார்க் நகரைப் பார்க்கவேண்டும் - ஒரு ஹெலிகாப்டர் பார்வை. அதற்குத்தான் எல்லாம்.

1931-இல் உருவான இந்தக் கட்டடம், ஹெரால்டு ஹெம்ஸ்லே (Harold Helmsley) என்னும் தனிமனிதருடைய உடைமை. ஒரு நாற்பது ஆண்டுகள் - நியூயார்க் நகரம் வளர்ச்சிபெற்று அதிகார மையமாக ஆகிற சூழலில் இது தனிக்காட்டு ராஜாவாக இருந்தது. ஆனால், 1973இல் அமெரிக்காவின் இன்னொரு நகரத்தில் - சிகாகோவில் 108

மாடிகளுடன் 1451 அடி உயரத்துடன் இன்னொரு வான்முட்டிக் கட்டடம் வந்திருக்கிறது. சீயர்ஸ் கோபுரம் (Sears Towers) என்பது அது. அதற்காக எம்பயர் ஸ்டேட் பில்டிங்கின் முக்கியத்துவமும் பெருமையும் குறையவில்லை. உயரத்தில் இந்த இரண்டையும் தூக்கி விழுங்குகிற மாதிரி, 2000ஆம் ஆண்டில் 156 மாடிகளுடன் 1600 அடி உயரத்திற்கும் மேல் (566 மீட்டர்) அதற்கும் மேலே உள்ள ஊசிக்கோபுர அமைப்பையும் சேர்த்தால் 1800 அடி உயரத்தில் துபாய்க் கோபுரம் (Burj Dubai) எழுந்திருக்கிறது. பெட்ரோ-டாலர் அல்லவா! 41 மில்லியன் டாலர் பணத்தை விழுங்கிவிட்டு இப்படி இது நிற்கிறது. ஆனால் என்னதானிருந்தாலும் ஸ்விஸ் வங்கியில், எகிப்திய 'மம்மி' (mummy) போல் புதைகுழியில் கண்துயின்றுகொண்டிருக்கும் நம்முடைய ஊழல் நாயகர்களின் கறுப்புப் பணக் குவியலைவிட, இந்த அளவு மிகக் குறைவுதானே!

எம்பயர் ஸ்டேட் பில்டிங்கின் அந்த மாடியில் வெளிப்புறத்தில் சற்று விசாலமான சுற்றுத்தளம். அங்கிருந்ததுதான் நியூயார்க்கின், பரந்த மேல் தோற்றத்தைப் பார்க்கிறோம். மின்னொளியில், நகரம் ஒப்பனை செய்துகொண்டது போன்ற தோற்றம். நியூயார்க்கின் மையப் பகுதியும் செழிப்பின் சின்னமுமாகிய மான்ஹாட்டன் பகுதியை அதன் முகட்டிலிருந்து பார்க்கிறோம். வான்முட்டும் கட்டடங்கள் அதிகமாகவும் நெருக்கமாகவும் அமைந்த பகுதி, மான்ஹாட்டன். தொகுதி தொகுதியாகவும் வெவ்வேறு உயரங்களுடனும், விறைத்தும் பருத்தும் நிமிர்ந்தும் பார்க்கின்றன இந்தக் கட்டடங்கள். தூரத்தே, இருண்ட கடலின் ஓரத்தே சற்று மங்கலான தோற்றத்துடன் நிற்கும் சுதந்திர தேவியின் சிலை. ஒளிவட்டங்களை உமிழ்ந்துகொண்டு கார்கள் பறந்துவரும் புரூக்ளின் மேம்பாலம். அடங்கியும் அடர்ந்தும் உடல் நெளிந்துவரும் ஹட்சன் ஆறு. பெயர்கள் சொல்லிக் கொள்ளாத தினுசு தினுசான கட்டடங்கள். ஓடைகளாய் ஓடிக் கொண்டிருக்கும் கடை வீதிகள். பரந்த வெளியாய்ப் பசுமையாய்ப் படர்ந்து கிடக்கும் மத்திய பூங்கா. உயரத்திலேயிருந்து பார்த்தால், எல்லாமே நம்மிடம் வசப்பட்டு இருக்கின்றன என்பதுபோன்ற ஒரு பிரம்மை. நியூயார்க் நகரம் ஜொலிப்பும் ஜோடனையும் சுறுசுறுப்பும் கொண்ட நகரம்தான்.

எம்பயர் ஸ்டேட் பில்டிங்கின் இன்னொரு முக்கியமான செய்தி, இந்தக் கட்டடத்தின் உள்ளும் வெளியுமாக உள்ள விளக்குகளின் ஒளி, குறிப்பிட்ட விசேட நாட்களில் துகில்களை

மாற்றிக் கொள்கின்றது. பிரபலமான இசைக்கலைஞரும் திரைப்படக் கலைஞருமாகிய ஃபிராங்க் சினாட்ராவின் (Frank Sinatra) பிறந்த நாளில் இது நீலநிற வண்ணமாய்ப் பிரகாசிக்கிறது. நியூயார்க் பல்கலைக்கழகத்தின் பட்டமளிப்பு விழாவின்போது வாடா மல்லியும் வெள்ளையும் கலந்த கலப்பு வண்ணம்; இஸ்லாமியரின் புனித நாளான ஈத் பண்டிகையின்போது பச்சை வண்ணம்; இங்கிலாந்து நாட்டின் ராணி எலிசபெத்தின் பிறந்த நாளின்போது, வாடாமல்லி (purple) வண்ணம். இப்படி இது வெறுமனே வணிகக் கட்டடமாக அல்லாமல், ஒருவகையான உணர்வும் உயிர்ப்பும் கொண்டதொரு மையமாகத் தன்னை வெளிப்படுத்திக்கொள்கிறது. ஒரு பொருளை நுகர் பொருளாகச் சந்தைப்படுத்துவதற்கு இத்தகைய கவர்ச்சிகள், சிறந்த உத்திகளாக அமைகின்றன.

அங்கிருந்து நடைதூரம்தான் ராக்ஃபெல்லர் மையம் (Rockefeller Centre). அங்கே போகலாம் என்றவுடன் ராக்ஃ பெல்லரையே பார்க்கப் போவது போன்ற ஒரு குறுங்கற்பனை. எண்பதுகளிலும் அதற்கு முன்னாலும் உலகத்திலேயே அவர்தான் மிகப்பெரிய பணக்காரர் என்று வருணிக்கப்பட்டார். அவர் பெயராலும், இன்னொரு பெருஞ் செல்வந்தராகிய ஃபோர்டு பெயராலும் இந்திய விஞ்ஞானிகளையும் விஞ்ஞானத் தொழில் நுட்பங்களையும் அமெரிக்காவின் பக்கம் கவர்ந்திழுப்பதற்காகப் பல அறக்கட்டளைகள், அறிவியல் திட்டங்களுக்கும் ஆய்வுக் கூடங்களுக்கும் கணிசமாக நிதியுதவிகள் தந்தன; நினைவிருக் கிறது. அமெரிக்காவின் அறிவியல் தொழில்நுட்ப வளர்ச்சிக்கு இது பெரிதும் உதவியளித்திருக்கிறது. அந்த நினைவோடு ராக்ஃபெல்லர் மையத்தை நோக்கி நடந்தோம்.

நடுவே, இரண்டு தெருக்களின் முடக்கில் குறுக்கிடும் சாலையொன்றின் ஓரத்தே இரண்டு வெள்ளைக்கார இளைஞர்கள், இடைவெளிவிட்டு, விளம்பர அட்டைகளை உயர்த்திப் பிடித்துக் கொண்டும் அவற்றை ஆட்டிக்கொண்டும் நின்றுகொண்டிருந்தனர். ஏதோ ஒரு ஆயத்த ஆடை அணிகலன் கடை ஒன்றன் பெயர் தாங்கிய விளம்பரம். இதே மாதிரி விளம்பரம் தாங்கிகள் பலரைக் கலிபோர்னியாவில் சான்யுசே, சன்னிவேல் முதலிய நகரங்களில் தான் முதலில் பார்த்தேன். பெரும்பாலும் அங்கே 'வீடுகள் - விற்பனைக்கு' என்ற விளம்பரங்கள்தான். இந்த விளம்பரம் தாங்கி இளைஞர்களை முதலில் பார்த்தபோது அதிர்ச்சியாக இருந்தது.

சொர்க்கம் விளைகிற பூமி என்று சொல்லுகிறார்களே - அதிலே இப்படியொரு காட்சியா? கடும் குளிருக்குள்ளும் வெயிலுக்குள்ளும் நாற்சந்தியில் நிற்கும் இந்த இளையோர்களுக்கு என்ன வருமானம் கிடைத்துவிடும்? "என்ன... மணிக்கு 10 டாலர், முன்னே பின்னே கிடைக்கும். இரண்டு அல்லது மூன்று மணி நேரம் நிற்பார்கள்." "இது, எப்படிப் போதும்?" "இப்படித்தான் வேலையில்லாத் திண்டாட்டம்.... அதனுடைய விளைவுகளில், இது ஒன்று."

ராக்ஃபெல்லர் மையம் வந்தது. கட்டடம், வானத்தை முட்டிக்கொண்டிருக்கவில்லை. ஆனாலும் என்ன, 50 மாடிகள்! ஆனால், கட்டடம் அகன்று விரிந்து கிடந்தது. ராக் ஃபெல்லர் மையம் முக்கியமாகச் சந்திப்பு அரங்கங்களும் (Conference halls) அலுவலகங்களும் கொண்ட ஒரு மையமாக விளங்குகிறது. அதன் முன்னால் விசாலமான முன்முற்றம். முற்றத்திற்கு முன்னால் ஒரு பொய்கை போன்ற தோற்றத்துடன் 22-25 அடிகள் ஆழமும் அதற்கேற்ற நல்ல நீள அகலமும் கொண்ட ஒரு அடித்தளம். அதனைச் சுற்றி வெளியே சற்று அகன்ற சுற்றுவெளி. அந்தமுற்றத்திற்கு நேர் எதிரே, சிறிய ஆனால் அழகிய கடை ஒழுங்குகள். விசாலமான முன் முற்றத்தின்முன்னே நடுவே, உயரத்தோடும் நல்ல பருமனோடும் கூடிய அழகும் பொலிவும்கொண்ட இதழ்களுடன் கூடிய ஒரு பூ; ஒளிகளை உள்வாங்கிக்கொண்டு அவற்றைப் பிரதிபலிக்கும் பட்டை தீட்டிய கண்ணாடியினால் வடிவமைக்கப்பட்டது அது. மின்விளக்கின் ஒளியில், பல வண்ணங்களின் கலவையோடு அடக்கமாக மினுமினுத்துக்கொண்டிருந்தது. நாங்கள் சென்றது கிறிஸ்துமஸ் விரைவில் வரவிருந்த காலம். அந்தக் கண்ணாடிப் பூவுக்கு எதிரே கிறிஸ்துமஸ் மரம் ஒன்று அலங்காரங்களைச் சுமந்துகொண்டு நிமிர்ந்து நின்றுகொண்டிருந்தது.

ராக்ஃபெல்லர் கட்டடத்திற்கு முன்னேயுள்ள பொய்கை போன்ற தோற்றம் கொண்ட, ஆழமாகப் பதிந்துள்ள 'மையத்'தின் கீழ்த் தளத்தில் செயற்கைப் பனிப்படிவங்கள் வெள்ளையாகப் படர்ந்துகிடக்கின்றன. அதிலே ஆண்களும் பெண்களும் சிறுவர் சிறுமிகளும் ஓடியாடிப் பனிச்சறுக்கு ஆடிக்கொண்டிருக்கிறார்கள். மென்மையான இசை அந்தச் சுற்றுவெளிகளில் படர்ந்து விளையாடிக்கொண்டிருக்கிறது. மைதானத்தின் வெளியே, சுற்றுப்புறத்தின் மூலைகளில்

நீரூற்றுகள், இழையோடி மிதக்கும் மென்மையான அந்த இசையோடும், குளுமையான ஒளிவெள்ளத்தோடும் லயித்து, மேலே எழுந்து கீழே சரிந்து குழைந்து துள்ளிக்கொண்டிருக்கின்றன. மனதின் கனங்களை இலகுவாக்கும் அந்தச் சூழலை அனுபவித்துக் கொண்டு, பலதிறத்து மக்களும் அங்கங்கே உட்கார்ந்திருக் கிறார்கள்; கைகோத்து நடந்துகொண்டிருக்கிறார்கள்.

அது, கிறிஸ்துமஸ் பண்டிகை நெருங்கிக்கொண்டிருந்த காலம். பிரசித்தமான பண்டிகைக்குரிய முன் தயாரிப்புக்களோடு அந்த ராக்ஃபெல்லர் மையம் ஜொலித்துக்கொண்டிருந்தது. 1931-லிருந்தே இந்த இடத்தில் இந்தப் பண்டிகைக் கொண்டாட்டம் மிகவும் விசேடமாக இருந்து வருகிறதாகச் சொன்னார்கள். ஆண்டுதோறும், குறிப்பிட்ட நாட்களில் அலங்காரங்களையும் கிறிஸ்துமஸ் விழாவினையும் காண்பதற்குப் பல லட்சம் மக்கள் வந்து போவார்களாம். பொதுவாக, இந்த மாதிரிச் சமய விழாக்களில் கடவுள்களோ அவருடைய தனி ஆன்மிகச் செய்திகளோ முக்கியத்துவம் பெறுவதில்லை; ஆயிரக்கணக்கில் மக்கள் திரள் வருவதிலுள்ள உற்சாகமும், கொண்டாட்டமும்தான் முக்கியத்துவம் பெறுகின்றன. சமய நிகழ்வுகளையும் சடங்குகளையும் தாண்டிச் சுற்றுலா மனப்பான்மையே வலுப்பெற்றிருக்கிறது. அமெரிக்கக் கலாச்சாரத்தில் 'சுற்றுலா சுகம்' மிகவும் முக்கியமான பகுதி.

❖

நியூயார்க் - 2
மன்ஹாட்டன்

நியூயார்க் நகரமென்று சொன்னால், பல சமயங்களில் அது, மன்ஹாட்டன் (Manhattan) பகுதியைத்தான் குறிக்கிறது. பெரும் பெரும் நிறுவனங்களையும், அதிகார மையங்களையும் கொண்ட இப்பகுதி ஆடம்பரம் மிகுந்த ஒரு பகுதி. உலகம், வணிகமயமாகிக் கிடப்பதையும் அதன் நாகரிகம், ஜோடனையாகக் கிடப்பதையும் குறிக்கின்ற ஒரு பகுதி இது. இதனுடைய முக்கியமான - அல்லது கவர்ச்சிகரமான ஒரு பகுதி, டைம்ஸ் சதுக்கம் (Times Square) ஆகும். பெரும் வீதிகள் சிலவற்றின் கூட்டுச் சந்திப்பில் திறந்தவெளியில், சுற்றிச் சூழ்ந்துகிடக்கிற கட்டடங்கள், விளம்பர ஒளிகளாகித் தளுக்கி மினுக்கிக் கொண்டிருக்கக் கோலம் செய்கிறது இந்த டைம்ஸ் சதுக்கம். மின்னொளிகளின் வெள்ளத்தில் வீதிகளும் கட்டடங்களும் மிதக்கின்றன. வண்ணங்களின் மினுமினுப்பில் பிம்பங்கள் ஜாலம் செய்கின்றன. வந்து போகும் வகை வகையான மக்கள், இங்கும் அங்கும் நிற்கவும், மனதைப் பறக்க விட்டு விட்டு ரசிக்கவும் இப்படி மவுனமான உணர்வு களுடன் முன்னிரவு நேரங்கள் கரைந்து போகின்றன. ஒவ்வொரு நாளும் ஒரே மாதிரி யாகச் 'சலிப்பின்றிக்' காட்சிகள் அரங்கேறிக் கொண்டிருக்கின்றன.

நியூயார்க் மன்ஹாட்டனில் பிராட்வேயும் ஏழாம் பெருவீதியும் (7th Avenue) இன்னும் நான்கு சிறிய சாலைகளுடன் கைகோத்துக்கொள்கின்ற அகன்ற கூட்டுச்சாலையாகப் பரந்துகிடக்கிற வெளிதான், டைம்ஸ் சதுக்கம். 'முதுமையறியாத' 'நரைமுது நங்கை' (grey lady) என்று வருணிக்கப்படுகிற 160 வயதுகள் கொண்ட 'நியூயார்க் டைம்ஸ்' என்ற புகழ்பெற்ற நாளிதழின் அலுவலகம் அங்கே குடியிருக்கிறது. அதன் பெயரோடு வழங்குகிறது இந்தச் சதுக்கம். இன்று, முக்கியமான சுற்றுலாமையமாக, மட்டுமல்ல, இது, நியூயார்க் கலாச்சாரத்தின் ஒரு பிரதிநிதியாகவும் விளங்குகிறது. மேலும், அமெரிக்க தேசத்தின் ஒரு முக்கியமான பண்பாட்டு அடையாளமாகவும் அது, தன்னைக் காட்டிக்கொண்டிருக்கிறது.

இப்படித்தான், உலக நாடுகள் பலவற்றின் பெரு நகரங்களில், இப்படியாகப்பட்டபெரிய சதுக்கங்கள், அந்த அந்த நாடுகளின் வரலாறு மற்றும் கலாச்சாரப் பிரதிநிதிகளாக இருக்கின்றன. அன்றைய மாமதுரையில் உயர்ந்த நோக்கங்களின் பொருட்டுச், சதுக்கங்களும் சதுக்க பூதங்களும் இருந்தன என்று இளங் கோவடிகள் வருணித்திருப்பார். அதைப் போன்றவைதான் இவையும் என்று சொல்ல வரவில்லை. ஆனால், இவற்றிற்கு அந்த அந்த அளவு களில் பல சிறப்புக்கள் உண்டு. மாஸ்கோவில் செஞ்சதுக்கம் (Red Square), லண்டனில் டிரஃபால்கர் சதுக்கம், சீனாவின் பெய்ஜிங்கில் தினாமென் சதுக்கம் (Tinamen Square) ஆகியவை, வரலாற்றுச் சிறப்புக்கொண்டவை.

லண்டனில் மத்திய பகுதியிலமைந்த டிரஃபால்கர் சதுக்கம், நெப்போலியனுடனான போர்களில் நெல்சன் தலைமையில் பிரிட்டன் படை வெற்றி கண்ட டிரஃபால்கர் போரைக் குறிப்பதாக அமைந்துள்ளது. இன்னும் இது, அரசியல் உள்ளிட்ட பொது நிகழ்ச்சிகளில் திரளான மக்கள் கூடுகிற திறந்த வெளி மைதானமாக விளங்குகிறது. மாஸ்கோவின் மையப் பகுதியிலமைந்த செஞ்சதுக்கத்தின் வரலாறு, 15-வது நூற்றாண்டிலிருந்து தொடங்குகிறது. உரோமானியப் பொது அரங்கத்தின் (Rome's Forum) மாதிரியில் அமைந்த இந்தச் சதுக்கம், ஜார் மன்னர்களின் ஆட்சிகளுக்குப் பிறகு, செம்படையினரின் (Red Army) வலிமையைக் காட்டிய இடமாகவும், ஜெர்மானிய நாசிப் படையினரை இறுதியாக விரட்டியடித்த இடமாகவும் விளங்குகிறது. சோவியத் என்ற அமைப்பும் சோஷலிச அரசும், இருந்தபோது 1989-இல்

இந்த இடத்தை, அதனுடைய வரலாற்று நினைவோடும் மரியாதையோடும் பார்த்திருக்கிறேன்; நடந்து போயிருக்கிறேன். ஆடம்பரமில்லாத விசாலமான ஒருவெளி இது. கம்பீரமான ஒரு தோற்றம் இதற்குஉண்டு. கிரெம்ளின் மாளிகைக்கு எதிரேயுள்ள இந்தச் செஞ்சதுக்கத்தின் ஒரு பக்கம், மாமேதை லெனின் நினைவகம் (Lenin Mausoleum) இருக்கிறது. யுனஸ்கோ (UNESCO) இதனை சர்வதேச பண்பாட்டு மரபுச் சின்னமாக பிரகடனப் படுத்தியிருக்கிறது. சைனாவின் தலைநகர் பெய்ஜிங் நகரில், வானுலகின் அமைதி நுழைவாயில் (Gate of Heavenly Peace) என்ற பொருள்கொண்ட 'தினாமென் சதுக்கம்', 484 ஆயிரம் சதுர மீட்டர் அளவுகொண்டது. உலகத்திலேயே மிகப் பெரிய சதுக்கம் ஆகும். 1911-இல் பொது மக்களின் பயன்பாட்டுக்கு வந்தது. 1919-இல் புதிய மக்களாட்சிக்காக நடந்த புரட்சியில் இது முக்கியமான இடம் வகித்தது. 1949 அக்டோபர் முதல் தேதியில், இங்கே இருந்துதான் தலைவர் மாசேதுங் (Chairman Mao-tse-tung) மக்கள் சீனம் மலர்ந்திருப்பதை உலகத்திற்கு அறிவிப்புச் செய்தார்.

நியூயார்க்கின் டைம்ஸ் சதுக்கம், அங்கே நின்றுகொண்டு இதையெல்லாம் நினைத்துப் பார்க்கச் சொல்லுகிறது. பல தெருக்கள் சந்திக்கின்ற கூட்டுச்சாலையின் ஒரு திறந்த 'வெளி'யாக இருந்தாலும், சாவகாசமாக மக்கள் நிற்கவும் வேடிக்கை பார்த்துக்கொண்டே உலவவும் கூடிய ஓர் இடமாக இருக்கிறது. இதனைச் சுற்றியிருக்கின்ற பகுதி, அமெரிக்க ஊடகங்களின் மையமாக விளங்குகிறது. புகழ்பெற்ற நியூயார்க் டைம்ஸ் நாளிதழ் தவிரவும், இண்டர்நேஷனல் ஹெரால்ட் டிரிபியுன், யு. எஸ்.ஏ.-டுடே உள்ளிட்ட 15 நாளிதழ்கள் இந்தப் பகுதியிலே இருந்துதான் வெளியாகின்றன. ராய்ட்டர் என்ற செய்தி சேகரிப்பு நிறுவனமும் இங்கிருந்துதான் இயங்குகிறது. மற்றும், ஏ. பி. சி. ஸ்டுடியோஸ், ஃபாக்ஸ் செய்தி சேனல், இசை - நடனத்துக்காகவே அமைந்த எம். டி. வி சேனல், மற்றும் 'வணக்கம் அமெரிக்கா' முதலிய செல்வாக்கான தொலைக்காட்சி நிறுவனங்கள் இங்கிருந்து செயல்படுகின்றன. சார்லி சாப்ளின், எலிசபெத் டாய்லர் முதலிய ஹாலிவுட் பிரபலங்கள், டைம்ஸ் சதுக்கம் பகுதியோடு கலை நிகழ்வுகள் என்ற அளவில் நெருங்கிய தொடர்பு கொண்டிருந்தார்கள் என்று சொல்லப்படுகிறது.

டைம்ஸ் சதுக்கத்தின் ஒரு பக்கம் ஊடக மையங்களும், இன்னொரு பக்கம் கலைகளின் மையங்களும் இருக்கின்றன. எனவே சுறுசுறுப்புடன் இந்தப் பகுதி காணப்படுகிறது. நியூயார்க் மன்ஹாட்டனின் இந்த டைம்ஸ் சதுக்கம் பலவகைகளில் பல தரப்பட்ட மக்களை இவ்வாறு கவர்ந்து இழுக்கிறது.

மன்ஹாட்டனில் டைம்ஸ் சதுக்கம் போன்று இன்னும் பல முக்கியமான பகுதிகள் உள்ளன. உண்மையில், நியூயார்க்கின் இருதயமாக இருப்பது இந்த மன்ஹாட்டன். மன்ஹாட்டன் என்ற பெயர் இந்தப் பகுதியை, மூன்று நூற்றாண்டுகளுக்கு முன்னர் வரைத் தங்களுடைய வாழிடமாகக் கொண்டிருந்த 'லெனேப்' என்ற பூர்வகுடி மக்களின் மொழியிலிருந்து வந்த சொல்தான். 'Manna - hatte' என்பது இதன் மூலவடிவம். வான் முட்டிடும் பெருங் கட்டடங்களால் நிரம்பிய பகுதி இது. வேறெங்கும் இந்த அளவிற்கு அதிகமான, நெருக்கமான, உயர்ந்த கட்டடங்களைப் பார்க்க முடியாது. இன்று இது, நிதியும் வணிகமும் பெரும் தொழில் நிறுவனங்களும் உள்ளிட்ட அமெரிக்காவின் 'அதிகார மையம்' (power centre) ஆகும்.

மன்ஹாட்டனின் இந்தப் பகுதிக்கு வரவேண்டுமானால், முதலில் தெற்கிலிருந்து நியூயார்க்கின் மையப்பகுதி நோக்கி வருகிறபோது, முதலில் சைனா டவுன் (China Town) என்ற பகுதியைத் தாண்டித்தான் வந்தோம். சீனர்களைப் பெரும்பான்மையினராகக் கொண்ட இந்தக் குடியிருப்புப் பகுதி, ஆடம்பரமான கட்டடங்கள் இல்லாத, மத்தியதரவர்க்கத்தினர் வாழும் பகுதி. இதனையடுத்து இருப்பது, 'சிறிய இத்தாலி' (Little Italy) இத்தாலிய தேசிய இனத்தினர் அதிகமாக வாழுகிற பகுதி இது. இந்த இரண்டும் டைம்ஸ் சதுக்கத்தின் தெற்கே சற்றுத் தள்ளி இருக்கின்றன. டைம்ஸ் சதுக்கத்திற்கு வடக்கே ஆப்பிரிக்க அமெரிக்க இனத்தவர் என்று அழைக்கப்பெறும் கறுப்பு இனத்தவர் சேர்ந்து வாழுகிற பகுதி இருக்கிறது. இது ஹார்லெம் (Harlem) என்று அழைக்கப்படுகிறது. கீழ் மத்தியதர வர்க்கத்தினரும் வறுமைக் கோட்டிற்குக் கீழே இருப்பவர்களும் அதிகமாக வாழுகிற பகுதி. சற்றுப் பெரியதும்கூட. மத்திய பூங்காவுக்கு வடக்கேயுள்ள பகுதி இது. அதிலிருந்து தெற்கே கொஞ்சம் தள்ளி வந்துவிடவேண்டும். 'கீழ் மன்ஹாட்டன்' (Lower Manhattan) என்ற பகுதியில்தான் நியூயார்க்கின் 'நிதி

மாவட்டம்' என்று அழைக்கப்படுகிற பகுதி இருக்கிறது. மேலும் இந்தக் கீழ் மன்ஹாட்டன், நியூயார்க்கின் மற்றும் அமெரிக்காவின் மிக முக்கியமான பகுதியாக உள்ளது. இங்கேதான் ஐ.நா. சபையின் (UNO) தலைமையகம் இருக்கிறது. சர்வதேச அளவில் வணிக ஆதிக்கம்கொண்ட பங்குச் சந்தை (Newyork Stock - exchange) இருக்கிறது. பன்னாட்டுத் தொழில் நிறுவனங்களின் நிர்வாக மையங்கள் இருக்கின்றன. உலக அளவில், நிதியும் அதன் நடமாட்டமும் கணிக்கப்படுகின்ற இடம் என்று கருதப்படுகின்ற 'வால் ஸ்ட்ரீட்' (Wall Street) இருக்கிறது. சமீபகாலம்வரை, உலக வர்த்தக மையமும் இந்தப் பகுதியில்தான் இருந்தது.

வால்ஸ்ட்ரீட் என்பது, குறுகலான தெருதான். நெடுஞ் சாலையிலிருந்து கிளைத்துப் போகும் குறுகலான ஆனால் நீளமான தெரு. இது நேரானது அல்ல; சற்று நெளிந்து செல்கிற தெரு. தெருவின் இருமருங்கும் வரிசையாக மிக உயர்ந்த கட்டடங்கள் எதிரெதிரே முகம் பார்த்துக்கொண்டிருக்கின்றன. அந்தத் தெருவின் முனையில்தான் பங்குச் சந்தையின் முரட்டுக் கட்டடம் அமர்ந்திருக்கிறது. அதன் முற்றத்தில் உயரமான முரட்டுக் காளை ஒன்று சிலையாக நின்றுகொண்டிருக்கிறது. ஆமாம், இது பொலி காளையா? நம்மூரில் இருப்பது போன்ற கோயில் காளையா? அல்லது நந்தியா? தெரியவில்லை. பக்கத்தில் போய்ப் பார்த்தாலும் தெரியவில்லை. அதனருகே சற்றுப் பெரிய நெடுஞ்சாலையின் பக்கமாய், நியூயார்க் நகரத்தின் அலுவலக அரங்கம் (City Hall) இருக்கின்றது. பிரம்மாண்டமான உயரமான பல அடுக்குகள் கொண்ட மாளிகை அல்ல. ஆனால், மிக அழகாக, ரசனையுடன் காட்சி தருகின்றது. நின்று பார்க்கச் சொல்லுகிறது. கிளைத்துச் செல்லுகின்ற இந்தத் தெருவுக்குள் நுழையாமல் நேரே சென்றால், உலக வணிக மையம் (World Trade Centre) என்ற பிரசித்தமான கட்டடம் இருந்ததே - அந்த இடத்தைக் கண்டோம். பலநாட்டு வணிக நிறுவனங்கள் செயல்பட்டுவந்த அருகருகே உள்ள ஏழு உயரமான கட்டடங்களின் தொகுதிதான் உலக வணிக மையம். இவற்றுள் முதன்மையான கட்டடம், 110 மாடிகள் கொண்டதாக இருந்தது; எம்பயர் ஸ்டேட் பில்டிங்கை விட இது உயரமாக இருந்தது. 2001 செப்டம்பர் 11-இல், அல் கொய்தா இயக்கத்தினரால் 767 ஜெட் விமானத்தைக் கொண்டு பலமாக மோதி இதன் மேற்பகுதியின் பெரும்பகுதி தகர்க்கப்

பட்டது. பின்னர், செப்பனிட முடியாது என்ற நிலையில் இது, அரசாங்கத்தால் முழுதும் தகர்க்கப்பட்டுவிட்டது. அந்த இடத்தைப் போகிற வழியில் பார்த்தோம். அந்தத் தாக்குதலில் இறந்துபோனவர்களுக்காக இப்போது அங்கே நினைவகம் கட்டப்பட்டிருக்கிறது. தொடர்ந்து, மீண்டும் உலக வர்த்தக மையத்தை அதே இடத்தில் எழுப்ப - பல சர்ச்சைகளுக்கிடையே முயற்சி மேற்கொள்ளப்பட்டுவருகிறது.

அதன் பிறகு, மன்ஹாட்டனின் பிரசித்தமான ஒரு பெரு வீதியாகிய (Avenue) ஐந்தாம் பெருவீதி வழியாகச் சென்றோம். நியூயார்க் நகரத்தில், நவநாகரிக ஆடை அணிகலன்களையும் ஒப்பனைப் பொருட்களையும் விற்பனை செய்யும் பல கடைகள் அங்கே புகழ்பெற்றவை. ஹாலிவுட் நடிகர் நடிகைகளும் பிறநாட்டு நடிகர் - நடிகைகளும் அடிக்கடி வந்துபோகிற வீதி, இது என்று சொல்லப்படுகிறது. பயணிகளைக் கவர்கின்ற பல நிறுவனங்கள் அங்கே உண்டு. பணமும் மனமும் இருந்தால், காலிபண்ணிவிட்டு வருவதற்கு வசதிகள் உண்டு. அதனருகே செல்லும் பிராட்வே, இந்த நகரத்தின் மிகவும் நீளமான தெருக்களில் ஒன்று; இன்னொரு வகையில் மிகவும் முக்கியமானதுமாகும். நியூயார்க் நகரத்திலுள்ள நாடகம் மற்றும் இசையரங்குகளில், பிராட்வேயில் மட்டும் 34 பெரும் அரங்குகள் இருக்கின்றன. அதனாலேயே, இவற்றின் மொத்தத் தொகுப்பாக இவ்வீதி, பிராட்வே என வழங்கப்படுகிறது. டைம்ஸ் சதுக்கத்தோடு பிராட்வே இணைகிறது. இவ்வாறு இணைகிற பகுதியும் அதனைச் சுற்றியுள்ள பகுதியும் சேர்ந்து நிகழ்த்து கலை மாவட்டமாக (Theatre District) அறியப்படுகிறது. டைம்ஸ் சதுக்கமாகக் குறுக்கிட்டுச் செல்லும் இந்த பிராட்வே, மீண்டும் நேரே மன்ஹாட்டனின் மேற்பகுதிக்குச் சென்று மத்திய பூங்காவை மேற்கு ஓரமாய்த் தொட்டுவிட்டுப் போகிறது. மத்திய பூங்கா என்பது, டைம்ஸ் சதுக்கத்தின் பகட்டுகளுக்கு மாறாக ஆடம்பரமற்ற ஒரு பெருமிதமாக இருக்கிறது.

மன்ஹாட்டனின் மேல் பகுதியில் (Upper Manhattan) கிழக்கு - மேற்கு பகுதிகளின் நடுவே, நீண்ட செவ்வகமாக மிகப் பெரிதான இந்த மத்திய பூங்கா அமைந்துள்ளது. இது நியூயார்க் நகரத்தின் நடுநாயகமாக நின்று, இயற்கை கமழும் அழகையும் பொலிவையும் தருகிறது. செயற்கையாக உருவாக்கப்பட்ட நீரூற்றுக்களுடன்

கூடிய அழகிய பூங்கா ஒரு பக்கமும், இயற்கையோடு கொஞ்சுகின்ற அடர்ந்த சிறிய காடு ஒரு பக்கமுமாக, இது ஒரு நிறைவுடன் தோற்றம் தருகிறது. இதன் நடுவே, தெளிந்த நீரோடும் ஆழமான ஏரி, அதிலே படகு சவாரி. ஆங்காங்கே சில இடங்களில் சிறுவர் விளையாட விளையாட்டிடங்கள். பெரியவர்கள் விளையாட வசதிகளுடன் கூடிய விளையாட்டு மைதானங்கள். இவற்றோடு, குடும்பத்துடனும் நண்பர்களோடும் இன்பமாய்ப் பொழுது கழிக்க பிக்னிக் இடங்கள். எந்த ஆக்கிரமிப்பும் இல்லாத பரந்த திறந்த வெளி. ஆடம்பரமோ, ஆர்ப்பாட்டமோ இல்லாமல், சுதந்திரமாகக் காற்று மண்டலம் இயங்குகின்ற ஒரு மகிழிடமாக அமைந்துள்ளது இம் மத்திய பூங்கா. உள்ளே பெரும் பகுதி நடந்துதான் போக முடியும். கொஞ்ச நேரம் உள்ளே உலவுகிறபோது அதுவே சுகமான அனுபவமாக இருக்கிறது. எங்களை, இரவு நேரம் விரட்டிக் கொண்டிருந்தது. எனவே, அந்த பிராட்வேயின் வழியாகவே. நேரே இரவுகள் கொஞ்சும் டைம்ஸ் சதுக்கத்திற்கு வந்தோம். அருகே ஒரு நீண்ட தெருவில் வாகனக் காப்பகத்திற்கு என்றேயுள்ள பல மாடிகள் கொண்ட ஒரு காப்பகத்தில் காரை விட்டுவிட்டு வந்தோம். நான்கு மணி நேரத்திற்கு 37 டாலர் வாடகை. பரவாயில்லையா? அதிர்ச்சியாக இருக்கிறதா? அந்த இடம் அப்படி.

டைம்ஸ் சதுக்கத்தில் நின்றும் நடந்துமாக வேடிக்கை பார்க்க வேண்டும். அங்கே முக்கியமானது, மின்னொளிகளின் பாய்ச்சலில் விளம்பரங்கள் துள்ளி விளையாடிக் கொண்டிருக்கும் காட்சிதான். NASDAQ என்ற மாபெரும் விளம்பர நிறுவனத்தின் மூலம் அது இயங்கிக்கொண்டிருக்கிறது. 120 அடி உயரத்தில் விளம்பரத்திரை (Sign Board) டிஜிடல் வசதிகளுடன் பல வண்ணங்களில் படிமங்கள் வந்து பேசுகின்றன. அவ்வளவு உயரமான நீளமான டிஜிடல் பலகையுடன் கூடிய கட்டத்தையும் பிற வசதிகளையும் அமைக்க 37 மில்லியன் டாலர் செலவிட்டிருக்கிறார்கள் என்று சொல்லப்படுகிறது. அதேபோது, அதன் மூலம் அந்த நிறுவனத்துக்கு ஆண்டுக்கு இரண்டு மில்லியன் டாலர் வாடகையாகக் கிடைக்கிறதாம். பல மாடிகள் அளவுகொண்ட அந்தப் பிரம்மாண்டமான திரைப் பலகையில் பெரிய பெரிய வகை நிறுவனங்களின் விளம்பரங்கள் (Iconic Image) வந்து வந்து போகின்றன. சரி. எவ்வளவு நேரம் தான் ஒளி சிந்தும் இந்தப் பிரம்மாண்ட விளம்பரங்களை ரசிக்க முடியும்?

ஆனால், இது மட்டுமல்ல மத்தியதர வர்க்கத்து மக்களை வெகுவாகக் கவர்கின்ற இந்தச் சதுக்கத்தில், பலவகையான, பல இனங்களைச் சேர்ந்த மக்களின் 'சுதந்திரமான' நடமாட்டங்களைப் பார்க்க முடிகிறது. அப்படிப் பார்த்த சிலவற்றை மட்டும் இங்கே உங்களுக்குச் சொல்லுவேன்:

அந்தப் பரந்த வெளியில், நடமாடிக்கொண்டிருந்த மக்களிடையே, மங்கலாய்ப் பழுப்பேறிய வெள்ளையும், இளம் கறுப்பும், மாந்தளிரும், மங்கலான பழுப்பும், பழுப்பேறிய மஞ்சளும் எனப் பல நிறங்களும் பரவிக்கிடந்தன. பல நிறத்து மக்களைப் பார்க்கிறபோது, மகிழ்ச்சி ஏற்பட்டது. பல மொழிகளின் சப்தங்கள் கேட்டன. தமிழ்ச் சப்தமும்தான். 'அடா, புடா.... மச்சான், மாப்பிள்ளே......' என்ற சப்தங்களோடு மூன்று தமிழ் இளைஞர்கள் உற்சாகமாகப் போய்க்கொண்டிருந்தார்கள். கொஞ்சதூரம் நடந்து சுற்றி வந்தேன். சாலையோரம் நான்கு சைக்கிள் ரிக்ஷாக்கள். எதிர் பார்க்கவில்லை. ஆச்சரியமாக இருந்தது. நம்மூர் சைக்கிள் ரிக்ஷா மாதிரியேதான். இதைவிடச் சற்று உயரம், அவ்வளவுதான். சற்று வயதான வெள்ளைக்காரத் தம்பதிகள், ஒரு ரிக்ஷாவில் ஏறிச் சென்றுகொண்டிருந்தார்கள். ரிக்ஷா மட்டுமல்ல, குதிரை வண்டியும்தான். ஆனால், மூடாக்குப் போட்டதல்ல. உயரமான, திறந்த வண்டி; 'சாரியட்' (chariot) போன்றது; ஆரோக்கியமான குதிரை. இருக்கட்டும். நாங்கள் நின்றுகொண்டிருந்த இடத்தினருகே, நடமாடும் சிறிய மூன்று சக்கர வண்டிகளில் (tricycle) உடனுக்குடன் வேர்க்கடலை வறுத்து விற்பனை நடந்து கொண்டிருந்தது. இரண்டு பொட்டலம் வாங்கினால் ஒன்று இனாம்; விலை 5 டாலர். சில வண்டிகளில் 'சி.டி'க்களை விற்பனைக்காகப் பரப்பி வைத்திருந்தார்கள். ஓரிரண்டு வண்டிகளில் டீஷர்ட், பனியன் போன்றவை விற்பனைக்குக் காத்துக்கிடந்தன. மலிவு விலையில் அலங்காரப் பொருட்களும் கிடைத்தன. சாக்லட், பிஸ்கட் உள்ளிட்ட 'ஸ்நாக்ஸ்'களும் விற்பனையாகிக்கொண்டிருந்தன. சிறிய திறந்த வெளிச் சந்தைபோல் இருந்தது.

செல்வமும், தொழில் நுட்பமும், பெரும் வணிகமும், ஆடம்பர நுகர்வுகளும் மட்டுமல்ல. வறுமையும்தான் உலகமயமாதலைப் பறைசாற்றிக் கொண்டிருந்தது. நாகரிக நுகர்வுக் கலாசார விழுமியங்களின் எதிர்பார்ப்புக்குட்படாத கிராமங்கள், புறநகர்ப் பகுதிகள், திறந்த வெளிகள் முதலியவற்றில்

காணப்படும் காட்சிகள். வெவ்வேறு யதார்த்தங்களைச் சொல்லுகின்றன. டைம்ஸ் சதுக்கம், இவ்வகையில், ஒரு பக்கம் செல்வக் கொழிப்பைக் காட்டினாலும், நடமாடும் அதனுடைய பரந்த வெளி, இன்னொரு பக்கத்தைப் பார்ப்பதற்கும் இடம் தருவதாக இருக்கிறது. திறந்த மனதுடன் பார்க்கிறபோது, பன்முகப்பட்ட வாழ்க்கைநிலைகளை இங்கே உதாரணங்களாகப் பார்க்க முடிகிறது.

சாலைகளின் ஓரங்களில் சிலர், அச்சிட்ட வேண்டுகோள் தாள்களை, நிற்போர், நடப்போர் கைகளிலே கொடுத்து, உதவி கேட்டுக்கொண்டிருந்தனர். நாங்கள் நின்றுகொண்டிருந்த இடத்திலிருந்து சற்றுத் தள்ளி, 40, 45 வயதுக்கு மேல் போகாது, கறுப்பு இனத்தவர் ஒருவர், அந்தக் குளிருக்குள்ளும், ஆடாமல் அசையாமல் நின்றுகொண்டிருந்தார். சும்மா அல்ல அலுமினியப் பவுடர் மாதிரித் தெரிந்தது, வெள்ளையாக. முகம் உட்பட; உடல் பூராவும் பூசியிருந்தார். எவ்வளவு நேரமாக நிற்கிறாரோ இன்னும் எவ்வளவு நேரம் நிற்பாரோ, தெரியாது. வழியில் போகும் சிலர், டாலர் நோட்டுக்களை அவருடைய திறந்த கைகளில் திணித்துவிட்டுச் சென்றார்கள். சாலைத் திருப்பத்தில், ஒரு நான்குபேர் ‘கிதார்’ இசைக் கருவியை மீட்டி அழகாகப் பாடிக்கொண்டிருந்தார்கள். மெலிந்த வெண்மையான அவர்களின் கரங்கள் டாலர் நோட்டுக்களுக்காக நீண்டு நீண்டு மடங்கின. சங்கடமாகத்தான் இருந்தது. ஆனால், இதுபோன்ற காட்சிகளை இங்கு மட்டும் அல்ல, மக்கள் கூடுகிற பொது இடங்களில், முக்கியமாகப் பெரிய நகரங்களில் பார்க்கலாம். சொர்க்கம் என்று சொல்லுகிறோமே அந்த அமெரிக்காவிலா இப்படி என்று கேட்கக்கூடாது.

நாங்கள் மெதுவாக நகர்ந்துகொண்டிருந்தோம். எதிரே மூன்று நான்கு பேர் வந்தார்கள். எங்கள் கையிலே ஒரு நோட்டீஸ் கொடுத்தார்கள். அருகே இருந்தவர்களிடமும் கொடுத்தார்கள். பிராட்வேயிலுள்ள நாடக அரங்கங்களில் நாடகக் கலைஞர்களாகவும் சிறிய நடிகர்களாகவும் தாங்கள் பணிசெய்வதாகக் குறிப்பிடப்பட்டிருந்தது. தங்களைப் போன்ற ஊழியர்களுக்கும் கலைஞர்களுக்கும் சரியான ஊதியம் வழங்கப்படுவதில்லை என்றும் அதேபோது தாங்கள் அதிக நேரம் வேலை வாங்கப்படுவதாகவும் அதில் சொல்லியிருந்தார்கள்.

விரைவில் தாங்கள் வேலை நிறுத்தம் செய்யப்போவதாகவும் மக்களின் ஆதரவு தேவையென்றும் குறிப்பிட்டிருந்தார்கள். அதைச் சொல்லவும் செய்தார்கள். அவர்கள் கொஞ்சப் பேர்தான். ஆனால், குரல் தெளிவாகவும் அதே நேரம் சோகமாகவும் இருந்தது. இந்த மாதிரியான காட்சிகள் வழக்கமானவைதான் போலிருக்கிறது. அங்கு நின்று கொண்டிருந்தவர்களும் நடந்துகொண்டிருந்தவர்களும் பலர். அவர்கள் கண்களில் வேடிக்கை பார்க்கின்ற உணர்வுகள் இருந்தன; இதற்கெல்லாம் சம்பந்தமே இல்லாதவர்கள் போன்ற இறுகிய முகங்களுடன் அவர்கள் நகர்ந்துகொண்டிருந்தார்கள்.

மின்னொளிகளின் வண்ண ஜாலங்களுக்கிடையே அந்தப் பரந்த வெளியில் இப்படிப் பல்வேறு காட்சிகளும் முகங்களும் பளிச்சிட்டு வந்துபோகின்றன. நேரம் ஆகிறது. அருகே 'Hard Rock' என்ற பிரசித்தமான சிற்றுண்டிச்சாலை. ஒரு அரை மணி நேரம் காத்திருந்து இருக்கைகளை ஆட்கொண்டோம். விதவிதமான பெயர்களோடு கூடிய உணவுப் பட்டியலின் வழுவழுப்பான அட்டை, மேஜையிலிருந்து, எங்களுக்கு வரவேற்புச் சொல்லியது. வெளியுலகத்தை மறக்கவைத்துக் கொண்டிருந்தன, உள்ளேயிருந்த ஆடம்பரச் சூழலும் மங்கலமான விளக்கொளியும் பலவகைப்பட்டு மணம் பரப்பும் உணவு வகைகளும் இப்படி எல்லாமும்தான்.

❖

சுதந்திரதேவி சிலை

புலம்புகலின் இலச்சினையாக

அட்லாண்டிக் பெருங்கடலின் ஓரம். அலைகள் துளும்பிச் செல்கின்ற ஒரு சிறிய தீவின் கரையில், பரந்துகிடக்கும் நியூயார்க் துறைமுகத்திற்கு முகம்காட்டி, உயர்ந்து, கட்டடங்களாய் முளைத்துக்கிடக்கிற நியூயார்க் நகரத்தை முகம்பார்த்துக், கம்பீரமாய் நின்று கொண்டிருக்கிறது, சுதந்திரதேவி சிலை (Statue of Liberty). வலிமையான வலது கரத்தில் தீப்பந்தத்தை இறுக்கமாகப் பிடித்து உயரே ஏந்தி, இடது கரத்தை மடக்கி உரிமைப் பட்டயத்தை நெஞ்சின் ஓரம் அணைத்துக் கொண்டு, தோளிலே நீளமான அங்கியைத் தளர்த்திப் போர்த்திக்கொண்டு, நீண்டு விரிந்துகிடக்கும் அந்த நகரத்திற்கும் அதன் காலடிகளைத் தழுவிக்கிடக்கும் பரந்த கடலுக்கும் அழகினையும் அடையாளத் தையும் தந்துகொண்டிருக்கிறது, உயர்ந்து நிற்கும் அந்தச் சிலை.

7

ஒரு காலத்தே, ஐரோப்பிய மேற்கு நாடுகளிலிருந்து முன்னர்க் கண்டறியாத அமெரிக்காவை நோக்கி வாழ்வு தேடி வந்த லட்சக்கணக்கான மக்களுக்குப் புகலிடம் தந்தவாக்கில், அயர்ந்துபோகாமல் நின்று கொண்டிருக்கிறாள், சுதந்திரதேவி. புலம் பெயர்வின் இலச்சினையாக (Symbol of Migration) அந்தச் சிலை, சிறியதொரு தீவை வாசலாக்கிக்கொண்டு நிற்கின்றது. என்னதான்

நாடுகள் என்பவை புகலிடங்களாகக் குடியேற்றங்களாக இருந்தாலும் அல்லது பூர்வீகங்களாக இருந்தாலும், அவை இன்று எல்லைகளை வரையறுத்துக் கொண்டு வரம்புகள் கட்டிக்கொண்டிருக்கின்றன. ஆம். இன்று, அதே கடலின் பாதைகளில் கண்பதித்து அந்நியர்களைக் கண்காணித்துக் கொண்டிருக்கிறாள், அதே சுதந்திர தேவி (Lady of Liberty). உலக அரசியலையும் உலகப் பொருளாதாரத்தையும் கைமடக்கி இறுகப் பற்றிக்கொண்டும், அதனைத் தொடர்ந்து பறிபோகவிடாமல் வைத்துக்கொள்ளத் துடித்துக்கொண்டும் இருக்கும் நியூயார்க்கின் அருகே நின்று தள்ளி, உயரமாய் நின்று தீப்பந்தம் காட்டி வேடிக்கை பார்த்துக்கொண்டிருக்கிறாள், சுதந்திரதேவி.

நியூயார்க் நகரத்தை இரண்டு நாள் சுற்றிப் பார்த்துவிட்டு, மறுநாள் மாலை மயங்குகிற நேரத்தில், சுதந்திரதேவியை அருகேயிருந்து பார்க்கப் போனோம். பல வழிகள் உண்டு;

ஆனால் நாங்கள் ஜெர்சி நகரத்தின் வழியாகப் போனோம். உண்மையில், இந்தச் சிலை இருக்கிற நிலப்பகுதியும் அதன் சுற்றுவட்டாரமும் நியூஜெர்சி மாநிலத்தைச் சேர்ந்ததாகத்

தோன்றினாலும், நடைமுறையில் அது நியூயார்க்கின் ஒரு பகுதியாகவே உள்ளது. எல்லீஸ் தீவு என்ற சிறிய தீவில்தான், இந்தச் சிலை எழுப்பப்பட்டிருக்கிறது. இதற்கு நியூயார்க்கின் தென்கோடியிலுள்ள துறைமுக வளைகுடாப் பகுதியிலிருந்தும் வரலாம்.; அல்லது நியூஜெர்சியின் நிலப்பகுதிகளிலிருந்தும் வரலாம்; விசைப் படகு வசதிகள் (ferry service) நிரம்பவே உண்டு. நியூஜெர்சியின் தென்கிழக்குப் பகுதியில், 'சுதந்திர பூங்கா' (Liberty State Park) என்று ஒரு பகுதி - அதுவரை கார்கள் போகலாம். விசாலமான அந்தப் பகுதியில் எங்கே பார்த்தாலும் சுதந்திரம் (liberty), விடுதலை (freedom) என்ற பெயர்கள்தான். கடற்கரையோடு ஓரமாக வரும் நீண்ட நடைபாதை, இருக்கிறது; அது சுதந்திர நடைபாதை (liberty walk) எனப்படுகிறது. அதன் வழியே நடந்து வந்தால், கடற்காற்றின் இனிமையோடு, சுதந்திர தேவியையும் நியூயார்க் துறைமுகத்தையும் மன்ஹாட்டன் பகுதியையையும் தூரத்துக் காட்சிகளாகப் பார்க்கலாம். ஒரு காலத்தில் சுதந்திர பூங்கா, குடியேற வருவோர்க்கு வழிதருகிற ஒரு பகுதியாகவும், முக்கியமானதாகவும் இருந்திருக்கிறது. முன்னர், ரயில் வசதிகள் இருந்திருக்கின்றன. ஆனால் இப்பகுதி இன்று முக்கியத்துவம் இழந்துவிட்டதாகத் தோன்றுகிறது. ரயில்பாதையும் அது முடிகிற ரயில் நிலையமும் (railway tribunel) இன்னும் இருக்கின்றன என்றாலும், அவை பயனற்றுக் கிடக்கின்றன. இந்த இடத்தினருகே சுதந்திர-நடைபாதையின் ஒரு மையத் திலிருந்து, எல்லிஸ் தீவு, சுதந்திர தீவு என்ற இரண்டு நிலப்பகுதிகளுக்கும் விசைப்படகுகள் செல்லுகின்றன. இந்த இரண்டும் அருகருகே இருப்பவை. பல சமயங்களில் எல்லிஸ்தீவு என்றபெயராலேயே அழைக்கப்படுபவை. 12 ஏக்கர் அளவுகொண்ட இந்தச் சிறிய சுதந்திர தீவிலேதான் அந்தச் சிலை இருக்கிறது. அந்தச் சிலை அங்கே இருப்பதனாலேயேதான் அந்த இடத்திற்கு அந்தப் பெயர்.

ஒரு பொருளின் முக்கியத்துவம் அல்லது அதிகாரம் பற்றிய அதன் குறிப்பு, அது இருக்கின்ற இடம் அல்லது வெளியைச் சார்ந்து(ம்) அமைகிறது. அப்படியானால், இந்தச் சிலை நியூயார்க்கின் மையத்திலோ, வான்முட்டிக் கட்டடங்களின் நடுவிலோ இல்லை. மாறாக, நியூயார்க்கின் புவியியல் தளத்திற்கு 'வெளியே', கடல் சூழ்ந்த ஒரு தீவிலேதான் இருக்கிறது. அதற்காக இதற்கு முக்கியத்துவம் இல்லை என்பது பொருளல்ல; வேறொரு பொருள் இதற்கு இருக்கிறது; அதாவது மேற்கு

ஐரோப்பியர்கள், திரள் திரளாகப் புலம்பெயர்ந்து குடியேறிய ஒரு வரலாற்றுச் செய்தியின் மற்றும் முன்னரே சொன்னதுபோல, ஒருவகை உணர்வின் இலச்சினையாக அல்லது குறியீடாக இருக்கிறது என்று கொள்ளவேண்டும். சிலையை வைப்பதே ஒரு அதிகார அரசியலின் (Politics of Power) மற்றும் ஒரு பண்பாட்டின் வெளிப்பாடுதான். சுதந்திர தேவியின் சிலையை விடுங்கள். பிரபல நடிகை மரிலின் மன்றோவுக்கு, அமெரிக்காவில் அதுவும் பிரசித்திபெற்ற சிகாகோ நகரில், முக்கியமான வீதியில் சிலை இருக்கிறது. 1960-ஐச் சுற்றி ஒரு பத்து அல்லது 20 ஆண்டுகள், ஹாலிவுட் உலகில் முடிசூடா ராணியாக விளங்கியவர், அவர். கவர்ச்சிமிக்க தோற்றத்தாலும், கவர்ச்சிக்கேற்ற நடிப்பாலும், வெளியுலகத்தில் தனது நடவடிக்கைகளால் தந்த அதிர்ச்சி களினாலும், மரிலின்மன்றோ என்ற பெயர்க்கு அன்று மட்டுமல்ல, இன்றும்கூட ஒரு அலாதியான படிமம் உண்டு. அது, அழகோடும், பாலியலோடும் அதிர்ச்சியோடும் சம்பந்தப் பட்டது. 26 அடி உயரமுள்ள சிலை, ‘ஏழாண்டுத் தினவு’ (Seven years Itch) என்ற பிரசித்தமான திரைப்படத்தில் பிரபலமான தனியே அடையாளம் காட்டுகிறமாதிரியான தோற்றம் கொண்டது. வெள்ளை அரை கவுன் ஆடை, விரிந்து காற்றிலே மேல் தூக்கிப் பறக்க, அதனை, மேலும் பறந்துவிடாமல் முன்னால் சற்றுக் குனிந்து கைகளால் பிடித்துக்கொள்ள, குனிந்த அந்தத் தோற்றத்தில், உள்ளே அணிந்திருக்கிற குறுகிய உள்ளாடை, பின்புறமாகச் சிறிது தெரிய, எல்லாம் சுத்தமான வெண்ணிறப் படிமமாக - ஒரு தொன்மத்தை (myth) உருவாக்கிக்கொண்டு சிலையாக நிற்கிறாள், மரிலின் மன்றோ. ‘எப்போதும் மரிலின்’ (Forever Marilyn) என்ற பெயரோடு அந்தச் சிலையை வடிவமைத்து அங்கே நிறுத்திய ஸ்டூவர்ட் ஜான்சன், அந்தச் சிலை ஏற்படுத்திய சர்ச்சைகளில் மகிழ்ச்சியடைகிறார். ஒரு நாட்டின் வெகுமக்கள் கலாச்சாரத்தில் (mass culture) பிரபலங்களுக்கு இப்படியெல்லாம் மவுசுகள் ஏற்படுவது இயற்கை. போகட்டும். அது வேறு; நாம் இங்கே சொல்லிக்கொண்டிருக்கிற சுதந்திர தேவி சிலை வேறு.

அமெரிக்காவின் வரலாற்றில், இங்கே குடியேறிய ஐரோப்பியர்களுள் முக்கால்வாசிப் பேர் இந்த எல்லிஸ் தீவும் ஜெர்சியின் சுதந்திர பூங்காவும் உட்பட்ட பகுதி வழியாகத்தான் வந்தார்கள் என்றும் 1892-1954 என்ற காலப் பகுதியில் மட்டும் சுமார் 18 மில்லியன் மக்கள், இந்தப் பகுதியை நுழைவாயிலாகக்

கொண்டு, உள்ளே பல பகுதிகளில் பரவியிருக்கிறார்கள் என்றும் அமெரிக்க வரலாறு கூறுகிறது. எல்லீஸ் தீவிலுள்ள 'குடியேற்ற-அருங்காட்சியகம்' (Immigration - Museum), இவர்களைப் பற்றிய செய்திகளையும் இவர்களில் ஒருசிலருடைய அனுபவங்களையும் பாதுகாத்து வைத்திருக்கிறது. அமெரிக்கா, தான் ஒரு 'குடியேறிகளின் நாடு' (Country of Immigrants) என்ற செய்தியைச் சொல்லுவதாக - அதன் அடையாளமாக இந்தச் சிலை கருதப்படுகிறது. அதேபோது, இன்று வேறுவிதத்தில் அவலங்கள், அடிமைத்தனங்கள், வன்கொடுமைகள் என்பவற்றிலிருந்து தப்பித்துப் போதல் (escape from oppression) அல்லது விடுதலை பெறுதல் என்ற உணர்வின் குறியீடாகவும் இந்தச் சிலை விளங்குகிறது. இது, பிரான்சு நாட்டினரால் 1884-இல் அமெரிக்காவுக்குப் பரிசாகத் தரப்பட்டது. மாவீரன் நெப்போலியனுடைய எதேச்சதிகார வன்கொடுமைச் சூழல்களில் அவதிப்பட்ட அன்றைய பிரான்சு, அதிலிருந்து விடுபட, அமெரிக்கா உதவிகள் செய்தது. அதனை நன்றியோடு நினைவு கொள்கிற விதத்தில் அந்த நாடு இப்படியொரு பரிசைத் தந்திருக்கிறது. அந்த நல்லுணர்வின் அடையாளம்தான் இந்தச் சிலை. 'உலகத்தைப் பிரகாசமாக்கும் சுதந்திரம்' (Liberty enlightening the world) என்ற பெயரோடு பிரான்சிலே முழுதுமாக வடிவமைக்கப்பட்டு இது, அமெரிக்காவுக்கு வந்தது. குடியேற்றத்தையும் சுதந்திரத்தையும் கம்பீரமாகப் பிரகடனப்படுத்துவது, இந்தச் சிலை தருகின்ற செய்தி.

இந்தச் சிலை, தரையிலிருந்து மேலே வரை 305 அடி உயரம் கொண்டது. அடித்தளம் உள்ளிட்ட மேடையின் உயரம் 154 அடி. சிலை மட்டும் தனியே 151 அடி. சிலையின் உட் பருமன், அதன் 'தோல்', மற்றும் வெவ்வேறு பகுதிகள் முழுமையும் தாமிரத் தகடுகளினால் ஆனவை. இது மட்டுமே 907 டன் எடை கொண்டது. எலும்பு போன்ற உட் பகுதி, இரும்புச் சட்டங்களினால் ஆனது. தலைமுடி, தங்கத்தினால் இழைக்கப்பட்டது. சிலையை வடிவமைத்தவர் பிரான்சு நாட்டின் பர்தோல்டி (Frederik Auguste Bertholdi) என்பவர். வடிவத் திட்டத்தோடு கூடிய உள்ளேயுள்ள இரும்புச் சட்டத்தை வடிவமைத்துத் தந்தவர், பாரிஸ் நகரத்தின் ஈஃபில் கோபுரத்தைத் தந்த ஈபில் (Eiffel) என்னும் கலைஞர்.

உயரப்பிடித்த வலது கையில், தீப்பந்தம். மடங்கிய இடது கையில், மூடிய ஒரு நினைவுப் பெட்டகம் (tablet). அமெரிக்கா, உள்நாட்டுப் போருக்குப் பின், சுதந்திர நாடாகத் தன்னைப்

பிரகடனம் செய்துகொண்ட ஜூலை 4,1776 என்னும் தேதி அதில் பொறிக்கப்பட்டுள்ளது. இவை சில விவரங்கள். அவ்வளவுதான். இந்தச் சிலையில் வடிவங்கொண்டிருக்கும் பெண்மணி யார்? ஃபிரெஞ்சுப் பெண் என்பது சிலரது கருத்து; இல்லை இல்லை. ஆங்கிலப் பெண்தான் என்ற விவாதம், சிலருடையது. அதுசரி, சிலையை வடிவமைத்த கலைஞரின் அன்னையோ அல்லது அவரை விட்டுச் சென்ற காதலியோ அப்படி அந்தச் சிலையின் வடிவமாக ஆகியிருக்கக்கூடாதா என்ன? நமக்கு எதற்கு இந்த ஆராய்ச்சி? ஏறிட்டுப் பார்த்தால் அந்தப் பெண், கம்பீரமாகவும் 40 வயது மதிக்கத்தக்க மரியாதைக்குரிய தோற்றத்துடன் கூடியவளாகவும் இருக்கிறாள். கூர்மையாக, மூக்கும் முழியுமாக இருக்கிற அந்தப் பெண்ணின் முகத்தில், தாண்டவமாடும் நடராசனின் நமுட்டுச் சிரிப்போடு கூடிய வெற்றிப் புன்னகையோ, மோனாலிசாவின் மோகனப் புன்னகையோ, புத்தபிரானின் (சிங்களப் புத்தர், வேறு வகையான ஒரு நபர்) அமைதிப் புன்னகையோ இல்லை; ஆனால், அமெரிக்கச் சிலைக்கு, வலுவும் வல்லாண்மையும்தானே வேண்டியிருந்திருக்கிறது. அதுதானே, அந்த நாட்டின் அடையாளமாகியிருக்கிறது.

305 அடி உயரம் என்பது அதிகமான உயரமில்லைதான். ஆனால், நியுயார்க்கை நேர்முகமாகப் பார்க்க அந்த உயரம் போதுமானதாக இருக்கும். உயரங்கள் தெரியுமோ? ஆசைகளின் பெருமித உணர்வுகளின் அளவுகள், (விக்கிரக) உருவ வழிபாடு களையும் சடங்குகளையும் மறுதலித்த புத்தருக்குத்தான் உலகத்திலேயே அதிகமான உயரம்கொண்ட சிலைகள். ஜப்பான்-டோக்கியோவில் உஷிக்கு அமிதா புத்தா (Ushikku Amidha Budda) என்ற பெயரில் உள்ள புத்தர் சிலைதான், உலகத்திலேயே அதிகம் உயரமான சிலை. வெண்கலத்தில் (bronze), 394 அடிகள் கொண்ட இந்தச் சிலை, நின்ற கோலத்தில் உள்ளது. 35 அடி உயரம் கொண்ட விரிந்த தாமரைப்பூவில், நிற்கும் கோலத்துடன் கூடிய இந்தப் புத்தர் சிலை, அமெரிக்க சுதந்திரதேவி சிலையைவிட மூன்று மடங்கு உயரம்கொண்டது; மொத்த அளவையில் 30 மடங்கு பெரியது. சீனாவில், லெஸ் டொர்ன் என்ற பகுதியில் மூன்று நதிகள் கூடுகிற இடத்தில் உட்கார்ந்த கோலத்தில், கல்லினால் ஆன சிலையாக இன்னொரு புத்தர்இருக்கிறார். 233 அடிகள் கொண்ட இந்தச் சிலை, உட்கார்ந்த கோலத்துச் சிலைகளுள் - மற்றும் கல்லினால் ஆனவற்றுள்- உலகத்திலேயே மிகப்பெரியது.

இந்தியாவில், உ. பி. யில் இதனை விடவும் உயரமான சிலையை எழுப்பத் திட்டமிருக்கிறதாம். யாருக்கு? புத்தருக்குத்தான்.

சுதந்திரதேவி பீடத்தின் உள்ளே நுழைந்தால், மேலே மேடைவரை செல்லுவதற்குப் படிகளும் லிஃப்டும் இருக்கின்றன. கீழே ஒவ்வொரு பக்கமும் அந்தச் சிலை தனித்தனிப் பகுதிகளாக எவ்வாறு உருவாக்கப்பட்டது என்பதற்குரிய விவரங்கள் காட்சிப் பொருளாக வைக்கப்பட்டுள்ளன. அதனுடைய உறுப்புக்களின் மாதிரிகள் வைக்கப்பட்டுள்ளன. நகங்களோடு கூடிய கால்பாதம், கை, முகம், மூக்கு, கிரீடம், தீப்பந்தம் என்று ஒவ்வொன்றும் மொத்தச் சிலையில் எந்த அளவிலிருக்குமோ, எப்படியிருக்குமோ அப்படியே வைக்கப்பட்டுள்ளன. அதனுடைய விவரங்களும் அங்கே குறிக்கப்பட்டுள்ளன. தனித்தனியே உறுப்புக்களின் மாதிரிகளைப் பார்க்கிறபோது, சிலை அமைப்பு என்பதை, அறிவியல் நுட்பம் சார்ந்த ஒரு கலையாக நம்மால் உணரமுடிகிறது.

சிலை நிற்கின்ற மேடைக்கு ஏறி வந்தோம். விசாலமான அந்த மேடையைச் சுற்றிவந்தால், ஒரு புதிய உலகமே காட்சிக்கு வந்ததுபோல் தோன்றியது. இரவு நேரம் வந்துவிட்டதால், எங்குப் பார்த்தாலும் பிரகாசிக்கும் ஒளிவிளக்குகளில் விசாலமான காட்சி, கண்களுக்குள் விளையாட்டுக் காட்டியது. பகலில் ஒரு நகரத்தைப் பார்ப்பதற்கும், உயரமான இடத்திலிருந்து- தூரமாக இருந்தாலும்- இரவு விளக்குகளில் பார்ப்பதற்கும் எவ்வளவு பெரிய வேறுபாடு! மேடையிலிருந்து சிலையைத் தொட்டுப் பார்த்து, அந்தத் தொடுஉணர்ச்சியின் மகிழ்ச்சி பொங்க மேடையில் சுற்றி வந்து பார்த்தோம். தொலைவு, உயரம், அகன்ற அகலம் என்ற முப்பரிமாணச் சட்டகத்தில் பிரமாண்டமான தோற்றம் கண்முன் எழுந்தது. நேரே நியூயார்க் துறைமுகத்தின் பிரமிப்பூட்டும் தோற்றம் ஒரு பக்கம்; நியூயார்க் நகரத்தின் வான்முட்டிக் கொஞ்சி விளையாடும் எம்பயர் ஸ்டேட் பில்டிங், ராக்ஃபெல்லர்மையம் முதலான பல பெரிய கட்டடங்களின் தொகுப்பான தோற்றம் ஒரு பக்கம்; புரூக்ளின் மேம்பாலமும் அதன் மேலே 'விருட் விருட் எனச் செல்லும் வாகனங்களின் நட்சத்திரஒளிகளும் ஒருபக்கம்; எல்லாவற்றையும் ஒரே காட்சிப்பரிமாணத்தில், ஒரு தொகுப்பாகப் பார்க்கிறபோது, புதிதாய் ஒரு பெரிய திரைச்சீலையில், பன்முகப்பட்ட காட்சி வடிவங்களைச் சுழலவிட்டுப் பார்ப்பதுபோன்ற ஒரு அனுபவம், நம் உள்ளம் முழுக்க ஊடுபரவுகின்றது. மேலும் தலையைக்

கொஞ்சம் வளைத்துப் பார்த்தால், நீண்டு உயர்ந்த கட்டடங்களின் தொகுப்பாக வெளிப்படும் நியுஜெர்சி நகரத்தின் மையப் பகுதி (down town) யின் காட்சி, ஒருபக்கம் போட்டி போட்டுக்கொண்டு நம் கண்களை நிரப்புகின்றது. இப்படி நாலாப்பக்கமும், சுற்றிலும் உயிர்ப்புடனும் அந்த உயிர்ப்பினை வரைந்து காட்டும் ஒளியுடனும், காட்சிகள் கண்களில் நிரம்பி வழிந்துகொண்டிருந்தன. அட்லாண்டிக் பெருங்கடலின் சலனமற்ற நீல நெடும்பரப்பில் இதனைப் பார்க்கும்போது ஒரு ஓவியனாகவோ, திறன்பெற்ற ஒளிப்பதிவாளனாகவோ இருந்தால் தேவலாமே என்று எண்ணத் தோன்றியது.

❖

8

நியூஜெர்சி

இளைப்பாறும் நிழல்

“நியூயார்க் நகரத்தில் வாழ்வதாக இருந்தால், ஒன்றில் உனக்கு லாட்டரிச்சீட்டு விழவேண்டும்; அல்லது, உன் பெற்றோர்க்கு லாட்டரிச் சீட்டு விழுந்து பாதுகாப்பாக முதலீடு செய்திருக்க வேண்டும்.” - லொர்ரி மூர் என்ற அமெரிக்கர் ஒருவரின் நாவலில் (Lorrie Moore, ‘A Gateway at the Stairs’-2009) ஒரு பாத்திரம் இப்படிக் கூறும். வீடுகள் மற்றும் அத்தியாவசியப் பொருள்களின் விலைவாசிகள் அதிகம் என்பதால் மட்டுமல்ல, கேளிக்கைகளும் சமூகநெருக்குதல்களும் (social pressure) தருகின்ற ஒரு நிலை, இது. முக்கியமாக, மத்தியதர வர்க்கத்தினரின் வாழ்க்கையில், இத்தகைய நெருக்கடிகள் / சமூகத்தேவைகள், பெரும்நகரங்களில் துலாம் பரமாக இருக்கின்றன. இப்படித்தான் நியூயார்க்கில் பணி செய்கிறவர்கள், தொழில் செய்கிறவர்கள் பலர்- ஜெர்சி நகரத்தில் குடியிருக்கிறார்கள். நெருக்கடிகள் குறைந்த - மூச்சுவிடக்கூடிய குடியிருப்புவெளிகள், கொல்லைப் புறங்களோடு கூடிய சற்று விசாலமான வீடுகள், தேவைக்கேற்ற கடைகள், திரைப்பட அரங்கங்கள், கேளிக்கை வெளிகள், என்று கிடக்கிற ஜெர்சி நகரத்தில் நியூயார்க்கின் பகட்டுகளோ பரபரப்புக்களோ இடநெருக்கடிகளோ இல்லை. இத்தனைக்கும் நியூயார்க்கும் நியூஜெர்சியும் இரட்டை நகரங்கள் மாதிரித் தான்.

நாங்கள், நியூயார்க் நகருக்கும் நியூஜெர்சிக்கும் இடையில் இருக்கும்'நெவ் ஆர்க்' என்ற பகுதியில் தங்கியிருந்தோம். எனவே, அதன் வழியாகத்தான் நியூயார்க் நகரத்திற்குச் சென்று வந்தோம். ஹாலண்டு குகைச் சாலை (Holland Tunnel) ஜெர்சி நகரத்தையும் நியூயார்க் நகரத்தையும் இணைக்கின்ற சாலைகளில் மிக முக்கியமானது. நான்குநாட்களும் தினமும் அந்த வழியாகத்தான் போய் வந்துகொண்டிருந்தோம். அப்போது பார்த்திருக்கிறேன்- விசாலமாக மூன்று மூன்று வழித்தடங்கள் இருந்தாலும், எப்போதும் எறும்புகளின் சீரான வரிசையைப் போல்தான் கார்கள் நெருங்கித் தழுவிப் போய்க்கொண்டிருக்கும். இப்படி ஒரு நெருக்கடியான போக்குவரத்துச் சூழலில்தான் அதுவும் குறிப்பிட்ட இந்த விசேடச் சாலையில், உள்ளே நுழைவதற்குச் சுங்கக்கட்டணம்- ஆறு அல்லது ஏழு டாலர் என்று நினைக்கிறேன்- செலுத்திவிட்டுப் பயணம் மட்டுமே ஒரு மணி, இரண்டு மணி நேரம் கூட ஆகிவிடலாம்; இப்படிப் போய்வருவது எவ்வளவு சிரமம்! ஆனால் மெட்ரோ ரயில் ஜெர்சி நகரத்தையும் நியூயார்க் கையும் இணைத்துக்கொண்டு செல்லுகிறது. அடிக்கொருமுறை இயங்கும் அந்த மெட்ரோவில் சென்று வருபவர்கள், அதிகம்பேர். இப்படி ஜெர்சியிலிருந்து தினமும் நியூயார்க் சென்று வருபவர்கள், ஏராளமானபேர் என்கிறார்கள். அலுத்துக் கொண்டாலும், அது அப்படித்தான்; நியூயார்க் நகரத்தின் உள்ளே குடியிருப்பது, இதைவிடச் சிரமங்கள் நிறைந்தது என்று கருதுகிறார்கள்.

ஜெர்சி நகரில், முதலில் எங்களுடைய மருமகனின் நண்பர் ஒருவர் வீட்டுக்குச் சென்றோம். அது பெரிய குடும்பம், கூட்டுக் குடும்பம்; 12 பேர் உறுப்பினர்கள். ஏற்கனவே, அங்கே வருவதாகத் தகவல் சொல்லியிருந்தோம். ஒரு பாதிப்பேர் இருந்தார்கள். அது பெரியவீடு.

அடித்தளத்தில் மூன்று கார்களும் ஒரு வேனும் நின்றிருந்தன. அதற்குமேலேயுள்ள தளத்தில் ஏழு அல்லது எட்டுப் பெரிய அறைகள்; மாடியில் அதேபோலப் பல அறைகள். வீட்டுக்குப் பின்னாலும் சுற்றுப்பகுதியிலும் இருபது சென்ட் நிலமிருக்கும்- ஆரஞ்சு, எலுமிச்சை, ஆப்பிள், செர்ரி என்று பல மரங்களிருந்தன. பெரிய தொட்டிகளில் கறிவேப்பிலை, மல்லிகை, என்று சில தமிழ் வமிசாவழிச் செடிகள். இவை, குளிர்காலத்தில் வீட்டின் பின் வராந்தாவிற்கு வந்துவிடுமாம். மேலும் அந்த விசாலமான

பகுதியில் பேட்மின்டன் விளையாடும் இடமும், குழந்தைகளுக்காக ஊஞ்சலும், சறுக்குப் பலகையும் இருந்தன. வீடு, ஆடம்பரமாக இல்லை. ஆனால், விசாலமாக, வசதியாக உள்ள வீடு. விரிவான சுற்றுப்புறம் கொண்ட விசாலமான வீடு கிடைப்பது நியூயார்க் நகரத்தின் உள்பகுதியில் மிகவும் அரிது. எனவே, ஜெர்சி நகரம் அவர்களுக்கு வசதியாக இருக்கிறது என்று சொன்னார்கள்.

முதலில் அந்த நண்பர்தான், கணினித் தொழிலகம் ஒன்றற்கு வேலைக்குவந்தாராம். பிறகு, படிப்படியாகத் தன்னுடைய இரு தம்பிகள், அவர்களுடைய மனைவிமார்கள், பிறகு அவருடைய தங்கை, பிறகு, தன்னுடைய தாய், தந்தை என்று திட்டமிட்டுப் படிப்படியாக அழைத்துக் கொண்டு வந்து சேர்த்துவிட்டார். அவரவர்க்கு வசதியாகத் தொழில்களும் ஏற்படுத்திக் கொடுத்து விட்டார். ஒரு தம்பி, இருபது மைல்கள் தூரத்தில் ஒரு இடத்தில் விவசாயம் பார்க்கிறாராம். வருமானம் பரவாயில்லை என்று சொல்லுகிறார். ஊர்க்கதைகளைக் கேட்பதில் மிகவும் ஆர்வம் இருந்தது, அவர்களுக்கு. எங்களுக்குக் கொஞ்சம் அவசரம்தான் ஒரு முக்கால் மணிநேரம் அங்கே இருந்திருப்போம். கிளம்பி விட்டோம். இந்த நண்பர், தன்னுடைய பணிக்காக அங்கேயிருந்து, தினந்தோறும் நியூயார்க் போய் வந்துகொண்டிருக்கிறார்.

அமெரிக்காவில் தமிழர்கள் நாலாத் திசையிலும் பரவிக் கிடக்கிறார்கள் என்றாலும், தமிழர்கள் கணிசமாக வாழுகின்ற பகுதிகளில் நியூஜெர்சி முக்கியமானது. அமெரிக்காவிலுள்ள தமிழர்கள் அல்லது அமெரிக்கத் தமிழர்கள் என்போர் பெரும் பாலோர் இந்தியாவிலிருந்து போனவர்கள்தான் என்றாலும், அது அவர்களை மட்டுமே குறிப்பதல்ல; அவர்களையன்றியும் இலங்கை, சிங்கப்பூர், மலேசியா ஆகிய நாடுகளிலிருந்தும் மற்றும், தென்னாப்பிரிக்கா, மேற்குஇந்தியத்தீவுகள், இந்தோனேசியா முதலிய நாடுகளிலிருந்தும் சென்ற தமிழர்களையும் அது குறிக்கும். ஈழத்துத்தமிழர்கள் தமிழ்உணர்வையும் தமிழ் - அடையாளத்தையும், செயல்பாடுகளையும் பெருமிதத்தோடு பேணுபவர்கள். ஆனால், அமெரிக்காவில் அவர்களுடைய எண்ணிக்கை மிகவும் குறைவுதான்.

சுதந்திரதேவி சிலையைப் பார்த்துவிட்டு - பக்கம்தானே- இரவு எட்டு மணிக்கு முன்னாலேயே ஜெர்சி நகரத்துக்குள் வந்துவிட்டோம். உள்ளே வீதிகளுக்குள் நுழையும்போதே,

பழைய காலத்து வீதிகள் போன்ற அமைப்புத்தான் முதலில் குறுக்கிட்டது. முதலில், ஏற்கனவே சொன்ன, குடும்ப நண்பர் வீட்டுக்குப்போய்விட்டு அங்கிருந்து தேடியெடுத்து JFK (ஜான் எஃப் கென்னடி) பெருவீதிக்கு வந்தோம். அங்கிருந்து நேரே போனால் இந்தியா சதுக்கம் (India Square) வருகிறது. ஒரு பெருவீதி இரண்டு சிறிய வீதிகள் சந்திக்கிற இடம்தான் இந்த இந்தியா சதுக்கம். இந்தியர்களின் செல்வாக்கிற்கு இந்தப் பெயர் ஒரு அடையாளம். மேலும் இந்தப் பகுதியில் இந்தியர்களின் வீடுகளும் கடைகளும் ஓரளவு அதிகமாகவே இருப்பதால், இதனை இந்தியா சதுக்க மாவட்டம் என்றும் அழைக்கிறார்கள்.

ஜெர்சிநகரம் இரண்டரைலட்சம் மக்கள் தொகைகொண்டது. நியுஜெர்சி மாநிலத்தில் இரண்டாவது பெரிய நகரம் இது. முதலாவது நகரம் நெவ் ஆர்க் (New Ark) என்பதாகும். மேலும் இந்த ஜெர்சி நகரம், பல வேறுபட்ட இனத்து மக்கள் வாழுகின்ற நகரமாகும். கென்யா, எகிப்து, இந்தியா, பாகிஸ்தான், கயானா, நைஜீரியா நாட்டு மக்கள் இங்கே வாழுகின்றனர். இவர்கள் எல்லாம் ஒற்றுமையாக - அல்லது, தங்களுக்குள் கலவரமின்றித் தான் வாழுகிறார்கள். ஆனால், வெள்ளை அமெரிக்கர்களினால், இங்கே அவ்வப்போது இனக் கலவரங்கள் நடக்காமல் இல்லை. சொல்லப்போனால் இன்றைய அமெரிக்காவில் எல்லோருமே குடியேறிகள்தான். பூர்வகுடியினர் சிறிய எண்ணிக்கையினர்தான் என்றாலும் பெரும்பான்மையாகவும் வலுவாகவும் உள்ள வெள்ளை அமெரிக்கர்கள் அவ்வப்போது பழுப்பு நிறத்து அல்லது கறுப்பு நிறத்து மக்களுக்கு எதிராக வன்முறைகளில் ஈடுபடுவது உண்டு. ஜெர்சியில் 1987இல் 'Dotbusters' என்ற பெயரோடு வெள்ளை இனத்தவர்களுடைய குழு ஒன்று முக்கியமாகத் தென் ஆசிய மக்களை (இந்தியா, பாகிஸ்தான், சைனா முதலிய நாடுகளின் மக்களை) எதிர்த்துத் தாக்குதல் நடத்தியிருக்கிறார்கள். உயிர்ச் சேதமும் பொருட் சேதமும் கணிசமாக ஏற்பட்டிருக்கிறது. அது, அப்போது பெரிய செய்தி. இன்று அப்படி இல்லை, இந்த மாநிலத்தில் என்கிறார்கள். இன்றைய ஜெர்சி நகரத்து மேயர், கொரியன் நாட்டைச் சேர்ந்தவர். துணைமேயர், ஒரு இந்தியராம்.

நியுஜெர்சியில் மட்டுமல்ல, அமெரிக்காவிலேயே, இந்தியர்கள் என்றால், அதிக எண்ணிக்கையில் இருப்பவர்களும், செல்வமும் அரசியல் உள்ளிட்ட செல்வாக்கும் உடையவர்களும் குஜராத்,

பஞ்சாப், வடக்கு உபி. முதலிய பகுதிகளிலிருந்து வந்தவர்கள்தான். விடுதிகள் (நியூயார்க் மன்ஹாட்டன் பகுதியில் படேல் இனத்துக் காரர்களின் விடுதி ஒன்று சற்றுப் பிரசித்தமானது.) சிற்றுண்டிச் சாலைகள், மளிகைக் கடைகள், துணிக்கடைகள், நகைக்கடைகள், பெட்ரோல்பங்க்கள், மோட்டார் ஒர்க்ஷாப்கள் என்று அவர்கள் சுயமாகப் பல தொழில்கள் செய்கிறார்கள். தவிர, மருத்துவர்கள், வழக்குரைஞர்கள், கணக்குத் தணிக்கையாளர்கள், நிதி ஆலோசகர்கள் என்று வருவாய் அதிகமுடைய சொந்தப் பணிகளிலும் இருக்கிறார்கள். சீக்கியர்கள், இவற்றோடுகூடப் பலர் (முக்கியமாக நியூயார்க்கில்) ஜெர்சி நகரத்தில், குஜராத் தியர்களின் மோட்டார் ஒர்க்ஷாப்புகளும், நகைக்கடைகளும், ஆயத்த துணிக்கடைகளும் பல இருக்கின்றன. அவர்களுடைய மொழி, பெயர்ப்பலகைகளில் காணப்படுகின்றது. பலர், டாக்சிகள் - உரிமையாளர்களாகவும் ஓட்டுநர்களாகவும் இருக்கிறார்கள். அமெரிக்காவில் உள்ள தமிழர்களில் அல்லது தெலுங்கர்களில் பெரும்பாலோர் கணினிப்பொறியாளர்கள்தான். பாதுகாப்பான வசதிகள்தான் (comforts) தமிழர்கள் அல்லது தென்னிந்தியர்கள் தேடுவது.

ஜெர்சி நகரத்தில் 'இந்தியா சதுக்கத்தில்', ஒரு குறுகலான தெரு. வரிசையாகச் சிறிய சிறிய கடைகள். பெரும்பாலும் சிற்றுண்டிக் கடைகள். மேலும், சுடிதார்கள், சல்வார் கம்மீஸ்கள், சேலைகள் விற்கும் துணிக்கடைகள், அலங்கார அணிகலன்கள் விற்கும் கடைகள்...... கிட்டத்தட்ட இவையெல்லாம் சேர்ந்து 30 அல்லது 40 கடைகள்கொண்ட ஒரு கடை வீதியாக அது இருந்தது. நாங்கள் அங்கே போனநேரம், இரவின் தொடக்கம். கடைவீதி, ஓரளவு நல்ல கூட்டமாக இருந்தது. மக்கள் கலகலப்பாகவும் நெருக்கமாகவும் போய் வந்துகொண்டிருந்தார்கள். பெரும் பாலும் சிற்றுண்டிச் சாலைகளில்தான் கூட்டம். Pizza Hut என்ற பிரபலமான பெயரைப் போலி செய்து Dosa Hut என்று ஒரு கடை இருந்தது. பெரும்பாலானவை வடநாட்டுக்காரர்களின் கடைகளாக இருந்தாலும் தோசை, இட்லி, சாம்பார், ஊத்தப்பம், வெண்பொங்கல் என்று இவையெல்லாம் இத்தகைய கடைகளில் தாராளமாகக் கிடைக்கின்றன. இவை, இந்திய தேசிய உணவுகளாக ஆகிவிட்டன. இந்திய உணவுகளில், 'தோசை'க்கு அமெரிக்காவில் ஒரு நல்ல பெயரும் அங்கீகாரமும் இருக்கிறது. நாங்கள் எங்கே

நுழைவது என்று கொஞ்சநேரம் பார்த்துவிட்டு, ஏதோ ஒரு கடைக்குள் நுழைந்தோம். எல்லாம், சிறிய கடைகள்தான். கேசரி, இட்லி, பொங்கல், வடை, காஃபி என்று சாப்பிட்டோம். மோசமில்லை. நம்மூர் ருசி ஓரளவு இருந்தது. போதாதா, என்ன? சாப்பிட்டுவிட்டு அந்தக் கடைவீதியில் கொஞ்ச தூரம் காலார நடந்துபோனோம்.

பெரும்பாலும் இந்தியர்களாகவே தென்பட்ட அந்தப் பகுதியில் - இந்திய 'மணத்தை' நுகரவேண்டாமா? அப்படிப் போகிறபோது, சற்றுத் தூரத்தில் மூன்று இளைஞர்கள் - நம்மூர்க்காரர்கள் போலிருந்தது; வந்துகொண்டிருந்தனர். அதில், ஒரு பையன் வேகமாக எங்களை நோக்கி வந்தான். பார்த்த முகம் மாதிரி இருந்தது. அட...... என்னுடன் பணிபுரிந்த நண்பர் ஒருவரின் மகன். ஒரு மூன்று ஆண்டுகளுக்கு முன்னால் தான், திருச்சியில் அவனுக்குத் திருமணம் நடந்தது - போயிருந்தேன் - நினைவு இருக்கிறது. எதிர்பாராத இடத்தில் சந்தித்ததில் இருவருக்குமே ரொம்ப மகிழ்ச்சி. "அங்கிள்.... எதிர்பார்க்கவே இல்லையே... எப்போ வந்தீங்க? எங்கே வந்தீங்க? எவ்வளவு நாளாச்சு?" என்று பல கேள்விகள். அந்தப் பையன் நியூஜெர்சியில்தான் குடியிருக்கிறான். நியூயார்க்கில் ஒரு கணினி நிறுவனத்தில் வேலை பார்க்கிறான். 'எங்கே'ப்பா... உன் வீட்டுக்காரியைக் காணோம். கூட்டிட்டு வரவில்லையா, என்ன...? என்று கேட்டேன். அவள், பிரசவத்திற்காக, அவளுடைய அண்ணன் வீட்டிற்குப் போயிருக்கிறாளாம். அண்ணன் வீடு நான்கு மணி விமான பயணத் தூரத்தில், சிகாகோவில் இருக்கிறதாம். உற்சாகமாகப் பேசினான். தன் நண்பர்களை அறிமுகப்படுத்தினான். ஒருவன் - அவனுக்கு 30 வயதுக்கு மேல் இருக்கும். திருமணம் ஆகாதவன். இன்னொருவன் தன் மனைவியை வீட்டில் விட்டுவிட்டு நண்பர்களுடன் ஒரு 'நடை' வந்திருக்கிறான். "ஊருக்குப் போனவுடன், அப்பாவைப் பார்த்துச் சொல்லுங்கள், அங்கிள்." என்று இரண்டு மூன்று முறை கேட்டுக்கொண்டான். ஒரு பதினைந்து நிமிடம் அவனுடன் தமிழ் நாட்டிலிருந்தோம். வீட்டிற்கு அழைத்தான். "விமானநிலையம் போகவேண்டும்; நேரமாகிவிட்டது; பன்னிரண்டு மணிக்குப் பக்கத்தில் அங்கே இருக்கவேண்டும்." என்று சொல்லிவிட்டுக் கிளம்பி வந்தோம்.

❖

9

டால்லஸ்

பெருநகரக் குழுமம்

அமெரிக்காவில் கலிபோர்னியாவுக்கு அடுத்து, இரண்டாவது பெரிய மாநிலம், டெக்சாஸ். டெக்சாஸில் இரண்டாவது பெரிய நகரம், டால்லஸ் (Dallas). கலிபோர்னியா மாதிரி இல்லை - இங்கு வெப்பம் அதிகம். ஆனாலும், டால்லசும் அதனைச் சுற்றியுள்ள பகுதிகளும் அண்மைக்காலமாக வேகமாக வளர்ந்து வருகின்றன. பெட்ரோல் உற்பத்தியும் சோளம் மற்றும் பருத்தி முதலிய பொருள் களின் உற்பத்தியும் திறன்மிக்க பல வணிகக் கேந்திரங்களின், மேலும், சமீப காலமாகப் பெருகிவரும் கணினித் தொழிலின் வளர்ச்சியும் காரணங்கள் என்று சொல்லப்படுகிறது. டால்லஸ், முதன் முதலாக உலகத்தின் கவனத்தைப் பெற்றது, 1963இல். அமெரிக்காவின் அன்றைய புகழ்பெற்ற குடியரசுத் தலைவர் ஜான்கென்னடி, இந்த டால்லஸ் நகரில்தான் துப்பாக்கியால் சுடப்பட்டுக் கொல்லப் பட்டார். சுட்டவன், ஓஸ்வால்ட் (Oswald) என்பவன். கென்னடிக்கு இங்கே நினைவாலயம் வைத்திருக்கிறார்கள். டால்லசுப் பக்கம் வந்துவிட்டு அங்கே போகாமல் இருக்க முடியுமா?

கென்னடி சுடப்பட்ட இடம் அகலமான ஒரு வீதி. அருகே புத்தகக் கடையாகவும் சில சிறிய கடைகளாகவும், சாலையின் திருப்பத்தில்

இருந்து இரண்டு மாடிக் கட்டடம் இருந்ததாம். இன்று இதனை நவீனப்படுத்திக் 'கென்னடி அருங்காட்சியகம்' வைத்திருக்கிறார்கள். அவருடைய வாழ்க்கை வரலாறு, அது சம்பந்தப்பட்ட படங்கள் உலகத் தலைவர்களோடு அவருடைய சந்திப்புக்கள், பேச்சுக்கள் முதலியவை காட்சிக்கு வைக்கப்பட்டுள்ளன. அவரைப் பற்றிய புத்தகங்களும் உள்ளன. இதற்கு ஒரு அரை கிலோமீட்டர் தூரத்தில், முக்கியமான தெருவில் நினைவாலயம் இருக்கிறது. நாங்கள் சென்றபோது, எங்களைப் போன்ற சுற்றுலாப் பயணிகள் 20 பேருக்குள் இருக்கும் - வந்தார்கள். அமைதி தழுவும் நினைவாலயம், அது. சற்று வித்தியாசமாகவும் இருக்கிறது. 30 அடி உயரம்; 50 அடி அகலம். அவ்வளவுதான். பால் வெள்ளையில் பளிச்சிடும் பளிங்குக்கல். கீழே, தரையும் அதே வகையான பளிங்குதான். வானம் முகம் பார்க்கும் திறந்தவெளி. மின் விளக்குகளின் ஒளியில் கொட்டிக் கிடக்கும் பால்போல் பளிச்சிட்டுத் தெரிகிறது. உயர்ந்த சுவர்களைத் தாங்கி நிற்கிற கால்கள்போல எட்டுக் கல்தூண்கள். வெள்ளைச் சுவரில் மின்னுகிற தங்க நிறத்தில் John Fitzereld Kennedy என்ற அழகான எழுத்துக்கள் பதிக்கப்பெற்றிருக்கின்றன. அமைதியின் சின்னமாக அடக்கத்தோடு காட்சி தருகிற கென்னடியின் நினைவாலயம், தியானம் செய்கிற இடம் போலத்தான் தோன்றியது. இளமையின் பொலிவோடும் நினைவோடும் கலந்து போனவர் கென்னடி. அவருடைய நினைவில் மூழ்கி, ஒரு நிமிடம் நின்று மவுனம் இருந்துதான் அங்கிருந்து வந்தோம்.

டால்லசைச் சுற்றிச் சிறிய சிறிய நகரங்கள் முளைத்திருக்கின்றன. எல்லாம் சமீப காலத்தில்தான் என்று தோன்றுகிறது. ஆலன் நகரம் அவற்றில் ஒன்று.

ஆலன் வளர்ந்து வருகிற ஒரு சிறிய நகரம். இது, டால்லஸ் நகருக்கு மிக அருகில் உள்ளது. டால்லசிலிருந்து வடக்கே, முதலில் ரிச்சர்ட்சன் - இது, டால்லசோடு இணைந்து ஒரு பகுதியாகவே தோன்றும்- அதன் பிறகு, பிளானோ; அதனைத் தொடர்ந்து ஆலன்; அதனைத் தொடர்ந்து, மிக்கின்னே. டால்லசுக்குத் தெற்கே ஆர்லிங்டன், ஃபிரிஸ்கோ, பிறகு இர்வின். வடமேற்கே மர்ஃபி, பிறகு கார்லாண்டு.... இப்படிச் சில நகரங்கள். டால்லசைச் சுற்றியுள்ள இந்தச் சிறு நகரங்கள், பொதுவாக, 'டால்லஸ் பெருநகரக் குழுமம்' (Dallas metro-plex) என்று ஒரு தொகுதியாகவும் அறியப்படுகின்றன. இந்தப் பூமிகள் பெரும்பாலும் கரிசல்பூமிதான். உயரமான அடர்ந்த மரங்களோ, குன்றுகளோ மிகக் குறைவுதான். வெயில் அதிகம்.

டால்லசுக்கு வடக்கேயுள்ள நகரங்களில் பிளானோ சற்றுப் பெரியது. வசதியும் வளமும் கணிசமாக'உண்டு. செல்வாக்கான நகரமும் கூட. பிட்சா குடில் (Pizza Hut) லே சிப்ஸ் (Fritto Lay) ஆகிய துரித உணவுக் குழும நிறுவனங்களுக்கும், ஜே. சி. பென்னி என்ற பிரபலமான பெரும் வணிக நிறுவனத்திற்கும், சினிமார்க் தியேட்டர் என்ற சங்கிலித் தொடர் திரைப்பட அரங்கக் குழுமத்திற்கும், எரிக்சின் (Ericsson) டெல் (Dell services) முதலிய மின்னணுத் தொழில் நிறுவனங்களுக்கும் இந்த நகரத்தில் தலைமையலுவலகங்கள் இருக்கின்றன. அழகான - ஆனால், ஆடம்பரமில்லாத நகரம், பிளானோ.

இங்கேயுள்ள பெரிய மால் (mall) ஒன்றிற்குச் சிலமுறை சென்றிருக்கிறேன். பர்னஸ் அன் நோபிள்ஸ் புத்தக அங்காடி ஒன்று இங்கே இருக்கிறது. இந்த மாதிரி மால்கள், விசாலமான பரப்பும் அழகும் பிரம்மாண்டமும் உடையவை; விலை கொடுத்தால் சகலமும் கிடைக்கும் என்ற தன்னிறைவான ஒரு தோரணையும், பலதரப்பு மக்களையும் சந்திக்கின்ற வாய்ப்பினையும், பொழுது கலகலப்பாகக் கழிகின்றதற்குரிய விசாலமான வெளியையும், சிறுவர்- சிறுமிகளை உள்ளிட்ட பல வயதினரையும் கவரக்கூடிய வித்தியாசப்பட்ட சூழமைவு களையும் கொண்டவை இவை. 1956-இல்தான் தனக்கென ஒரு அடையாளத்துடன் இந்த மால்கள் தோன்றத் தொடங்கின. இன்று, உலகமயமாதல், நுகர்வுக் கலாச்சாரம், ஆகியவற்றின் ஒரு பகுதியாகவும் மற்றும், அமெரிக்க, மேலை நாட்டுக் கலாச்சாரத்தின் - அந்த வகையான வாழ்க்கை முறையின்- ஒரு அங்கமாகவும் ஆகிவிட்டிருப்பவை இந்த மால்கள். பிளானோவிலுள்ள அப்படிப்பட்ட ஒரு மாலுக்கு ஒரு நாள் நாங்கள் சென்றிருந்த போது, வழக்கத்தைவிட அங்கே கூட்டம் அதிகமாக இருந்ததைப் பார்த்தோம். பொதுவாக, அமெரிக்காவில் எந்தப் பொது இடத்திற்குப் போனாலும் எந்த நேரம் போனாலும் இந்த நாட்டிலே இவர்களுக்கு வேறு வேலையே இருக்காதோ என்று எண்ணுகிற அளவிற்குக் கூட்டம் இருக்கத்தான் செய்யும். பார்த்திருக்கிறேன், பலமுறை. அன்று பிளானோ மாலுக்குச் சென்றிருந்தபோது, அங்கே ஓரளவு திரளாகக் கூடியிருந்த மக்கள் அலைந்துகொண்டிருப்பதற்குப் பதிலாக, நின்று கொண்டிருந்தார்கள். மேலும், வரவரக் கூட்டம் அதிகரித்துக் கொண்டுமிருந்தது. 'என்னவாம்'. விசாரித்தோம். டிஜிட்டல் பேனர், கட்அவுட், வண்ணக் கொடிகள் - அப்படியெல்லாம் இல்லை. ஆனால், ஒரு தகவல் வந்தது. நடிகை செலீனா கோமஸ்

(Seleena Gomez) அங்கே அந்த மாலுக்கு வருகிறாள்; பொருள்கள் வாங்கத்தான் வருகிறாளாம். செலீனா கோமஸ், பிரபலமாகிக் கொண்டுவரும் இளம் ஹாலிவுட் நடிகை. 18, 19 வயதுக்குமேல் போகாது. நடிகை; பாடகி; ஆட்டக்காரி. பிரபலமான நகைச்சுவைக் குடும்பத் தொடர் ஒன்றில் கலகலப்பான ஒரு முக்கிய பாத்திரத்தில் நடிக்கிறாள். மேலும், வெற்றிகரமான சில ஹாலிவுட் பெரிய படங்களிலும் நடித்திருக்கிறாள். ஆடல் பாடல் தொகுப்புக்கள் (album) சில, அவள் பெயரில் வெளிவந்துள்ளன. பரிசுகள் பல வாங்கியிருக்கிறாள். அழகான அந்த இளம் நடிகையைச் சுற்றிப் பல 'கிசுகிசுப்புகள்' உண்டு. பிறகென்ன, கேட்கவா வேண்டும், பிரபல்யத்திற்கு! ஆனால், அங்கே திரளாக இருந்த கூட்டத்திற்கு இன்னொரு முக்கிய காரணம் இருந்தது. அவள், அந்தப் பகுதியைச் சேர்ந்த பெண். அது மட்டுமல்ல. அவள், மெக்சிகன் இனத்தைச் சேர்ந்தவள். அந்தப் பகுதியில் அவர்கள் கணிசமாக இருக்கிறார்கள். மண்ணின் மகள்; சொந்த இனத்துப் பெண். எனவே, ஆர்வத்துடனும் பிரியத்துடனும் அவளை நேரில் காண்பதற்குக் காத்து நிற்கிறார்கள்; அந்த இனத்தவர்கள் மட்டுமல்ல, இந்தியர்கள் உள்ளிட்ட பல இனத்தவரும் காத்து நிற்கிறார்கள். உறுதியாக, வருவாள். ஆனால், எப்போது வருவாள்?. பொறுமை இல்லை, எங்களுக்கு; எனவே வந்துவிட்டோம்.

எதனையும் அனுபவிப்பதற்கு, வெறும் ரசனையும் ஆர்வமும் மட்டும் போதாது; காத்திருத்தலும் அதற்கான பொறுமையும் மிகவும் அவசியம். ஆலன் நகருக்குப் பக்கத்தில் அகன்றதொரு நெடுஞ்சாலையின் ஓரத்தில், பிரபலமான துரித உணவுச் சிற்றுண்டிச் சாலையொன்று 2011 மே மாதத்தில் புதிதாகக் குடிவந்தது. அது தரும் பிரசித்தமான உணவைத் - தாமதம் இல்லாமல் - உண்டு ரசிக்க, அந்தப் பகுதி அமெரிக்க மக்கள் அப்படித்தான் நீண்டநேரம் கியூவில் நின்று அதன் பயனை அனுபவித்துக்கொண்டார்கள். 'In & Out Burger' என்ற துரித - சிற்றுண்டிச் சாலை. அது கலிபோர்னியா மாநிலத்தின் தென்மேற்குப் பகுதியில் பத்து ஆண்டுகட்கு மேலாக இருந்து பிரபலமடைந்த ஒரு உணவகம். அது முதன் முதலாக டெக்சாஸ் மாநிலத்தின் இந்தப் பக்கம் இப்போதுதான் வந்திருக்கிறது. பிளானோவைத் தாண்டிச், சில மாதங்களுக்கு முன் ஒன்று; இப்போது இங்கே வந்திருக்கிறது. ஒருவாரம் அந்தப் பக்கமே எட்டிப் பார்க்க முடியவில்லையாம். தினமும் கார்களின் வரிசையோடு மக்கள் அதிகாலையிலிருந்து காத்துக்கிடக்கிறார்கள், என்று சொன்னார்கள். அதன் மகத்துவம் கணினி வலைப்பின்னலில்

பதிவாகியிருப்பதைப் பார்த்தோம். ஒரு வெள்ளை அமெரிக்கப் பெண்மணி, வயது 30க்குள்தான் இருக்கும். முதல் நாள், கியூவில் நின்று இறுதியில் அந்தத் துரித உணவகத்திற்குள் நுழைகிறாள். கண்களில் பரபரப்பு. பர்க்கர் வகையறாவைக் கைகளில் தட்டுகளில் ஏந்திக்கொண்டு சிலர் நகர்ந்துகொண்டிருக்கிறார்கள். இவள் கையிலும் ஒன்று. அதனைப் பார்க்கிறாள். உடல் குலுங்குகிறது. கீச்சுக்குரலில் 'ஓ' என்று சிறிய கதறல். கிளிசரின் இல்லாமல், சாம்பல் பூத்த கண்களிலிருந்து நீரூற்று. பக்கத்திலிருந்தவனுடைய தோள்களில் முகத்தை முட்டிக் கொள்கிறாள். நின்றுகொண்டிருந்தவர்கள் யாரும் ஆச்சரியப் படவில்லை. அவர்களும் 'இருளடித்தது' போல இறுகிக்கிடக் கிறார்கள். இவர்கள் பகுதிக்குப் பிரபலமான இந்தத் துரித உணவகம் வந்துவிட்டதாம்; வாயும் வயிறும் துளும்பப் போகிறதாம். அப்படி ஒரு உற்சாகம். உற்சாகம் மிகும்போது, கரைகள் உடைந்து போய்விடுகின்றன. நுகர்வுக் கலாச்சாரத்தின் வலிமை இப்படி இருக்கிறது. இது, அமெரிக்கா.

அமெரிக்க மண்ணில் 'பர்க்கர்'தான் முதலாவது துரித உணவு. (fast food) அதற்கு முன்பு 'ஹாட் டாக்' (hot dog) இருந்தது. அதன் பின், இந்தப் பர்க்கர் ஜெர்மனியிலிருந்து அறிமுகமாகி இங்கே பிரசித்தம் பெற்றுவிட்டது. பர்க்கர் என்பது, கெட்டியான வட்டவடிவமான கோதுமைரொட்டியை இரண்டாகப் பிளந்து, அவற்றின்ஊடே, வேகவைத்து அரைத்துக் கூழாக்கப்பட்டு அதனோடு கொழுப்புத் திரவத்தோடும் ருசியும் மணமும் பொருந்த அமைகிற ரசாயனக் கலவையோடும் கூடிய மாட்டிறைச்சியை ஒரு அடுக்காகவும், வட்டத் தக்காளிப் பழத் துண்டும் முட்டைக்கோசு இலையும் கூடிய கலவையை ஒரு அடுக்காகவும், இளம்பழுப்புநிறத்தில், கட்டியான ஜவ்வுபோல் இழையோடுகின்ற ஒருவகையான வெண்ணெய் நெகிழ்வை (cheese) ஒரு அடுக்காகவும் வைத்து, மீண்டும் சூடுபடுத்தித் தரப்படுகிறது. வாய், பெரியதாகி இருந்தால் நல்லது. வாயை முடிந்த மட்டுக்கும் நீள-அகலமாய்த் திறந்து, பற்களிலே கோதி, நாவினால் புரட்டி எடுத்து வருடிச் சுவைத்து விழுங்குவதற்கு 'பர்க்கர் தயாராக இருக்கிறது. நீங்கள் போய் நின்றவுடன் கையில் தட்டுடன் வந்து இது குந்துவதால் துரித உணவு என்று இது சொல்லப்படுகிறது.

ஆனால், அதற்கு முன்னால் இருக்கிற தயாரிப்பு முறைகள் எக்கச்சக்கமானவை. அடுமனையில் கோதுமை மாவு, ரொட்டி

யாகத் (bread) தயாராவது ஒருபக்கம்; அது, இருக்கட்டும்; மாடுகளை வளர்ப்பதும் அவை தலை, கால்களை இழப்பதும் அவற்றை ரத்தம் சுண்ட அறுத்துத் துண்டமாக்குவதும், கூழாக்குவதும் இன்னொரு பக்கம்; கொழுப்பு, உப்பு, உறைப்பு முதலிய பலதரப்பட்ட ருசிகளுடனும், வாசனைகளுடனும் பிரத்தியேகமான ரசாயனத் தொழிற்சாலையில் (Flavor Industry) கலவைகள் தயாராவது இன்னொருபக்கம், இவையெல்லாம் பனிக்குளிர்க் கிடங்குகளில் (ice - storege) சேமித்துவைப்பதும், ஓடிக்கொண்டிருக்கும் பெரிய பெல்ட்டுகளில் இவை சுழன்று வந்து திரும்பவும், டிரக்குகளில் வெவ்வேறு உணவகங்களுக்கு அனுப்பப்படுவதும் இன்னொரு பக்கம். கடைசியாக உண்ணும் உணவகங்களில் அவை இசைவுடன் பொருத்தப்பட்டு (assembling) மீண்டும் மின்கதிர் அடுப்புக்களில் சூடுபடுத்தப்படுவதும் இன்னொரு பக்கம். இப்படிப் பல இடங்களில் பல செய்முறைகளோடு கூடியது, இந்தத் தயாரிப்பு. துரித உணவு என்பது நவீன தொழிற்சாலையின் இயங்குமுறையோடு கூடிய ஒரு பெரிய தொழிலின் வடிவம்.

'In & Out Burger' இன் விசேடம் என்று சொல்லப்படுவது, இவற்றின் பெரும்பகுதியான உதிரிப்பாகங்கள், இங்கேயே வாடிக்கையாளர்களின் கண் முன்னால் தயாரிக்கப்படுகின்றன என்பது; அதாவது குளிர் - பதனக் கிடங்குகளில் சேமித்து வைக்கப்படாமல், நேரேயே இங்கே வருகின்றன. முக்கியமாக, இதற்குத் 'தொடுகறி' போல் சேர்த்துக் கொறிப்பதற்குத் தரப்படும் 'உருளைக்கிழங்கு விரலி' (french fry), உப்புக்கலந்து, கொழுப்புச் சாறுக்குள் ஊறவைக்கப்பட்டுக், கிட்டங்கிகளிலிருந்து கொண்டுவரப்படாமல், இங்கேயே கொதிக்கும் எண்ணெய்க்குள் மூழ்கடித்துப் பொரித்து எடுத்துத் தரப்படுகின்றன. பொதுவாக, இதுமாதிரித் துரித உணவுகளுடன் இந்த உருளை விரலியும், பெப்சி, கோகா கோலா நிறுவனங்களின் பானங்களும் சேர்ந்து தரப்படுகின்றன. எல்லாம் பெரிசு பெரிசாகத்தான். இந்த உணவகத்தில் 'பர்க்கரும்', உருளைவிரலியும், கோக்கும் மட்டும்தான்-எல்லாம் சேர்ந்து ஒரு பரிமாறல் அல்லது பார்சல்.

நாங்கள், அந்தச் சிற்றுண்டிச்சாலை திறந்து, ஒரு இரண்டு வாரம் கழித்து அங்கே போனோம். அப்போதும் கூட்டம் இருந்தது. சற்றுநேரம் வரிசையில் நின்று, இடம்பிடித்து உட்கார்ந்தோம். என் பக்கத்தில் ஒரு அமெரிக்க இளைஞர் உட்கார்ந்திருந்தார். பர்க்கரை இரண்டு கைகளிலும் பிடித்துச் சாப்பிட்டுக்கொண்டே என்னிடம் கேட்டார். "..... சரி, இது

உங்களுக்கு முதல் தடவையா?" 'ஆமாம்' என்றேன். தோள்களைக் குலுக்கிக்கொண்டார். "ஏன் இந்த மக்கள் இவ்வளவு பைத்தியக் காரர்களாக (crazy) இருக்கிறார்கள்?" பதிலை எதிர்பாராத ஒரு எரிச்சல். ஆரம்பத்தில் சொன்னேன் பாருங்கள் - உணர்ச்சிவசப் பட்டுபோன ஒரு பெண்ணைப் பற்றி.... அந்தக் கூட்டத்திலிருந்து வித்தியாசமானவர், இவர். இப்படியும் பலர் இருக்கத்தான் செய்கிறார்கள். 'ஆமாம்.... ஏன் இப்படி இவர்கள் பைத்தியக் காரர்களாக இருக்கிறார்கள்? வாய் நிறைய மெல்லுகிற மிருதுத் தன்மையும், கொழுப்போடும் ரசாயனக் கலவையோடும் கூடிய ருசியும், அதற்குத் தரப்படுகிற விளம்பரமும், வியாபாரத் தந்திரங்களும், நவநாகரிக வாழ்க்கை முறைகளும், பழக்கமாகிப் போன ஒரு மனநிலையும், பர்க்கர், பிட்சா, சிக்கன் நக்கட், ஹாட் டாக், உருளை விரலி, கோக் முதலிய இந்த வகையான துரித உணவுகளின் பக்கமாய் நுகர்வோரைத் துரத்துகின்றன. கொழுப்புச் சாறு, ருசிகளையும் மணங்களையும் தருகின்ற ரசாயனக் கலவைகள் முதலியவற்றைத் தயாரிக்கிற வழிமுறைகள், சேமிப்புமுறைகள் முதலியவை உடலுக்கு ஊறுகள் செய்பவை. இவற்றுள் கெலோரிகள் அதிகம். தேவையற்ற புரதச் சத்துக்களையும், கொழுப்புச் சத்துக்களையும் உற்பத்தி செய்பவை இவை. தொந்திகள், பருத்த உடம்புகள், பலவீனமான இதயம், பலவீனமான நுரையீரல், புற்றுநோய், ரத்தத்தில் மிகையான அழுத்தம். இப்படித் துரித உணவுகள் ஆரோக்கியத்திற்கு எதிரிகளாக இருக்கின்றன. ருசி கருதி வயிற்றை நிறைக்கின்ற இவை, குப்பைப் பண்டங்கள் (junk food) என்று பலரால் ஊடகங்களால் வருணிக்கப்படுகின்றன. வயிறு, குப்பைக் கிடங்கா, என்ன? ஆனால் பெரு முதலாளித்துவம் திட்டமிட்டு வளர்க்கின்ற இந்த நுகர்வுக் கலாச்சாரம், பெருந்தீயாக இன்று பற்றியெரிகின்றது. அது, சரி வெந்துதணிந்தால்தான் இந்தக் காடு அழியுமோ.

பொதுவாகத் துரித உணவு என்பது, நமக்கு ஒன்றும் புதிதல்ல. வடை, பஜ்ஜி, முறுக்கு, அவித்த பயறுகள், ஏன் தோசை, இட்லி, அப்படியே உடனுக்குடன் சுடச்சுடக் கிடைக்குமே! 'கையேந்தி பவன்' என்று கேலியாக நாம் சொல்லுவதில்லையா, இப்படிக் கிடைக்கிற இடங்களை? இவற்றில் எண்ணெய் மட்டும்தான் சந்தேகத்திற்கும் அச்சத்திற்கும் உரியது. மேலை நாடுகளில் நவநாகரிகம் என்ற பின்னணியோடு பிரசித்தமாகக் கிடைக்கும் துரித உணவுகளின் நிலையும் நினைப்பும் வேறு மாதிரியானவை. மனித உடல்களின் மீதான, அவற்றின்

தாக்குதல்கள் கொடூரமானவையல்லவா? ஆனால், உலகமயமாதல் தரும் நுகர்வுக் கலாச்சாரம், இந்தியாவிலும், கீழ்மத்தியதர வர்க்கம் வரையிலும் குடுமியைப் பிடித்து ஆட்டத் தொடங்கி விட்டதே.

இந்த நவீனத் துரித உணவு அல்லது குப்பைப் பண்டம் சமாச்சாரம், பிரிட்டன், பிரான்சு, ஸ்பெயின், இத்தாலி முதலிய மேலை நாடுகளில்தான் முதலில் தொடங்கியது என்கிறார்கள். அமெரிக்காவில் மேற்குக் கலிபோர்னியாதான் முன்மாதிரியான மூலம். 1917இல் கார்ல் கார்ச்சர் (Karl N. Karcher) என்பவர் இதன் முன்னணியில் இருந்தவர். தொடர்ந்து, டாக்கோ பெல், பர்க்கர்கிங், மேக்டொனால்டு, பிட்சாகுடில், கே.எஃ.சி. கோழி, டொமினோ (Taco Bell, Burger King, Mac Donald, Pizza Hut, K.F.C. Chicken, Domino...) இப்படித் துரித உணவுத் தயாரிப்பு, ஒரு பெருந் தொழிலாகப் பெருகியிருக்கிறது. இன்று உலகமயமாதல் தன்னுடைய பெருமுதலாளித்துவப் பொருளாதாரத்தின் வலுவான பிடிப்புடன், ஆயிரக்கணக்கான கிளைகளுடன் 100 நாடுகளில், குப்பைப் பண்டம் என்று கூறப்படுகின்ற இந்தத் துரித உணவுகளை, ஜாம்ஜாம் என்று விற்பனை செய்து கொண்டிருக்கிறது; பரப்பிக்கொண்டிருக்கிறது; இதற்கு ஏற்றமாதிரியான, தனக்கே உரித்தான, ஒரு பண்பாட்டையும் உற்பத்தி செய்துகொண்டிருக்கிறது. இவ்வாறு, உலக மயமாதல் என்பதனுடைய பொருளாதார நலனும் அரசியலும், அதற்குகந்த குறிப்பிட்ட வகையான பண்பாட்டை உற்பத்தி பண்ணுவதிலும் பரப்புவதிலும் தீவிரம் காட்டிச் செயல்படுகின்றன. அறிவோம். இருக்க.

பண்பாடு என்பது ஒரு நாட்டின் அல்லது ஒரு தேசிய இனத்தின் அடையாளமாக இருக்கிறது. மரபுவழியாகச் சுவீகரித்துக்கொள்ளப்படுவது அது. நாடுவிட்டு நாடு நகர்ந்த போதும், அதற்கான புலம்பெயர்வுச் சூழல்களில் பண்பாட்டு அடையாளங்கள் போற்றப்படுகின்றன; காட்டிக்கொள்ளப் படுகின்றன; பகிர்ந்துகொள்ளப்படுகின்றன. அமெரிக்காவில் உள்ள பல தேசிய இனங்களிடையே இந்த மனநிலையும் செயல்பாடும் காணப்படுகின்றது. இந்தியாவிலிருந்து போன தமிழர், குஜராத்தியர் உள்ளிட்ட பல இன மக்களிடையேயும் இந்த மனப்போக்குக் காணப்படுகிறது. உணவிலும் உடையிலும், குடும்ப உறவுகளிலும் மட்டுமல்லாது, பொதுமன்றங்களிலும் நிகழ்வுகளிலும் இந்தச் செயல்பாடு, வெளிப்பட்டு நிற்கிறதைப்

பார்த்தேன். பெரும்பாலும், சமயம் சம்பந்தப்பட்டதாகவே இது இருக்கிறது. சிறு நகரங்களில் முதற்கொண்டு இந்துக் கோயில்கள் நிறைய எழும்பியிருக்கின்றன. தீபாவளி, விசேடமாகக் கொண்டாடப் படுகிறது. தமிழ்மக்கள், சில பகுதிகளில் பொங்கல் திருநாளையும் கொண்டாடுகிறார்கள். பல வீடுகளிலே, நவராத்திரி கொலுக்கள் வைக்கப்படுகின்றன. ஒரு நட்புச் சூழலாகவும் சமூக நிகழ்வாகவும் அது அமைகிறது. பிறந்தநாள் விழாக்களும், வளைகாப்புக்களும் இவை, சிறப்பாகக் கொண்டாடப்படுகின்றன. பல தமிழ்ச் சங்கங்கள் இருக்கின்றன. அவற்றின் சார்பாகத் தமிழகத்திலிருந்து தருவிக்கப்படுகின்ற இசைக்கலைஞர்கள், பேச்சாளர்கள் வருகிறார்கள். இதுவன்றி ஆங்காங்கே பலஇடங்களில் தமிழ்-மொழிப் பயிற்சியும், கர்நாடக இசைப்பயிற்சியும், பரதநாட்டியம், குச்சிப்பிடி முதலிய நடனப் பயிற்சிகளும் நடத்தப்படுகின்றன. அவற்றின் சார்பாக, நடன - இசை அரங்கேற்றங்களும் நடக்கின்றன. அப்படி ஒரு நிகழ்ச்சிக்கு நாங்கள் சென்றிருந்தோம்.

ஆலன் நகருக்கு அருகே ஒரு 20 நிமிட கார் பிரயாணத் தூரத்திலுள்ள 'கார்லண்ட்' என்ற ஒரு சிறு நகரத்துக்கு அருகே ஒரு ஆடரங்கத்தில் பரதநாட்டிய நிகழ்ச்சி நிகழ்ந்தது. போயிருந்தோம். அது, தமிழர்களின் கலைவிழாவாகவே நடந்தது. ஓரளவு பெரிய அரங்கம்தான். குடும்பத்துடன் ஒரு இரண்டாயிரம் பேருக்கு மேல் இருப்பார்கள். பெரும்பாலும் தமிழர்கள்தாம். மேலும், தெலுங்கர்களும் கன்னடர்களும் கொஞ்சப் பேர் இருந்தார்கள். பெரும்பாலும் பட்டுச்சேலைகள், கொஞ்சம் சல்வார் கம்மீஸ்கள், சுடிதார்கள். பெரும்பாலும் தமிழ்ப் பேச்சுக்கள்தாம் கேட்டன. நல்ல உச்சரிப்புக்களுடன் கூடிய தமிழ். ஆனால் 10, 13 வயதுக்குட்பட்ட 'அடுத்த' தலை முறையினரிடம் அமெரிக்க - ஆங்கிலமொழி உரையாடல்கள் தான் கேட்கின்றன.

நட்டுவாங்கம், பக்கவாத்தியம் என்று சகல துணைகளுடனும் பரதநாட்டிய நிகழ்ச்சிகள் நடைபெற்றன. நடனமாடிய பெண்கள் எல்லாம், பெரும் பகுதி, இங்கேயே பிரத்தியேகமான நடனப்பள்ளிகளில் பயின்றவர்கள். பாரதியார் பாடல்களிலிருந்து ஒன்று; சிலம்பிலிருந்து ஒரு காட்சி; திருவருட்பாவிலிருந்து ஒரு பாடல்; காவடியாட்டம் ஒன்று என்று நடனங்கள் அமர்க்களப் பட்டன. அலட்டிக்கொள்ளாமல் மிக இயல்பாக இருந்த இந்த நடனங்களில், பல வயதினர் இடம்பெற்றனர். அப்படியே தமிழ்நாடு 'சங்கீத சபா'க்களின் சூழலைப் பார்க்க முடிந்தது.

சலிப்பு இல்லாமல் - தொய்வு இல்லாமல், ரசனையுடன் ஒன்றரை மணிநேரம் இந்த நிகழ்ச்சிகள் நடந்தன. அறிமுகப்படுத்தி இதனைத் தொகுத்துவழங்கியவர், அருகில் ஒரு பல்கலைக் கழகத்தில் வேதியியல் பேராசிரியராக இருக்கிறவராம்; இந்த அமைப்பின் செயலாளராம். என்ன அழகாகத் தமிழ் பேசுகிறார்! கச்சிதமாகவும், தெளிவாகவும், ஆற்றொழுக்காகவும் சொற்களை விரயம் செய்யாமல் மனம் கவரும்படியாக இருந்தது. அவருடைய சிறு சிறு உரைகள் எல்லாம், தஞ்சை - கும்பகோணம் திருச்சி என்ற சூழமைவு அங்கே பதியம் போட்டிருப்பது போன்று தோன்றியது. புலம்பெயர்ந்து வசிக்கின்ற ஒரு நிலத்தில், தங்களுடைய மரபை - பண்பாட்டு அடையாளத்தைப் பெருமிதத்துடனும் அழகுடனும் சொல்லிக்கொள்வதாகவும், தங்களுக்குள் அவர்கள் அதனைப் பகிர்ந்துகொள்வதாகவும் அந்த நிகழ்ச்சி இருந்தது. இது மாதிரியான நிகழ்ச்சிகள் - தமிழர்கள் கூடுகின்ற - கூடிக், கலை விழாக்கள் நடத்துகின்ற நிகழ்ச்சிகள், அமெரிக்காவின் பல நகரங்களில் நடக்கின்றன. நம்மைப்போல், தமிழகத்திலிருந்து வெளிநாடுகளைச் சுற்றிப் பார்க்கப் போகிறவர்களுக்கு, இந்த மாதிரியான நிகழ்ச்சிகள் எப்போதும் மகிழ்ச்சியையும் பெருமையையும் தருகின்றன. அயலகச் சூழல்களின் நடுவில் கூடத் தங்கள் மொழியையும் பண்பாட்டின் வேர்களையும், பாதுகாத்துக்கொள்ள விரும்புவது, எப்போதும் மகிழ்ச்சிதானே!

சான் அன்டானியோ

நீர் விளையாட்டு

சான் அன்டானியோ (San Antonio), டெக்சாஸ் மாநிலத்தில் ஏறத்தாழ அதன் நடுவிலுள்ள ஒரு முக்கியமான நகரமாகும். ஹுஸ்டன் நகரம்தான் (Houston) **டெக்சாஸி**லேயே பெரிய நகரம். அதன் மக்கள்தொகை, 16 லட்சம். அதற்கடுத்த பெரிய நகரம், டால்லஸ்; இது பத்தரை லட்சம் மக்கள் தொகை கொண்டது. **டெக்சாஸ்** மாநிலத்தில் அரசியல் பொருளாதார நிலைகளில் ஹுஸ்டனுக்கும் டால்லசுக்கும் முக்கியத்துவம் உண்டு. ஆயின் சமூக வரலாற்றிலும் பண்பாட்டு அளவை களிலும் சான் அன்டானியோவுக்குத் தனிச் சிறப்புக்கள் உண்டு. ஹிஸ்பானிக் (Hispanic) மரபு அல்லது ஸ்பானீஷ்-மெக்சிகன் மரபு மற்றும் அதன் செல்வாக்கு இந்த நகரத்தில் பிரதானமாக உள்ளது. உண்மையில் மாநிலம் முழுக்கவே இந்த மரபு கணிசமாக உண்டு. அதனாலேதான், வரலாற்றாசிரியர்கள் பல சமயங்களில் இதனை Hispanic Texas என்று அழைக்கின்றனர். சான் அன்டானியோ இதில் குறிப்பிடத்தக்க ஒரு நகரம்.

10

டால்லசிலிருந்து இந்த நகரத்திற்கு ஒரு நாலரை அல்லது ஐந்தரை மணி நேரக் கார் பிரயாணம். ஆஸ்டின் நகரத்தைத் தாண்டித் தான் போகவேண்டும். ஆஸ்டின், மேலே சொன்ன மூன்று நகரங்களைவிடச் சிறியது தான். ஆனால், டெக்சாஸின் தலைநகரம்,

ஆஸ்டின்தான். பொதுவாகவே, அமெரிக்காவில் பெரிய நகரங்கள் தலைநகரங்களாக இருப்பதில்லை. இருப்பவற்றுள் பெரிய நகரம், நியூயார்க்தான்; அதற்கடுத்தது, லாஸ் ஏஞ்சல்ஸ். ஆனால், அமெரிக்காவின் தலைநகரம் இந்த இரண்டுமேயல்ல. நியூயார்க் மாநிலத்துக்கருகிலுள்ள ஒரு சிறிய மாநிலமாகிய மாரிலாண்ட் என்பதில் கொலம்பியா மாவட்டம் என்ற பகுதியில் உள்ள வாஷிங்டன் (Washington-D.C.), நகரம்தான் அமெரிக்காவின் தலைநகரம். வெள்ளை மாளிகை (White House) அதனுடைய அதிகார மையம். அதுபோன்றுதான், டெக்சாஸின் தலைநகரம், ஆஸ்டின். டால்லசிலிருந்து ஆஸ்டின் வந்தால், ஆஸ்டினிலிருந்து சான் அன்டானியோ. வருகிற வழியெல்லாம் பார்த்தால், அடர்த்தியான உயர்ந்த மரங்களோ, காடுகளோ, குன்றுகளோ அதிகம் பார்க்க முடியாது. கோதுமை, மக்காச்சோளம் போன்ற புல்லினப் பயிர்கள்தான் அதிகம் விளையும் போல் இருக்கிறது. நாங்கள் சான்அன்டானியோவுக்கு வந்தபோது, இரவுநேரம் நெருங்கிவந்தது. விடுதியில் கொஞ்ச நேரம் ஓய்வெடுத்துவிட்டு 'நகர்மையத்திற்கு' வந்தோம். அதனுடைய 'ஆற்றோர - நடையைப்' (River-Walk) பார்ப்பதுதான் திட்டம்.

அதற்குப் போகிற வழியில், சற்று அகலமான - அடக்கமான ஒரு வீதி. அழகாக இருந்தது. இரண்டு தெருக்கள் குறுக்கு வெட்டாகப் போய்க்கொண்டிருந்தன. ஓரம் சாரம் சிலர் நடந்து சென்றுகொண்டிருந்தனர்; பஸ் நிறுத்தத்தில் ஓரிருவர் நின்று கொண்டிருந்தனர். திடுமென, எதிரே சாலையின் குறுக்கே இருந்து ஒரு இளைஞன் வேகமாக எதிர்ச்சாரியில் ஓடிப் பாய்ந்துகொண்டிருந்தான். 19 அல்லது 20 வயதுக்குள்ளேதான் இருக்கும். பனியன் மட்டுமே போட்டிருந்த வெள்ளை உடம்பு. பின்னாலே ஒரு போலீஸ்காரன் 30 அல்லது 36 வயது இருக்கலாம்; சற்றுக் கனத்த உடம்பு. வாயிலே விசில். அந்த இளைஞனை விரட்டிக்கொண்டு ஓடினான். பிடிக்க முடியவில்லை. அந்த இளைஞன் அந்தத் தெருவில் கொஞ்சதூரம் ஓடிவிட்டு, ஏதோ நான்கு வீடுகள் தள்ளிப் பின்புறமாக உள்ள ஒரு குறுகிய சாலையின் வழியாக மீண்டும் அதே இடத்திற்கு ஓடி வந்து, சாவகாசமாகத் திரும்பித் திரும்பிப் பார்த்துக்கொண்டிருந்தான். அந்தப் போலீஸ்காரன் வருகிறானா என்று பார்த்திருப்பான் அவன். அந்த இடத்தில் பரபரப்போ வேறு எதிர் வினைகளோ இல்லை. என்ன நடந்தது? தெரியாது. விளையாட்டோ? இருக்காது. பச்சை விளக்கு எரியத் தொடங்கியவுடன், நாங்கள் வந்துவிட்டோம்.

அந்தத் தெருவின் முடிவில் - பக்கம்தான் - கார்கள் காப்பகத்தில்- காரை நிறுத்திவிட்டுச், சற்றுத் தூரத்தில் தெரிந்த ஒரு பாலத்தின் கீழே, படியிறங்கிப் போனோம். அதுதான் ஆற்றோர-நடை. நகரத்தின் நிலப்பகுதியிலிருந்து ஒரு பதினைந்து அல்லது இருபதுஅடி, கீழே தாழ்ந்து செல்லுகிறது அது. நெளிந்து நெளிந்து, ஆறு சிறியதாக அடங்கிப் போய்க் கொண்டிருந்தது. படியிறங்கி வந்தவுடன் ஒரு பத்தடிக்குள் இருக்கும் அகலம் - சிமிண்டில் போடப்பட்ட நடைபாதை அந்த ஆற்றின் கரையாக இருந்து போய்க்கெண்டிருந்தது. எதிர்ச்சாரி யிலும் அப்படியொரு நடைபாதை போய்க்கொண்டிருந்தது. அந்த ஆறு, அந்த ஊரின் பெயரால் சான் - அன்டானியோ ஆறு' என்று வழங்கப்படுகிறது. இரண்டு பக்கமும் உயரமான மரங்கள். ஓரளவு நெருக்கமாகவே இருந்தன. உட்கார்ந்துகொள்ள மரத்தைச் சுற்றி மேடை. மக்கள், உற்சாகமாகவும் சாவகாசமாகவும் நடைபயின்று கொண்டிருக்கிறார்கள். நடைபாதையின் ஓரம், சுவரோரங்களின் வழியாகச் சிற்றுண்டிக் கடைகள் இருந்தன. கடைகளுக்கு எதிரேயும் அமர்ந்து சாப்பிடுகிறவிதத்தில் மேசை - நாற்காலிகள் போடப்பட்டிருந்தன. உள்ளே உட்கார்ந்து சாப்பிடுபவர்களைவிட, வெளியே காற்றின் குளுமையில் சுகம் கண்டு, ஆற்றின் காட்சியில் மனம் மகிழ்ந்து, நடப்போரின் தோற்றங்களில் வேடிக்கை பார்த்து, ரசித்துச் சாப்பிட்டுக் கொண்டிருந்தவர்களே அதிகம்.

நடைபாதைக் கரைகளில் சில இடங்களிலிருந்து மோட்டார் படகுகள்சவாரி கிளம்புகிறது. அது இரவுநேரம். மின்விளக்குகள் கண்களைப் பறிக்காமல், அடக்கமாகப் பிரகாசத்தை மட்டும் தந்துகொண்டிருந்தன. அந்த ஆறு, ஓடுகிறதா? இல்லை, நடக்கிறதா? இல்லை; சலனமற்று அசைந்து இயங்குகிறது. அது தெற்கு வடக்காக ஊரின் நடுவே ஓடுகிற சான்அன்டானியோ நதியில், பல ஆண்டுகளுக்கு முன்னால் அடிக்கடி வெள்ளம் வந்ததாகவும் அதற்கு வடிகாலாக, நேரே ஓடிக்கொண்டிருக்கும் நதியை வழிமறித்து நகர் மையப் பகுதியில் ஒரு இடை-நதியாக இப்படித் திருப்பி வளைத்துவிட்டதாகச் சொல்கிறார்கள். வெள்ளத்தைத் தடுத்ததாகவும் இருக்கிறது, அழகுக்காகவும் சுற்றுலா நோக்கத்திற்காகவும் ஆனது மாதிரியும் இருக்கிறது. இதன் ஆற்றோர நடையைச் சுற்றி, அண்ணாந்து பார்க்கிற விதத்தில் முக்கியமான உயரமான கட்டடங்களும் உயரமான - செழிப்பான மரங்களும் சேர்ந்து குலாவிக் கிடக்கின்றன. இந்தச்

சூழல், கண்ணுக்கும் மனதுக்கும் இதம் தரும் ஓர் அமைப்பு. நாங்கள் மோட்டார் படகு ஒன்றில் ஏறினோம். 25 பேர் உட்காரலாம். சுற்றி வளைந்து சென்ற சலனமற்ற அந்த ஆற்றில் படகுசவாரி மூலம் நடைபாதைகள், கட்டடங்கள், மரங்கள் முதலியவற்றைப் பார்த்துக்கொண்டே செல்வது ரம்மியமாக இருக்கிறது. அந்த மோட்டார் படகோட்டி, வாய் ஓயாமல் அந்த அந்த இடங்களையும் அவற்றின் சிறப்புக்களையும் நகைச் சுவையோடு விவரித்துக்கொண்டே வந்தார்.

ஆற்றின் அடியாழத்தில் அவ்வப்போது சேர்கின்ற மண்ணையும் சகதியையும் ஆண்டிற்கு ஒருமுறை அள்ளி அகற்றித் தூய்மைப்படுத்துவார்களாம். அது அவ்வாறு தூய்மைப்படுத்துவது ஒரு விழாப் போலவே நடக்குமாம். பின்னர் ஆண்டிற்கு ஒருமுறை அலங்காரங்களோடு படகுகளின் மிதப்புத் திருவிழாவும் (Floating Festival) நடக்குமாம். 1946-இல் உருவாக்கப்பட்ட பதினைந்து அடி அடித்தளத்தில் உள்ள இந்த ஆறும், ஆற்றோர - நடையும், இன்று இந்த நகரத்தில் சிறந்த சுற்றுலா வெளியாகவும் உள்ளூர் வாசிகளுக்குக் களைப்புத் தீர உற்சாகம் தரும் இடமாகவும் விளங்குகிறது. நாங்கள் அந்த நடையில் உள்ள ஒரு சிற்றுண்டிச் சாலையில் உணவருந்திவிட்டு நடையைக் கட்டினோம். இந்தக் கடைகளில் எதுவும், பிரபலமான சங்கிலித்தொடர் கடை இல்லை என்பது குறிப்பிடப்பட வேண்டும்; சுவையான நல்ல உணவகங்கள். ஆனால், எல்லாம் உள்ளூர் உணவகங்கள்தான். பெரும் செல்வந்தர்களின் உலகமயமாதல், இங்கே தனது ஆக்டோபஸ்கரங்களை நீட்டவில்லையோ?

மேலே படியேறிக் கொஞ்சதூரம் சாலையோடு நடந்து வந்தோம்; வருகிறபோது, சுற்றிலும் சிறிய கொத்துமின் விளக்குகளுடன் மின்னிக்கொண்டு உயரமான அழகானதொரு குதிரைவண்டி (chariot) மெதுவாக வந்துகொண்டிருந்தது. வாடகை சவாரிக்காகத்தான். ஏறிக்கொள்ளலாம் என்பது போன்ற ஆசைதான் எனக்கு; கூட வந்தவர்கள் ஒத்துக்கொள்ள வேண்டுமே. அந்தக் குதிரைவண்டியை ஓட்டிவந்தவள் ஒரு பெண்; மெக்சிகன் இனத்து இளம்பெண்.

பொதுவாகவே இந்தப் பகுதிகளில் ஸ்பானீஷ் மொழி பேசும் மெக்சிகன் இனத்தவர்கள் அதிகம். ஒரு காலத்தில் இந்த டெக்சாஸ் மாநிலமே 1836 வரை மெக்சிக்கோவின் கட்டுப் பாட்டில்தான் இருந்திருக்கிறது. அதற்கும் முன்னால், டெக்சாஸ் மட்டுமல்ல, அமெரிக்காவின் பல பகுதிகளிலும் செவ்விந்தியர்கள்

மற்றும் பல பூர்வீகக்குடிகளே இருந்தனர். இங்கே, முதலில் குடியேறி ஆளவந்த ஐரோப்பியர்கள் - ஸ்பெயின் நாட்டவர்கள். அதன்பின் பிரஞ்சு நாட்டவர்கள், சிலகாலம் இப்பகுதியைத் தங்கள் ஆட்சியின்கீழ் வைத்திருந்தார்கள். பின்னர், அண்டையிலுள்ள மெக்சிக்கோக்காரர்களின் ஆட்சியில் இருந்தது. அதன்பின், அமெரிக்காவின் பெரும்பகுதியைத் தங்களுடையதாக ஆக்கிக்கொண்ட ஆங்கிலேயர்கள் மற்றும் ஜெர்மானியர்களும் ஐரீஷ்காரர்களும் அமெரிக்கர் என்ற தனிமுத்திரையுடன் நவீன ஆயுதங்களும் உத்திகளும் துணையிருக்க மெக்சிக்கன் இனத்தவரை விரட்டிவிட்டு, டெக்சாசை வசப்படுத்திக் கொண்டனர். பெட்ரோலியமும், கால்நடைச் செல்வமும், சோளமும் பருத்தியும் கொண்ட வளமான பகுதி. இது தன்னுடைய அடையாளத்தையும் கவுரவத்தையும் விட்டுவிடாமல், தன்னைத் 'தனி நட்சத்திர மாநிலம்' (Lone Star State) என்று அழைத்துக்கொள்கிறது. அதனுடைய கொடியில் அந்த ஒற்றை நட்சத்திரம், முத்திரையாக நிற்கிறது. இந்தக் கொடி, டெக்சாஸ் மாநிலத்தின் பல இடங்களில், அமெரிக்க தேசியக் கொடியோடு சேர்ந்து அல்லாமல், தனியாகவே பறக்கிறதைப் பார்க்கலாம். முக்கியமாக, ஆஸ்டின்-சான் அன்டானியோ - ஹுஸ்டன் பகுதியில் இது பரவலாகக் காணப்படுகிறது. மேலும் குதிரைமீதிருக்கும் மாட்டிடையன் அல்லது ஆயன் (Cow-boy) முத்திரையை - அதாவது இந்தப் பகுதியிலுள்ள முக்கியமான பண்பாட்டு அடையாளத்தை இந்த மாநிலம், தனது இலச்சினையாகக் கொண்டிருக்கிறது. இந்த ஆயன் பண்பாடு ஸ்பெயின் நாட்டிலிருந்து வந்தது. இங்கே அப்படியே பரவலாகவும் நிரந்தரமாகவும் தங்கிவிட்டது. இது, ஹிஸ்பானிக் மெக்சிக்கன் மரபின் இலச்சினையாகும். டெக்சாஸின் தனி அடையாளம் இது.

சான் அன்டானியோவில், மெக்சிக்கன் அமெரிக்கர்கள், 26 சதவிகிதத்திற்குமேல் உள்ளனர். மேலும், ஹிஸ்பானிக் மரபு இந்த நகரத்தில் நீண்டகாலமாகவும் ஆழமாகவும் பதிந்திருக்கிறது. இந்த நகரத்தின் பெயரே, 1718-இல் ஸ்பெயின் நாட்டிலிருந்து இங்கே கிறித்துவ சமயத் தொண்டுக்காக வந்த அன்டானியோ என்ற மதகுருவின் பெயர் தாங்கியதேயாகும். இவருடைய சமயத் தொண்டுகளும் பணிகளும் இங்கே பல இடங்களில் பதிவாகியிருக்கின்றன. ஒன்பதரை லட்சம் மக்கள் வரை வாழுகின்ற இந்த நகரம் அமைதியான நகரமாகும்.

இந்த நகரத்திலே அதிகம் பிரபலமான சுற்றுலா மையம், 'கடல் உலகம்' (Sea-World) என்பதாகும். இதே பெயரில் லாஸ் ஏஞ்சல்சுக்குப் பக்கத்தில் சான்டியாகோ (San Diego) என்னும் நகரிலும் ஒரு கடல் உலகம் உண்டு. அங்கே, டால்பின் (dolphin) விளையாட்டுக் காட்சி மிகவும் முக்கியமானது. ரசிக்கும்படியாகவும் சிறப்பாகவும் இருக்கிறது. நீண்ட ஆழமான ஒரு செய்குளத்துக்குள் (pond) நீந்திப்போகும் டால்பின், வழுவழுப்பாகவும் நெளிந்து ஒய்யாரமாகவும் நீர்நிலையிலிருந்து துள்ளிக் குதித்துச் சற்று உயர்ந்திருக்கும் அகன்ற மேடைக்கு வந்து, ஆட்டுவிப்பவனுடைய சமிக்ஞைகளுக்கு ஏற்ப, வழுக்கிக்கொண்டு வயிற்றால் வேகமாக நகர்ந்துவருவதும் முன்னங்காலைத் தூக்கிப் பின்புறத்து உடலை ஆட்டிஆட்டி 'நடப்பதும்' ஆடுவதும் மிகவும் ரசிக்கும்படியாக இருக்கிறது. சான்அன்டானியோவில் டால்பின் காட்சி இல்லை. ஆனால் ஷாமு (Shamu) என்னும் திமிங்கிலத்தின் ஆட்டங்கள் இரண்டு இடங்களிலும் உண்டு; இரண்டு இடங்களிலுமே இது அற்புதமாக இருக்கிறது. கிட்டத்தட்ட ஒரே மாதிரிதான். ஆனால், சான் அன்டானியோவில் ஷாமுக்கள் அதிகம்; மேலும், இது அதனை விடவும் மிகவும் பெரியது. இங்கே விளையாட்டுக்களும் காட்சிகளும் அதிகம். பத்துக்குமேல் இருக்கும். இதன் பரப்பளவும் அதிகம்.

கடல் உலகம் என்று பெயரே தவிர, இங்கே கடல் எதுவும் பக்கத்தில்கூட இல்லை. ஆறுகூட அருகில் இல்லை. ஆனால், எங்குப் பார்த்தாலும், நீர்விளையாட்டுகள்; எங்குப் பார்த்தாலும் தண்ணீர்! முதலில் சிறுவர் சிறுமியர்க்காக 'Little Birds Splash' நீர் விளையாட்டு; பலவகையான தண்ணீர். எழுந்து திமிறியும் விழுந்து குதித்தும் சீறியும் பாய்ந்தும் கொட்டியும் சிதறியும் விளையாடிக்கொண்டிருக்கிறது. சிறுவர் சிறுமியர் கூட்டம் அமர்க்களப்படுகிறது. இது, ஒரு பக்கம். ஆனால், ஷாமுக்கள் விளையாட்டு பெரியது. ஆறு ஷாமுக்கள் இருக்கின்றன. ஷாமு என்பது திமிங்கிலத்தின் (killer whales) ஒரு வகை. பெரிய அரங்கத்தின் நடுவே, நல்ல ஆழமும் அகன்ற பரப்பும் கொண்ட - பின்னால் மறைக்கப்பட்டிருக்கும் ஒரு செய்குளத்தின் 'வாசலிலிருந்து' நீந்திக் குளத்தை ஒரு சுற்றுச் சுற்றி எழும்பிக் குதித்துத் தண்ணீரை ஓங்கி அடித்து - அது அத்தாம் பெரிய உடம்போடு எழும்பி

விழுந்தாலே தண்ணீர் புரண்டு தாவுமே - மீண்டும் நீந்திச் சென்று மறைகிறது. இப்படியே பல ஷாமுக்கள் எழும்பிக் குதிக்கும் ஒவ்வொரு தடவையும் தண்ணீர் துளும்பி, அரங்கத்தில் உயரே மூன்று, நான்கு வரிசைகளில் உள்ளவர்களின் மேல் சிதறி விழுகிறபோது பார்வையாளர்களுக்கு ஏகப்பட்ட உற்சாகம் ஏற்படுகிறது. தனியாகவும் ஜோடியாகவும் வந்து, தாழ்வான மேடைகளின் அருகே வந்து அகலமான பக்கவாட்டுச் செதிலை ஒரு பக்கமாக ஒய்யாரமாகச் சாய்த்துப் பார்வையாளர்களுக்கு வணக்கம் போடுவதுபோல் செய்து, இறுதியில் தண்ணீரை ஓங்கி அறைந்துவிட்டு உள்ளே பாய்ந்து போகிறபோது பார்வையாளர் களின் கைகளும் வாய்களும் முழக்கமிடுகின்றன. விளையாடும் ஷாமுக்கள் தாழ்ந்த மேடைகளுக்கருகே வருகிறபோதெல்லாம் பசியோடும் - எதிர்பார்ப்போடும் - வாய்பிளந்து நிற்கின்றன. உடனே-அருகே பாதுகாப்பான தூரத்திலிருக்கும் பயிற்சியாளர்கள் பெரிய வாளியிலிருந்து மீன்களை அள்ளி அள்ளி வாய்க்குள் போடுகிறார்கள். ஒவ்வொரு முறை அது இப்படி ஓரமாய் வருகிற போதும், இது நடக்கிறது. ஒவ்வொரு காட்சியிலும், ஒவ்வொரு நாளிலும் - அப்பா, எவ்வளவு மீன்கள் இரையாகியிருக்கும்! பிரமிப்பாக இருக்கிறது. இதற்காகவே மீன்பண்ணைகள் பல வேண்டுமே!

இன்னொரு அரங்கம், 'Azul -lure of the Sea'. சான்அன்டானியோ கடல் உலகத்தில் இது பிரபலமானது; மிகவும் சிறப்பானதும்கூட. அசூல் என்பது - பெலூகா (Beluga) ஆகும். திமிங்கிலத்தின் ஒரு வகைதான் அதுவும். அந்த அரங்கத்தில் காட்சிகள், ஒரு நாடகம் போலவே நிகழ்த்தப்பெற்றன. ஷாமுக்களின் காட்சியில் நிகழ்த்தப்பெறுவது ஓரங்க நாடகம் என்றால், 'பெலூகா'க் காட்சி, ஒரு முழு நீள நாடகம். கூத்து. அரங்கத்தில் அடுக்கடுக்கான பார்வையாளர் வரிசையில் நாங்கள் அமர்கின்றபோது, அப்போது தான் கூட்டம் கொஞ்சம் கொஞ்சமாக நிறையத்தொடங்கியிருந்தது. திடீரென்று பின்னாலிருந்து இருக்கைகளின் மேலேறிக் குதித்து வந்த ஒருவன் நாற்பது வயது இருக்கும்- எங்களுக்கு இரண்டு வரிசைகளுக்கு முன்னால் ஒரு இருக்கைமீது நின்றுகொண்டு சப்தம்போட்டான்; ஆடினான், விழுந்துவிடுவதுபோல் 'கொசமுச' வென்று ஆடினான். 'கசமுச' உடை; ஒரு கையிலே விரித்த குடை;

இன்னொரு கையிலே, ஏதோ ஒரு நிறத்தில் தண்ணீர் பாட்டில்; தோளிலே தொங்கும் பை; மடிப்புக் கலைந்த பழையகோட்; தலையிலே அகலமான தொப்பி; 'ஆ', 'ஊ' என்று கூக்குரலோடு கூடிய உரத்த பேச்சு; இருக்கையிலே நின்று கைகால்களை ஆட்டி ஆட்டி ஒரு ஆட்டம். கூட்டத்தில் எல்லோருடைய கவனமும் இந்த ஆளின் பக்கம்தான் இருக்கிறது. என்னது - இப்படி ஒரு குடிகாரன்! நடு அரங்கத்திலே... நம்பத்தான் முடியவில்லை. ஆனால் கூட்டத்தில் யாரும் 'ஆசூயை' கொள்ளவில்லை. மாறாக, ரசிக்கத் தொடங்கினார்கள். அடுத்தடுத்து வெவ்வேறு இருக்கை களுக்கு அந்த ஆள் தாவித்தாவிப் போனான். இப்போது, பார்வையாளர்கள் அரங்கத்துக்கு முன்னால், நீர்நிலையில் இருந்த சற்று உயரமான மேடையில் சலசலப்புக் கேட்டது. நிகழ்ச்சி தொடங்கப்போகிறது. எல்லோர் கவனமும் அங்கே சென்றது. பார்வையாளர் இருக்கையில் நின்று பேசி ஆடிக்கொண்டிருந்த அந்த ஆள், இப்போது அந்த மேடையில் கைகளை ஆட்டிக் கொண்டு மற்றவர்களோடு நின்றுகொண்டிருந்தான். கை தட்டல். இப்போது புரிந்தது. பார்வையாளர்களின் பக்கம் நின்று ஆடிய அந்தஆள், கூத்துக்களில் வரும் கட்டியங்காரன் மாதிரி. சர்க்கஸ் காட்சிகளில் வரும் கோமாளி மாதிரி. நகைச்சுவையோடு, பிறவீரர்கள் எல்லோருடனும் சமதையாகத் தனது ஆற்றலைக் காட்டுகிறவன்; நிகழ்வுகளைத் தொடங்கி வைக்கிறவன். சரிதான். இப்போது அரங்கம், தயாரானது.

பெலூகா, ஷாமுவை விடச் சிறியது. இதன் வயிற்றுப் பகுதியும் விலாப்பகுதியும் வெள்ளையாக இருக்கிறது. நீளமாகவும் அழகாகவும் இருக்கிறது. அகூல் அல்லது பெலூகாவின் இந்த விளையாட்டரங்கில் பெரிய மேடையுண்டு; ஆனால் செய்குளம் சற்றுச் சிறியது. மேடை அரைவட்டமாக உள்ளது. எதிரே பார்வையாளர் அரங்கமும் அதற்கேற்ற மாதிரியாகப், பெரிய அரைவட்டமாக உள்ளது. இரண்டும் சேர்ந்து, ஒரு முழுவட்டம். இடை பிரிந்த வட்ட அரங்கு. இடையில் நீர்துளும்பும் நிகழ்த்து வெளி (performing ground); செய்குளம். மேடையில் கண்ணைக் கவரும் வண்ண நீச்சல் உடையுடன் வீரர்கள். கயிற்றுக் கம்பிகளில் (bar) விளையாடும் பறக்கும் வீரர்கள். இவர்களோடு கேளிக்கை செய்து விளையாடும் அந்தக் கோமாளி. செய்குளத்தின் பரந்த

வெளியில், பெலூகா. மிருதுவான இசையொழுங்கோடு நிகழ்வுகள் நகர்கின்றன. பெலூகா, மேடையின் வலப்பக்கத்து நீர்ப்பகுதியிலிருந்து அரங்கத்தில் நுழைகிறது. பார்வையாளர் அரங்கத்தின் ஓரமாகவே மேலெழும்பிச் சுற்றி நீந்தி வந்து செல்கிறது. திரும்பவருகிறது. மேடைக்கு முன்னால் வந்து எகிறிக் குதித்து வளைந்து பாய்ந்து விழுகிறது. போகிறது. மேடையரங்கத்தின் மேலே நீளமாய்க் கயிற்றில் கட்டிய பலகையில் ஏறி, இரண்டு பெண்கள் வேகமாக ஊஞ்சலாடிக், குளத்தில் நீள்ப்பாய்ந்து நீந்தி மேடையேறுகின்றனர். மேலே கயிறுகளில் தொங்கும் கம்பிகளைப் பிடித்துப் பறந்துவருகிறான், ஒருவன். அதுபோல் எதிரே இன்னொரு கயிற்றுக் கம்பியில் பறந்துவருகிற இன்னொருவனுடைய கால்களை இவன் பறந்து வந்து பற்றுகிறான். நம்மூர் சர்க்கஸ் மாதிரித்தான். இப்போது, பெலூகா மீண்டும் வருகிறது. துள்ளிக் குதித்துவரும் அதன் முதுகில் ஒருபெண் சவாரிசெய்கிறாள். அதுபோல் இன்னொரு பெண், இன்னொரு பெகாவின் மேல் ஏறிவருகிறாள். கை தட்டல் ஒலி கேட்க, பார்வையாளர்களுக்கு வணக்கம் போட்டுப் போகிறார்கள். திடுமென வலப்பக்கத்திலே இருந்து இரண்டு பெரிய பஞ்சவர்ணக் கிளிகள் (macaw) தாழ்வாகப் பறந்து வருகின்றன. மக்கள் அமர்ந்திருக்கின்ற அந்த அரங்கத்தை ஒரு சுற்றுச் சுற்றிவிட்டு மேடையின் இடது பக்கமாய்ச் சென்று மறைகின்றன. மீண்டும் பெலூகா; மீண்டும் சர்க்கஸ் வீரர்கள். சாகசமும் இருக்கிறது; கேளிக்கையும் இருக்கிறது. கைதட்டும் ஒலியும் சிரிப்பொலியும் சேர்ந்து நிறைகிறது. மீண்டும் அந்தப் பறவை. ஒன்று, இரண்டு அல்ல; இப்போது, எட்டு அல்லது ஒன்பது கிளிகள். சர்சர் என்று வலது பக்கத்திலிருந்து, பார்வையாளர் களைச் சுற்றி மிகத் தாழ்வாக இரண்டு சுற்றுக்கள் சுற்றிப் பறந்துவிட்டு, இடது பக்கமாய்ப் பறந்து மறைகின்றன. ஆண்-பெண் சர்க்கஸ் வீரர்கள் பலரும் சேர்ந்துநின்று, மேடையின்மீது சில சாகச விளையாட்டுக்கள் செய்கிறார்கள். இப்படிக், கடல் விலங்கும் சர்க்கஸ் வீரர்களும், பறவைகளும், ஒரு ஒழுங்கமை வோடும் பின்புலமாக ஒலிக்கும் இசை லயத்தோடும் மகிழ்ச்சியான தொரு உலகத்தைச் சொல்லிப் போக, அரங்கம் உற்சாகத்தோடு உயிர்த்து நிற்கிறது.

இந்த அசூல் அரங்கத்திற்கு வெளியே வழிநெடுகப் பல கடைகள் - எல்லாமே அசூல் - பெலூகா - படங்களோடும் முத்திரைகளோடும் இருக்கின்றன. இந்தக் கடல் உலகத்தில் பிரபலப்படுத்தப்படுகிறது என்று தெரிகிறது. இருக்கட்டும். கண்ணுக்கு உணவில்லாதபோது சிறிது வயிற்றுக்கும் ஈயவேண்டுமே. ஈந்துவிட்டுக் கொஞ்சநேரம் ஓய்வெடுத்துக் கொண்டோம்.

பின்னர் அந்தக் கடல் உலகத்தின் ஒரு முனையில், மிகப் பெரிய நீர்நிலை ஒன்றில் தண்ணீர்ச் சறுக்கு (Water Ski-ing) விளையாட்டு நடந்துகொண்டிருந்தது. அந்தக் கடல் உலகத்தில் இன்னொரு பிரபலமான நீர்விளையாட்டு 'Calabhys' Rocking Wave' என்பது. பெரிய நீச்சல் குளம் போன்றதுதான் அது. அதிலே கடல் அலைகள் மேலே எழும்பி வருவதுபோன்ற ஒரு நிகழ்வைக் கட்டமைத்திருக்கிறார்கள். சக்திவாய்ந்த மின்சார உந்துதல் மூலம், நீர் நிலையில் அப்படி அலைகள் உருவாக்கப் படுகின்றன. கடலுக்குச் சென்றுவிட்டு வருவதுபோன்று ஒரு பிரமை; சில கணங்கள்தான். மக்களுக்கு ஒரு உற்சாகம்.

சுற்றுலாப் பயணிகளுக்கு நேரம் போவது தெரியாமலிருக்க இதுபோல் இன்னும் சில நீர்விளையாட்டுக்களும் காட்சிகளும் இருக்கின்றன. யோசித்துப் பார்த்தால், திரும்பத் திரும்பப் பார்த்ததுபோல்தான் இருக்கும். நேரம் ஆகிவிட்டதால் வெளியேறத் தொடங்கினோம். எத்தனை கூட்டம்! அமெரிக்காவில், எங்கேதான் கூட்டம் இல்லை? போகட்டும். இந்த மாதிரி ஒரு நிறுவனத்தை நிர்வகிக்க, எவ்வளவு செலவு ஆகுமோ என்ற வியப்பு ஒரு கணம் எழுந்தது. 1988-இல் 250 ஏக்கர் நிலப்பரப்பில் தொடங்கப்பட்டதாம், இந்தக் கடல் உலகம். ஆனால், பொருளாதார நெருக்கடிகளினால், மூன்று கைகள் மாறிவிட்டதாம். ஆனால், இன்று இது, ஒரு சங்கிலித்தொடர்ச் சுற்றுலாநிறுவனமாக வளர்ச்சி பெற்றிருக்கிறது.

❖

ஒரு தீபாவளி இரவு

இர்விங்

நவம்பர் மாதம், குளிர ஆரம்பித் திருந்தது. ஆலனில், மகள் வீட்டுக்கு அடுத்த தெருவில் உள்ள அவளுடைய தோழி - ஒரு இந்தியப் பெண்மணி, அருகேயுள்ள இர்விங் (Irwing) நகரில் தீபாவளி கொண்டாடப்பட விருக்கிறது; நவ., 20 சனிக்கிழமை மாலை - என்று சொல்லி நினைவுபடுத்தினாள். ஏற்கெனவே கணினி வலைப்பின்னலில் இந்தச் செய்தி வந்திருந்தது. அன்று மதியம் 4 மணிக்கு மேல் கிளம்பினோம். ஒரு மணி நேரப் பிரயாணம்.

இர்விங் என்பது டால்லஸ் நகருக்கு அருகேயுள்ள ஒரு நகரம். பிளானோ (Plano) விலிருந்து நேர்கிழக்கே போகவேண்டியது தான். தடையற்ற சாலை. வேறு சாலைகள் குறுக்கிடாது. இருந்தும் என்ன, அன்று சனிக் கிழமை; விடுமுறை தினம். வேகமாகச் சென்றாலும் கார்கள் எறும்பு வரிசையில்தான் சென்றன. ஒருவரையொருவர் முந்துவது, திறமையைக் காட்டுவது, அடுத்த கார்க்காரனைப் பயமுறுத்துவது, ஹாரன்கள் அடித்து அந்த விரசமான சப்தத்தில் அடுத்தவர்களை விரட்டுவது அல்லது மிரட்டுவது என்று இல்லாமல், போவது தெரியாமல் கார்கள் போய்க்

11

கொண்டிருந்தன. இர்விங் நகரத்துக்குள் நுழையும் முன், முனையில் ஒரு விளையாட்டு அரங்கம் - அங்கேதான் தீபாவளி கொண்டாடப்படவிருக்கிறதாகச் சொன்னார்கள். சென்றோம்.

அந்த விளையாட்டு அரங்கம் சாதாரணமான விளையாட்டு அரங்கம் அல்ல. டெக்சாஸ் கால்பந்தாட்டரங்கம் (Texas Foot Ball Stadium) என்றால், அமெரிக்காவிலேயே கால்பந்தாட்டத்துக்கென உள்ள இரண்டாவது மிகப் பெரிய அரங்கம் அது. 65 ஆயிரம் பேர் வரை அமர்ந்து அந்த விளையாட்டைப் பார்க்கலாம். டெக்சாஸ் மாநிலத்துக்கு இவ் அரங்கம் பெருமை தரும் ஒன்றாகக் கருதப்படுகிறது. கால்பந்தாட்டம் என்றால் இந்தியாவிலேயோ, பிரிட்டன், பிரான்சிலோ உள்ளது போன்ற கால்பந்தாட்டம் அல்ல, இது. அது Soccer; இது Foot-ball என்று, இவர்கள் வேறுபடுத்திச் சொல்கிறார்கள். அமெரிக்கக்காரன், தன்னை வித்தியாசமாகக் காட்டிக்கொள்ள வேண்டாமா? இந்தக் கால் பந்தாட்டத்தில் காலுக்கும் பந்துக்கும் உள்ள உறவு மிகவும் குறைவானது. பந்தும் உருண்டையானது அல்ல. நடுவே பருத்து, மேலும் கீழும் நீண்டு, சொர சொரப்பாக இருக்கும் இந்தப் பந்து கனமானது. இதனைக் காலால் உதைப்பது மிகக்குறைவு. கைகளில் தூக்கிக்கொண்டு ஓடலாம். ஆனால், இதெல்லாம் எளிதல்ல. பந்தைக் கடத்திக்கொண்டு போகிறவனை ஓடவிடாமல் அல்லது நகரவிடாமல் தடுக்கவேண்டும். அதற்கென வருகிற குழுவின் பிற வீரர்களையும் தடுக்கவேண்டும். ஓடுகிறவன்மேல், பந்தைப் பறிப்பவர்கள், கூட்டமாகக் கட்டிப் புரண்டு, பாய்ந்து, உருண்டு.... ஒரு பொல்லாத விளையாட்டு; முரட்டுத்தனமான விளையாட்டு. இந்த வீரர்கள் ஆறடி உயரத்துக்குக் குறைந்து யாருமில்லை. உடைகள், கவசங்கள் போல வீங்கித் தடித்து வலுவாக இருக்கும். ஒரு பந்துக்காக இப்படியா... என்று எண்ணத் தோன்றுகின்றதோ? நடைமுறையில் சண்டைகளும் போர்களும் இப்படித்தான் பந்தாட்டங்கள் தானே?

இதுதான் அமெரிக்காவின் தேசிய விளையாட்டு. இதற்கு, இதனை விளையாடுகின்ற வீரர்களுக்கு, அமெரிக்காவுக்குள் லட்சக்கணக்கான ரசிகர்கள். தொப்பிகள், சட்டைகள், பனியன்கள், ஷூக்கள் என்று பல பொருட்களிலும் முக்கியமான

வீரர்களின் எண்களைப் போட்டு, விலை நாலைந்து மடங்கு விற்கப்படுகிறது. திருப்பூர் பனியன்களும் டீஷர்ட்டுகளும் நிறையவே விற்பனையாகின்றன. இந்த விளையாட்டுக் குழுக்களைச் சில நிறுவனங்கள் தமது உடைமைகளாக வியாபாரம் செய்கின்றன. இந்தியாவில் கிரிக்கெட்டுப் போல இது சில முதலாளிகளுக்குக் கொழுத்த லாபம் தருகிற தொழில். ஆனால் தேசியப் பற்றின் சின்னமாகவோ, முதலாளிகளின் லாபத்திற்காக அண்மை நாடுகளோடு பகைமையைத் திட்டமிட்டு ஊதி வளர்ப்பதற்குரிய ஒரு சாதனமாகவோ சூதாட்டக் களமாகவோ இது, இங்கே அமையவில்லை.

டெக்சாஸ் மாநிலத்தில், இந்தக் கால்பந்து விளையாட்டுத்தான் 'ராஜா' என்று போற்றப்படுகிறது. எனவே இதனுடைய அரங்கம் பிரமாண்டமாக இருப்பதில் ஆச்சரியமில்லை. இந்த மாநிலத்தின் பண்பாட்டு இலச்சினையாகிய 'மாட்டிடையன்' (cowboy) படம், கவனம் கொள்ளும்படியாகவும் பெரிதாகவும் முகப்பில் செதுக்கப்பட்டிருக்கிறது. இந்த அரங்கத்தில்தான் இந்தியர்களின் சில தரப்பினரால் அன்று 'தீபாவளி' கொண்டாடப்பட்டது. இதை வாடகைக்கு எடுப்பதற்கே செல்வமும் செல்வாக்கும் நிறைய வேண்டியிருந்திருக்கும். இதனை விமரிசையாக ஏற்பாடு செய்திருந்தார்கள். எல்லாம் வட இந்தியர்கள்தான். குஜராத், பஞ்சாப், உ. பி. மாநிலங்களிலிருந்து முக்கியமாக, டெக்சாஸ் மாநிலப் பகுதிகளில் குடியேறியுள்ள மார்வாடிகளும் குப்தாக்களும் மற்றவர்களும் 'இந்தியப் பண்பாட்டு மன்றம்' (Indian Cultural Society) என்று ஓர் அமைப்பு வைத்திருக்கிறார்கள். 2006இல் அமைக்கப்பட்ட அந்த அமைப்பினுடைய ஆண்டு விழாவும் தீபாவளியுமாக இந்த விழா நடைபெற்றது. இவர்களில் பெரும்பாலோர், வியாபாரிகள். மேலும், வழக்குரைஞர்களாகவும் தணிக்கையாளர்களாகவும், மருத்துவர்களாகவும் சொந்தத்தில் தொழில் நடத்துபவர்களாகவும் உள்ளனர். இவர்களில் சிலர், அரசியலிலும் அமெரிக்க அரசியலில் தான்- முன்னணியில் இருக்கிறார்கள். செல்வந்தர்கள் மற்றும் அவர்களிடம் பணிபுரிபவர்கள், தமக்குள் ஒற்றுமையாக இருப்பவர்கள். குறிப்பிட்ட தேசிய இனம் என்ற உணர்வும் மொழியுணர்வும் உடையவர்கள். தங்களுடைய ஒற்றுமையின் அடையாளமாகவும்

மேற்கொண்டு வளர்வதனுடைய ஆற்றலின் அடையாளமாகவும் இதனை இவர்கள் நடத்துகிறார்கள் என்று தெரிகிறது.

விழாவுக்கு நன்றாகத் திட்டமிட்டிருந்ததாகத் தெரிகிறது. சிறப்பு அரங்கம், பொது அரங்கம் என்று அரங்கத்தினுள்ளும், அரங்கத்துக்கு வெளியே திறந்தவெளியிலும் என்று இரண்டு விதங்களாக, ஒரே நேரத்தில், நிகழ்ச்சிகள் நடைபெற்றன. இரண்டு இடங்களிலுமே நல்ல கூட்டம். 20 ஆயிரம் பக்கத்தில் இருக்கும். மகளும் மருமகனும் குழந்தைகளுடன் அரங்கத்தினுள்ளே எட்டிப் பார்த்துவிட்டுத், திறந்தவெளி நிகழ்ச்சிகளிலே நின்றுவிட, நாங்கள் இருவரும் அரங்கத்தினுள்ளே உயரமான இருக்கைகளின் வரிசையில் அமர்ந்தோம். பிரம்மாண்டமான வெளி. கீழே, நடுவே எளிமையான அலங்காரங்களோடு பெரிய மேடை ஒன்று அமைத்திருந்தார்கள். அதன் வலப்பக்கத்தில் இசைக்கருவிகள். நாங்கள் போகும்போது, மேடையின் நடுவே ஜிப்பாவும், ஓவர்கோட்டும் அணிந்த ஒரு பாடகர், கனகம்பீரமாகப் பாடிக்கொண்டிருந்தார். இதற்கெனவே இந்தியாவிலிருந்து வரவழைக்கப்பட்டவர். இந்தித் திரைப்படப் பாடல்களும் இடையே சில பக்திப் பாடல்களுமாகப் பாடிக்கொண்டிருந்தார். இடையிடையே அந்தப் பாடல்கள் பற்றியும் அறிவிப்புக்கள் செய்துகொண்டிருந்தார். புரியும்படியான சுத்தமான ஆங்கிலத்தில். அது முடிந்தது. கொஞ்ச நேரம், மவுனம். மேடையின் இடப் பக்கத்திலிருந்து கைகளிலே சிறிய அகல் விளக்குகளுடன் மேடையை நோக்கி- ஒரு முப்பது பேருக்குள் இருக்கும், அவ்வளவுதான் - பெண்கள் மட்டுமல்ல; ஆண்களும் சேர்ந்துதான் அணிவகுப்பாக வந்து கொண்டிருந்தார்கள். அதிகப் பேர் கலந்திருக்கலாம்- முக்கியமாகப் பெண்களாக - பக்கத்தில் என் மனைவி சொல்லிக் கொண்டிருந்தாள். மேடையின் நடுவே லட்சுமி படமும் இன்னும் பல கடவுள்களின் படங்களும் மாலைகளுடன் வைக்கப்பட்டிருந்தன. கொண்டுவந்த அகல் விளக்குகளை வரிசையாக அங்கே வைத்தார்கள். முடிந்தவுடன் அரங்கத்தின் ஒரு ஓரத்திலிருந்து ஒரு பெரிய பூவாணம், வண்ணக் கலவைகளோடு கூடிய ஒளி எழும்பிக் குதிக்க, அடக்கமாக வெடித்தது. மேடையில் அமைப்பாளர் எழுந்து அந்த அமைப்புக் குறித்து ஆங்கிலத்தில் விளக்கம் கொடுத்தார்.

வரவேற்பு கூறினார். இர்விங் நகரத்தின் மேயர்தான் தலைமை விருந்தினர். அந்தப் பகுதியில் குடியேறிச் சிறப்பாகத் தொழில் செய்வதாக இந்தியர்களை அவர் பாராட்டினார். எல்லார்க்கும் தீபாவளி வாழ்த்து கூறினார். பிறகு யாரோ மேலே மட்டும் காவியாடையணிந்திருந்த ஒருவர் ('சுவாமீ ஜீ') தீபாவளி குறித்துச் சில வார்த்தைகள் இந்தியில் பேசிவிட்டு வாழ்த்தும் கூறிவிட்டு, மேடை ஓரத்திலிருந்த கடவுளர் படங்களுக்கு முன்னால் நின்று தீபாராதனை காட்டிப் பூசை செய்தார். வேறு சடங்குகள் எதுவும் இல்லை. விழாவின் முக்கியமான பகுதி முடிந்தது.

தீபாவளி தோன்றியதற்குப் பல புராணங்கள் உண்டு. பல வரலாறுகள் உண்டு. ஆனால், வடக்கே 'ராம்லீலா' முக்கியமான விழாவாச்சே. அன்று மேடையில் ஒரு நாடகம், பாடல்களோடு கூடியது; 'ராவணவதம்' பற்றிய நாடகம். நல்ல ஆடையணி களோடும் ஒப்பனைகளோடும், ஒத்திசைவான நகர்வுகளோடும் நாடகம் நடந்தது. கொஞ்ச நேரம் இருந்துவிட்டு வெளியே வந்தோம்.

அரங்கத்துக்கு வெளியே திறந்த வெளியில், அசல் நம்மூர்ப் பொருட்காட்சிதான். நடக்க, எடுக்க, காலாரச்சுற்றிவர, விசாலமான வெளி. கடைகள் ஒருநூறுக்குப் பக்கத்தில் இருக்கும். பனியன்கள், சட்டை துணிமணிகள், படுக்கை விரிப்புக்கள், 'இந்தியக் கலைப்பொருட்கள், பெண்களுக்கான பிரத்தியேக அலங்காரப் பொருட்கள் இப்படியே பல.... இவற்றோடு, அங்கேயுள்ள வேலைவாய்ப்புக்கள் பற்றிய விவரணங்கள், இங்கிருந்து கொண்டே இந்தியாவில் வீட்டுமனை, நிலங்கள் வாங்குவது பற்றிய விசாரணைகள் பற்றிய சில ஸ்டால்கள்.... இவற்றினூடே, தீனிகளுக்குரிய கடைகளும் இருந்தன. பானிபூரிகளும், சப்பாத்திகளும், சமோசாக்களும் மட்டுமல்லாமல் வடாக்களும் தோசாக்களும் (தோசைகளும் வடைகளும் இப்படி ஆகிவிட்டன) ஒரு பக்கம் இருந்தன. செட்டி நாட்டு உணவகம் ஒன்றும் இருந்தது. பிரியாணி வகையறாக்களின் 'கமகம' என்று மணம் இனாமாகக் கிடைத்துக்கொண்டிருந்தது. இந்த உணவகம், ஹூஸ்டனில் இருக்கிறது; இந்தப் பக்கம், பிளானோ நகரிலும் இருக்கிறது. இதை நடத்துபவர், மதுரைக்காரர் என்று சொன்னார்கள். மகிழ்ச்சியாக இருந்தது; இருக்காதா, பின்னே?

இதையெல்லாம் விட்டுவிட்டு ஒரு கடையில் மசாலா தோசை சாப்பிட முடிவு பண்ணினோம், நானும் எங்கள் மருமகனும். சாதா தோசைக்குள், தொட்டுக்கொள்கிற மாதிரி இத்தனூண்டு உருளைக்கிழங்கு ; சட்டினி, சாம்பார்; ருசியும் இல்லை; மணமும் இல்லை. விலை இருந்தது. ஒரு 'மசாலா தோசா', ஆறு டாலராம்; 6 x 45 = 270 ரூபாயா? 'ப்பா.... இப்படித் தெரிந்திருந்தால் வேண்டவே வேண்டாம் என்று சொல்லி யிருப்பேன்.

இதெல்லாம் போகட்டும். கலை நிகழ்ச்சிகளுக்கு வருவோம். அந்தத் திறந்த வெளியில், பலகைகளைக்கொண்டு - மேலே, ஷமினா விரித்து, சுற்றி விளக்குகள் எரிய - போடப்பட்ட தாழ்வான மேடையில் நடன நிகழ்ச்சிகள் நடந்தன. சும்மா சொல்லக்கூடாது; போற்றும்படியாக இருந்தன. பஞ்சாபி நடனங்களும், குஜராத்தி நடனங்களும், அழகாகவும் கலகலப்புடன் குளுமையாகவும் இருந்தன. அருகே இருந்த ஒரு வட இந்திய வாலிபர் சொன்னார், ஆடியவர்கள் அனைவரும் இந்தியாவி லிருந்து ஐந்து ஆல்லது ஆறு ஆண்டுகள் உள்ளிட்ட காலத்தில் டெக்சாஸின் பகுதிகளில் குடியமர்ந்தவர்களாம். இவர்களில் பலர், இந்தியர்களின் கடைகளில் பணிசெய்கிறவர்களாம்; பெரும்பாலோர் இளம்பெண்கள். புலம்பெயர்ந்து, மொழி தெரியாத ஒரு நாட்டிலிருந்துகொண்டு, அந்தப் புதிய சூழல்களிலும் தங்கள் கலைகளை மறந்துவிடாமல் பேணிப் போற்றிவருகிறார்கள். இவை, நாட்டுப்புற நடன வடிவங்கள் தாம். அலட்டிக்கொள்ளாமல் நளினமாகவும் முறையாகவும் ஆடினார்கள். பார்த்துக்கொண்டிருந்த பார்வையாளர்கள் அந்தப் பாட்டுக்களோடும் அந்த நடனங்களோடும் இணைந்து, சில இடங்களில் இவர்களும் ஆடிப்பாடிக் கைதட்டி ரசித்தனர். மக்களின் பங்கேற்பு, இந்த மாதிரிக் கலை வடிவங்களில் மிக இயல்பாக ஆகிவிடுகிறது.

இந்தப் பொதுமேடைக்கும் ஓரங்களில் சுற்றியிருந்த கடைகளுக்கும் நடுவேயுள்ள வெளியில், குழந்தைகளும் ஆண்- பெண்களும் உரக்கப் பேசிச் சிரித்துக்கொண்டும் நடந்து கொண்டும் இருந்தார்கள். ஐஸ்கிரீம் சூப்பிக்கொண்டு, பாப்கார்ன் கொறித்துக்கொண்டு, பெரிய அப்பளங்களைக் கடித்துக்கொண்டு, ஒளிவிடும் பிளாஸ்டிக் வளையங்களைக் கழுத்திலும் கையிலும் அணிந்துகொண்டு, இவர்கள் சுதந்திரமாக

அலைந்துகொண்டிருந்தார்கள். ஆங்கில மொழிச் சத்தமே பிரதானமாக இருந்தாலும், இந்தி, குஜராத்தி சப்தங்களும், சில ஓரங்களில் தமிழ், தெலுங்கு சப்தங்களும் இடங்களை நிரப்பிக் கொண்டிருந்தன. அது இருக்கட்டும். அங்கே கைதுடைத்துப் போட்ட தாள்கள், தின்று கழித்துப் போட்ட தாள் தட்டுக்கள், பொட்டணத் தாள்கள் என்று பல இடங்களில் தரையில் விழுந்து சிதறிக்கிடந்தன. வேறு இடங்களில் இப்படியெல்லாம் பார்க்க முடியாதே. இந்தியச் சூழ்நிலையை மறக்காமல் இங்கே கொண்டு வருவதாக இது இருந்தது.

இர்விங்கில் நடந்த இந்த இந்தியத் தீபாவளி, இந்தியர் களாகக் கூடியிருக்கிறோம்- இந்தியர்கள்- இந்திய உணர்வு- என்ற பொதுவான ஒரு மனநிலையைக் காட்டுவதாக இருந்தது. பெயர்தான் தீபாவளி. ஆனால், சமய விழாவாக இல்லாமல் ஒரு சமூகவிழாவாகத்தான் இது பரிணமித்திருந்தது. குறிப்பாக, வட இந்தியர்களின்- வடஇந்திய வியாபாரிகளின் சமூக விழாவாக இருந்தது.

❖

12

ஹாலோவீன் பண்டிகை

ஆவிகளைக் கொண்டாடி

அக்டோபர் 31; ஹாலோவீன் (Halloween) பண்டிகை. அமெரிக்காவில் கிறிஸ்துமஸ் மிகவும் விசேடமான நாள். அதனுடைய வரலாறும் பண்பும் வேறு. ஆனால், ஹாலோவீனும் மிகவும் விசேடமானதுதான். இதனுடைய வரலாறும் பண்பும் வேறு. அன்று, பேய்-பிசாசுகள்-ஆவிகள் உலகம் அமெரிக்காவுக்கு இறங்கிவருகிறது. நியூயார்க்கிலிருந்து லாஸ் ஏஞ்சல்ஸ் வரை ஆவிகள் 'அவதார்களாக' நிரம்புகின்றன. அப்படித்தான் எடுத்துக் கொள்ள வேண்டியிருக்கிறது. எவ்வளவுதான், நவீன-தொழில்நுட்பஅறிவியலின் பலா பலன்களை நன்றாக அனுபவிக்கிற சமூகமாக இருந்தாலும், ஆகப் பழைமையான நம்பிக்கைகளையும் பயங்களையும் சடங்குகளையும் விட்டுவிட முடியவில்லை. ஹாலோவீன் பண்டிகை, அமெரிக்கப் பண்பாட்டின் ஒரு 'பகுதி'.

இதுபோல், 'நன்றியறிவிப்பு' (Thanks giving) என்பதும் அமெரிக்கர்கள் கொண்டாடும் ஒரு விசேடமான விழாவாகும். நவம்பர் மாதம் நான்காவது வியாழக்கிழமையின் போது கொண்டாடப்படுகிறது. கிறிஸ்துமஸ்,

ஒரு சமயவிழா என்றால், ஹாலோவீன், ஆவிகள் தொடர்பான ஒரு விழா என்றால், நன்றியறிவிப்பு விழா, அந்த இரண்டுமல்லாத ஒரு சமூக-வரலாற்றோடு தொடர்புடைய விழா. வெள்ளை ஐரோப்பியர்கள், இங்கே பாதுகாப்பாகக் குடியமர்வதற்குப், பூர்வீக மக்கள் - சில பகுதிகளில் - மிகவும் அனுசரணையாக இருந்தார்களாம். அவர்களுக்கு, இவர்கள் நன்றி தெரிவித்துக் கொள்கிறார்கள். பூர்வீகக் குடிகளை வெற்றிகொண்டு அல்லது அழித்து அல்லது அடக்கி, இங்கே இந்தக் குடியேற்றம் நடந்தது அல்லவா? அதற்கு நன்றியறிவிப்பு, இது. ஹாலோவீன் பண்டிகைக்கு விடுமுறையெல்லாம் கிடையாது; ஆனால் நன்றியறிவிப்புக்கு, இந்த ஒரு நாள்; அதற்கடுத்து வெள்ளிக் கிழமையாயிற்றே - அன்று 'விடுப்பு'ப் போட்டால் சனி, ஞாயிறையும் சேர்த்து 4 நாள்கள் ஆயிற்றே. எனவே அரசாங்கமே நாலுநாள் விடுப்பு விட்டுவிடுகிறது. ஆகவே தூரம் தொலைவுகளில் இருக்கிற குடும்பங்களின் ஒன்றிணைவாகவும் வெளியே அங்கங்கே சுற்றுலா போய் வருவதற்குரிய விடுமுறைக் காலமாகவும் இது அமர்க்களப்படுகிறது. அன்று ஆயிரக்கணக்கான வான்கோழிகள் காணாமல் போகின்றன; வயிற்றுக்குள் சங்கமமாகின்றன. நன்றியறிவிப்புக்கு வான்கோழிகளைத்தான் சமர்ப்பிக்கிறார்கள்.

ஆனால், ஹாலோவீன் வித்தியாசமானது. ஆவிகள் பற்றிய நம்பிக்கையை மையமாகக்கொண்டது இது. என்றாலும், நடைமுறையில் இதன் நாயகர்கள், சிறுவர்-சிறுமிகளே. ஹாலோவீன் வருகிறது என்றவுடன் வீடுகளும் கடைகளும் இரண்டுவாரங்களாகவே களைகட்டிவிட்டன. எங்குப் பார்த்தாலும் ஹாலோவீனுக்கு என்று விசேடமான உடைகளும் அலங்காரப் பொருட்களும் கடைகளில் குவிந்து கிடக்கின்றன. ஒரு 'புனைவு' எங்குப் பார்த்தாலும் பரவிக் கிடக்கிறது. குழந்தைகள் பரபரப்பு அடைகிறார்கள். அப்படியானால், பெற்றோர்களும் பரபரக்க வேண்டியதுதானே. இது கிட்டத்தட்ட, குழந்தைகள் விழாதான்.

ஹாலோவீன் - பரவலான மக்களால் கொண்டாடப் படுகிறது. ஆனால், ஏன் கொண்டாடப்படுகிறது? நிறைய பேருக்குச் சொல்லத் தெரியவில்லை. ஆனால், தொன்மவியலும் நாட்டுப்புறவியலும்தான் இதற்குப் பதில் சொல்லமுடியும்.

அதனோடு, இது சம்பந்தப்பட்டது. "கொண்டாடுகிறோம் - ஏன், எதற்கு என்ற கேள்வியெல்லாம், எதற்கு? இப்படித்தான், கலாச்சாரத்தின் பலகூறுகள், விசாரணைகளும் பரிசீலனை களுமின்றி, மரபுவழியாக வந்து நிற்கின்றன. ஹாலோவீன் நேரத்தில் இங்குள்ள வட்டாரச் செய்தியிதழ் ஒன்றில், டிம்கர்ரோல் என்ற பிரபல நிருபர் ஒருவர் எழுதியிருந்தார். "ஹாலோவீனை ஏன் கொண்டாடுகிறோம் - இதற்கெல்லாம் என்ன அர்த்தம் என்று நிறைய பேருக்கு ஒன்றும் தெரியாது. ஆனால், இதனை (இந்த விழாவை) ஒதுக்கித் தள்ளுவது கடினம்; விளக்குவது அதனை விடவும் கடினம். ஆனால் நிகழ்வுகளும் நம்பிக்கைகளும் நிழல்கள்; தோற்றங்கள். அவற்றின் பின்னால் அர்த்தங்கள், தூலங்களாகவும் சில சமயங்களில் தூலமற்ற கருத்தியல்களாகவும் இருக்கத்தானே செய்யும்? காரணங்கள் இல்லாமலா, காரியங்கள்?"

அது சரி... திருவிழா என்பது மகிழ்ச்சி தருகிற ஒரு சங்கதி. யாருக்கு? கொண்டாடுவோர்க்குத்தான். எல்லார்க்குமா? திருவிழா என்பது வெறுமனே கொண்டாட்டம் மட்டும் அல்லவே. அது ஒரு பொருளாதார பரிவர்த்தனையைக் குறிப்பது. முடியாதவர்களுக்கு? அது சுமைகளையும் வேதனைகளையும் கொண்டுவருகிறதே! இந்த மாதிரி விழாக்களில், குழந்தைகளை அடுத்து அதிகம் மகிழ்பவர்கள் யார்? வேறு யார்? வியாபாரிகள் தான். ஹாலோவீன் பண்டிகையில் முக்கியமானது, குழந்தை களுக்கான அலங்காரஆடைகள். மற்றும் பல அலங்காரங்கள். எப்படிப்பட்ட ஆடைகள்? பேய் - பிசாசு, ஆவி இவற்றை மெய்போலஆக்கி அதனை நினைவுபடுத்துகிற மாதிரியான அணிகள்; மற்றும் கனவுகளையும் மாய்ம்மைகளையும் வைத்து 'டிஸ்னிக்காரன்' கட்டமைத்துத் தந்திருக்கிறானே, விநோதங்கள் - அந்த விநோதங்கள் வழியாகக் கற்பிதம் செய்யப்படுகிற, தூங்கும் அழகி (Sleeping Beauty) பனிவெள்ளை அழகி, (Snow White) சின்ட்ரல்லா (Cindrella) முதலிய தேவதைகளின் (Fairy Queens) அலங்காரங்களை நினைவுபடுத்துகிற மாதிரி. பளிச், பளிச் என்று பல வண்ணங்களின் அடர்த்தியில் ஜொலிக்கும் ஆடைகள். கீழே மினுமினுக்கும் செருப்பு, தலைக்குக் கிரீடம், தொப்பி, இப்படிக் கண்களைக் கொத்தும் அலங்காரங்கள்.

இவையெல்லாம், குறிப்பிட்ட அந்தத் தினத்தோடு சரி; உபயோகி-தூக்கியெறி' (use and throw) என்ற 'உத்தரவாதத் தோடு' கூடியவை அவை. இரண்டு வாரங்களாக - அவ்வப்போது பார்க்கிறேன். முக்கியமாக 'மால்'களிலும் பேரங்காடிகளிலும் - குழந்தைகளின் சிணுங்கல்களும், பெற்றோரின் கெஞ்சல்களும் அரட்டல்களும் - அவற்றினூடே - ஹாலோவீன் பண்டிகை களைகட்டுகிறது. மேலும், எட்டுச் சிறிய கால்களை இருக்குமிட மெல்லாம் பரப்பி, வலையையும் கட்டிக், குடியிருக்கும் - இல்லை, இல்லை - சிறிய பூச்சிகளுக்காக, இரைக்காகக் - காத்திருக்கும், எட்டுக்கால்பூச்சியின் படிமங்களும் ஹாலோவீனுக்கு முக்கிய மானவை.

நாங்கள் பண்டிகைக்கு நாலைந்து நாளுக்கு முன்னால், முதலில், பூசனிக்காய் வாங்கப் போனோம். அங்கங்கே சில முனைகளில், சாலையின் ஓரம், பூசனிக்காய்கள் தரம் வாரியாகப் பிரிக்கப்பட்டு வைக்கப்பட்டிருந்தன. வேறு சில அலங்காரப் பொருட்களும் வைக்கப்பட்டிருந்தன. நாங்கள் ஒரு பூசனிக்காய் வாங்கி வந்தோம். பூசனிக்காய்களைப் பார்த்தவுடன் வீரமாமுனிவர் வருணித்த குதிரை முட்டைகள்தான் நினைவுக்கு வந்தன. இந்தப் பூசனிக்காய்தான் 'பிசாசு' வடிவம் தாங்கவேண்டும். பூசனிக் காயின் நடுவே இரண்டு கண்களுக்கும் அவற்றின் கீழே மூக்கிற்கும், அதற்கும்கீழே அகலமான வாய்க்கும் பொருத்தமான துளைகள் போடவேண்டும். பூசனிக்காய் பூராவும் வர்ணங்கள் பூசவேண்டும். இப்போது பிசாசு தயாராகிவிட்டது. பல வீடுகளில் - வீட்டுக்கு முன்னால், வாசலில் இப்படி ஒன்றோ இரண்டோ பூசனிக்காய்ப் பிசாசுகள் வாய் திறந்து காத்துக் கிடக்கின்றன. ஆனால்,இது போதாது. துண்டங்களாக ஆக்கப்பட்ட கைகால்கள், எலும்புக்கூடு, மண்டையோடு - இவற்றைப் போட்டு வைக்கவேண்டும். பயந்துவிடவேண்டாம்- பயப்படுவதற்காகச் செய்யப்படுபவை தான்; ஆனால் பயந்துவிடவேண்டாம். எல்லாம் பிளாஸ்டிக்கில் செய்யப்பட்டவை. வாசலுக்கு முன்னால் தரையில் கம்பு அல்லது கம்பி நட்டு இவற்றைத் தொங்கவிட்டிருக்கிறார்கள். அவற்றை உருவமாக வடிவமைத்துக், கறுப்புப் போர்வையைச் சுற்றவேண்டும். சிறிய கூடாரம் போன்று வெள்ளை மஸ்லின் துணியில் சிலந்தி வலைப்பின்னல் உருவாக்கவேண்டும். பிசாசுகள்

குடியிருப்பது போன்ற ஒரு மாய்ம்மாலம் தயாராகிறது. ஹாலோவீன் வந்துவிட்டது - இரவு வருகிறபோது, இருள் சூழ்கிறபோது.

இந்த ஹாலோவீன் எப்படியாக்கும் வந்தது? இது கிறித்துவர்களால் கொண்டாடப்படும் ஒரு பண்டிகைதான். ஆனால், கிறிஸ்துமஸ், ஈஸ்டர் முதலிய விழாக்களில் காணப் படுவதுபோல யேசுகிறிஸ்துவோ மரியன்னையோ, அல்லது அவர்களையொட்டிய சடங்குகளோ, படிமங்களோ சிலுவைக் குறிகளோ இதிலே இல்லை. ஆவிகளைப் பற்றிய நம்பிக்கை, கிறித்துவ சமயத்தில் உண்டு. ஆனால் ஹாலோவீன் ஆவி, கிறித்துவம் தோன்றுவதற்கு முன்னாலிருந்தே வந்த ஆவி. யேசுவானவர் தோன்றி அவருடைய பெயரில் ஒரு பெருந் தெய்வ நெறி வளர்ச்சியடைந்ததெல்லாம் அவருக்குப் பிறகு ஒரு ஆறு நூற்றாண்டுகள் கழிந்த பிறகுதான். இந்தச் சமயத்தை நிறுவியவராகக் கருதப்படுகிறவர், ஆப்ரஹாம் என்பவர். நீண்ட காலம் வாழ்ந்தவராக வருணிக்கப்படுகிற இவர்தான் இசுலாமியத்தையும், யூதர்களின் ஜுடாயிசத்தையும் (Judaism) நிறுவனங்களாக நிறுவியவர் என்று சொல்லப்படுகிறார். அது போகட்டும். இந்தச்சமயங்களெல்லாம் தோற்றம் செய்யப் படுவதற்கு முன்னர், முக்கியமாக, செல்டிக் (Celtic) என்ற இனக்குழுமக்களிடையே செல்வாக்குப் பெற்றிருந்த ஒரு வழிபாட்டுமுறை, 'பாகன்' (pagan) என்னும் தொன்மை வடிவங் கொண்ட வழிபாட்டு முறையாகும். இயற்கையின் அபரிதமான ஆற்றலையும் அதன் வழியாகத் தோன்றிய தெய்வங்களையும், கட்டுப்படுத்துவதற்கும் பயன்படுத்திக்கொள்வதற்கும், மந்திர ஆற்றலை (magic) ஒரு வழிமுறையாக- வழிபடும் முறையாக - நாட்டுப்புறச் சமயவழிபாட்டு நெறி பின்பற்றியது. இயற்கை ஆற்றலைப், போலச்செய்தல், மூலமாகக் கட்டுப்படுத்த முடியும் என்ற நம்பிக்கையின் அடிப்படையில் தோன்றியது இது. மேற்கேயும் பல நாடுகளில், இது பாரம்பரியமாகப் பின்பற்றப் பட்டு வந்திருக்கிறது. இன்றும்கூட இதன் செல்வாக்கு, வெவ்வேறு வழிமுறைகளில் பரவலாகக் காணப்பட்டுவருகிறது. மேற்கே, முக்கியமாக செல்டிக் இனமக்களிடையே வேரூன்றிக் கிடந்த இந்த 'ப்ாகன்' என்னும் நம்பிக்கை சார்ந்த வழிபாட்டு முறை, நவநாகரிகங்கள் பெற்ற மேலைநாட்டுச் சமூகத்தில்

சுவீகரிக்கப்பட்டு வந்திருக்கிறது. செல்டிக் ஆண்டுப் பிறப்பினை யொட்டி, அதாவது அக்டோபர் 31-இல் அறுவடைகள் முடிந்து மீண்டும் விதைப்பு நடக்கிற நாளில் இது கொண்டாடப்பட்டு வந்தது; Sam-hain (Sow-in) என்று இதற்குப் பெயர். தொடர்ந்து, ஹாலோவீன், அதே நாளில் - அதே சூழமைவுகளை நினைந்து கொண்டாடப்பட்டு வருகிறது.

அறுவடை முடிகிறது என்றால், ஒன்று அழிகிறது; ஒன்றிற்கு இறப்பு நிகழ்கிறது - என்று பொருள். விதைப்பு நடக்கிறது என்றால், மீண்டும் உயிர்கள் துளிர்க்கின்றன என்று பொருள். அழிந்தனவாகக் கருதப்படுபவை, முழுக்கவும் அழிந்து விடுவதில்லை. உடல் அழிகிறது. ஆனால் உடல் இல்லாத ஆவி, உலவிக்கொண்டிருக்கிறது; அலைந்துகொண்டிருக்கிறது. மீண்டும் பிறப்பு என்பது நிகழ்கிறபோது, இந்த ஆவிகளும், தூலமற்ற இவற்றைத் தாங்கிவருகிற பிசாசுகளும் (ghoasts) எழுந்துவந்து, துளிர்த்துவருகின்ற உயிர்களுக்கு ஆபத்துத் தரலாம்; சேதங்கள் ஏற்படுத்தலாம்; நோய் நொடிகள் தரலாம்; அழிவுகள் ஏற்படுத்தலாம். இவற்றைத் தடுக்கவேண்டும்; இதிலிருந்து தப்பிக்க வேண்டும். எப்படி? இவற்றைப், போலச் செய்தல் மூலம், மந்திரஆற்றலைக் கொண்டு வந்து, இந்த ஆவிகளையும் பிசாசுகளையும் திருப்திப்படுத்த வேண்டும்; கட்டுப்படுத்தவேண்டும். இனக்குழு மக்களிடையே வேரோடிக் கிடந்த இந்த நம்பிக்கை, தொடர்ந்து அயர்லாந்து, பிரிட்டன், ஸ்காட்லாந்து நாடுகளில் காணப்படுகிறது. அமெரிக்கா அங்கிருந்து வந்ததுதானே! இதுதான் ஹாலோவீனின் மூலம். இதனை; இன்னொரு விதத்தில், பெருநெறிக்குட்பட்ட - நிறுவனமாக ஆக்கப்பட்ட - கிறித்துவ சமயத்தினர், கொண்டாடு கின்றனர். அக்டோபர் 31-க்கு அடுத்த நாளில், நவம்பர் முதல் நாளில், 'All Saints Day' என்பதாக அதனை மாற்றிக் கொண்டிருக் கிறார்கள். கிறித்துவ மக்கள், மரித்துப் போன தங்களுடைய தாய் தந்தையர் மற்றும் நெருங்கிய உறவினர்க்கு - அவர்களின் ஆவிகளைத் திருப்திப்படுத்தவும், அவர்களின் நினைவு களைப் போற்றவும்- அவர்களின் கல்லறைகளுக்குச் சென்று விளக்கேற்றி மரியாதை தெரிவிக்கும் நாள் இது. (தமிழகத்தில் இது கல்லறைகள் தினமாக வழங்குகிறது.)

ஹாலோவீன், இனக்குழு மக்கள் மரபிலிருந்து நாட்டுப் புறவழிபாட்டு மரபில் வேரூன்றி, இன்னும் அதன் வலுவான தடயங்களோடும் கருத்தியல் நிலைகளோடும் மேலை நாடுகள் பலவற்றில் கொண்டாடப்பட்டுவருகிறது. 19ஆம் நூற்றாண்டில் இது அமெரிக்காவுக்கு வந்தது. அயர்லாந்து, இங்கிலாந்து, ஸ்காட்லாந்து முதலிய வெள்ளை நாடுகளிலிருந்து பலர் இங்கே குடியேறி நிலையாக அமர்ந்தபோது அவர்களோடு இதுவும் புலம்பெயர்ந்து அமர்ந்திருக்கிறது. தங்களுடைய இருப்புக்களைப் பரப்பிக்கொள்ளுவதற்காகப் பூர்வீக மக்களில் பெரும்பான்மை யினரை அழித்துவிட்டு, அதேபோது அவர்களின் ஆவிகளுக்காக உள்ளே பயம்கொள்ளுகிற நினைவும், மற்றும் விநோதங்கள், மாய்ம்மைகள், கேலி வடிவங்கள் (ghoast memories, fantacy, mystery, caricature) இவற்றில் ஈடுபாடும், கொண்ட நாடாயிற்றே, அமெரிக்கா. எனவே ஹாலோவீன் பிரசித்தம் பெறுவது ஒன்றும் ஆச்சரியமில்லை.

ஹாலோவீன் வருகிறபோது, குழந்தைகளின் உற்சாகம் மடை திறக்கிறது. இரவுநேரம் சூழ வருகிறபோது, பளிச்சிடும் அலங்கார ஆடைகளுடன் குழந்தைகள் திரளுகிறார்கள். எங்கள் பேத்திகள் வெண்ணிலாவும் மேகனாவும் மேலும் அதற்கடுத்த தெரு மற்றும் அருகிலுள்ள சில தெருக்களிலிருந்து தமிழ்க் குடும்பங்களைச் சேர்ந்த குழந்தைகளும் சில அமெரிக்கக் குழந்தைகளும் என்று ஒரு 10-15 பேர் திரண்டார்கள். அவர்களுடன் துணைக்குச் சில பெற்றோர்களும் சென்றனர். நானும் அவர்களோடு சேர்ந்து போனேன். எல்லாம் பத்து பதினொரு வயதுக்குட்பட்ட குழந்தைகள்தான். ஒவ்வொருவரின் கையிலும் பூக்கூடை போன்ற ஒரு கூடை அல்லது பை. ஒவ்வொரு வீடாக ஏறியிறங்குகிறார்கள். அழைப்பு மணியை அழுத்துகிறார்கள். சில வீடுகளில், பெரியவர்கள் இதற்காகக் காத்திருப்பது போன்று, அரைகுறையாகக் கதவைத் திறந்து வைத்திருக்கிறார்கள். அவர்களுடைய வீட்டுக்கு முன்னால் பேய்பிசாசுக் கூடாரங்களுடனும் எலும்புகளுடனும் ஹாலோவீன் அலங்காரம் இருக்கிறது. குழந்தைகள் மெல்லிய குரலில் சப்தம் தருகிறார்கள். "Trick - or treat" தந்திரங்கள் செய் - அல்லது - பரிசுகள் கொடு. சிறுவர் - சிறுமியரின் சிறிய சீரான அறைகூவல்.

என்ன அர்த்தம்? பேய் பிசாசுகள் ஆவிகள் நாங்கள்; தந்திரங்கள் செய்; போகிறோம்; அல்லது எங்களை (ஆவிகளை)த் திருப்திப் படுத்தப் பரிசுகள் கொடு. இதுதான் அதன் பொருள். சப்தம் கேட்டு வீடுகளிலிருந்து வெளியே வருபவர்கள் இதிலே பங்கேற்கிறார்கள். சிலந்தி வலைப் பின்னல்-கறுப்புப் போர்வையுடன், ‘கக்கரபுக்கர’ என்று போலியாகச் சப்தம் போட்டுக்கொண்டே வேடிக்கை காட்டுகின்றனர், பயமுறுதுவது போல. பிறகு, வீட்டுக்குள் தயாராக வைத்திருக்கின்ற சாக்லேட்டுக்களைக் கணிசமாக அள்ளிக்கொண்டுவந்து ஒவ்வொரு கூடையிலும் போடுகிறார்கள். வீடுகள் தோறும் போகிறார்கள். கூடை அல்லது பை நிறையச் சாக்லேட்டுக்கள். குழந்தைகள் குதூகலம், தெருவெல்லாம் பிரதிபலிக்கிறது.

இந்த விழாவில் பங்கெடுப்பதும் கொண்டாடுவதும் பலவித மக்களிடமும் பல ஊர்களிலும் பரவலாகக் காணப்படுகிற ஒரு நிகழ்வு. நியூயார்க் நகரில் இதனையொட்டிப் பெரிய ஊர்வலமே நடக்கிறது, ஆண்டுதோறும். ஆண்டு தோறும் இந்த ஏற்பாட்டினை விமரிசையாக, Macy என்னும் வணிக நிறுவனம் செய்கிறதாம். ஆவிகளை நினைவு கூர்கின்ற விதமாக, விநோதமான ஆடையலங் காரங்களுடன், குறைந்தது, ஒரு ஐம்பதுஆயிரம் பேர் நியுயார்க் வீதிகளில் ஊர்வலமாகப் போகிறார்கள். ‘பிசாசுகள் மாதிரியான பாவனை உருவங்கள், (பிளாஸ்டிக்) எலும்புக்கூடுகள், பயமுறுத்தும் வடிவங்கள் என்று மட்டுமல்லாமல், அரசியல் தலைவர்களை எள்ளி நகையாடுகிற விதத்தில் கேலிச் சித்திரவடிவங்கள் (Caricatures) என்று இப்படிப் பல கோலங்களுடன் ஆர்ப்பாட்டமாகச் செல்லுகின்றனர். இப்படிப் போவோரை லட்சக்கணக்கான மக்கள், வீடுகளிலும் வீதிகளிலும் நின்று வேடிக்கை பார்க்கின்றனர்.

படிந்துகிடக்கின்ற பழங்காலத்திய படிமங்களும் உணர்வு களும், ‘சொல்லு-சொல்லு’ என்று தூண்டுகின்றபோது, மக்கள் ஏதோ ஒருவகையில் தங்களையும் தங்கள் உணர்வுகளையும் வெளிப்படுத்திக் கொள்ளுகிறார்கள். இது பண்பாட்டின் ஒரு வடிவம். அமெரிக்காவில் இப்படி இது தன்னைக் காட்டிக் கொள்ளுகிறது.

❖

13

சால்ட் லேக் சிட்டி

இணைச் சொல்லாடல்களுடன்

டிசம்பர்,14. வெள்ளிக்கிழமை. டால்லஸ் விமான தளத்திலிருந்து, 'சால்ட் லேக் சிட்டி' (Salt Lake City) கிளம்பினோம். டெல்டா விமானம். 2 ½ மணிநேரப் பயணம். இந்த நகரம், யுடா (Utah) மாநிலத்தில் இருக்கிறது. யுடா என்பது, அமெரிக்காவின் வடமேற்குப் பகுதியில், அடுக்குமலைத் தொடர்கள் சூழ்ந்த ஒரு மாநிலம். மலைகளும், மலைச் சரிவுகளும், படிவப் பாறைகளும், ஆற்றுப் படுகைகளில் மிகப் பழங்காலமாக உருண்டுபுரண்டுவந்த தண்ணீரின் அரிப்புக்களினால் செதுக்கப் பட்டது போன்ற மடக்குப் பாறைகளும், உப்புப் படிந்துபோன கல்அடுக்குகளும், சுண்ணாம்புப்பாறைகளும், இறுகிப்போன மணல் படுகைகளும் என்று, இப்படி நீண்டு படர்ந்து பரந்த வெளியாகக் கிடக்கும் இந்த வடமேற்குப் பகுதி முழுதும் Grand Canyon என்று அழைக்கப்படுகிறது. கிழக்குப் பகுதியிலுள்ள மாநிலங்களின் நிலப்பரப்புக் களிலிருந்து யுடா, அரிசோனா உள்ளிட்ட இந்த மேற்குப்பகுதியின் நிலப்பரப்புக்கள் வித்தியாசமானவை.

யுடாவின் தலைநகரம்தான் இந்த சால்ட் லேக் சிட்டி. அதாவது, உப்பேரி நகரம். மலைச் சரிவுகளில் ஒசிந்து பரந்து விசாலித்துக் கிடக்கிறது இந்த நகரம். இதன் கிழக்குப்

பகுதியில் ஒரு பத்து மைல் தூரத்தில், உப்பு ஏரி ஒன்று பெரிதாக ஓடுகிறது. கடல் நீரைவிட இதில் உப்பு விகிதம் சற்று அதிகமாக இருப்பதால் இதற்கு அந்தப் பெயர். இந்த நகரத்தை நாங்கள் சென்றடைந்தபோது அது நடுப்பகல், வெயில். வெளியே தெரிந்தாலும் அது ஊஸ்மயாகக் கிடந்தது. அங்குமிங்கும் ஓரம் சாரங்களிலும் கட்டடங்களிலும் மரங்களிலும் விட்டுவிட்டு வெள்ளை வெள்ளையாகக் கட்டிப் பனி பூசிக்கிடந்தது. எங்களை அழைத்துச் செல்வதற்காக எங்கள் மகன் வெற்றிவேலும் அவனுடைய நண்பனும் வந்திருந்தார்கள். இந்த நகரத்தில் ஒரு பதினைந்து நாள் தங்குவதாகத் திட்டம். அக்கம் பக்கம் இடங்களைச் சுற்றிப் பார்க்க அது போதும்தான். குளிரை நினைத்தால்தான் கொஞ்சம் பயம் இருந்தது. நாங்கள் போன அன்றைக்கு +2^{0}C; அந்த மாதத்தில் அங்கே -10^{0}C வரை கூடப் போகும் என்றான் மகன். ஆனால் என்ன, ஒரு ஐந்து ஆறு கிலோ உடைகளை உடுத்திக்கொண்டு சென்றால்...... எல்லாம் பிரச்சினை இல்லை. குளிர்நாடுகளில் உடை பற்றிய உணர்வும் முன் தயாரிப்பும் மிகவும் முக்கியம்.

அன்று நன்றாக ஓய்வெடுத்துக்கொண்டு, மறுநாள் காலை 8 மணிக்கு எழுந்திருந்தோம். விடிந்திருந்தது. வெளியே வீட்டின் பின்புறக்கொல்லையில் செடிகொடிகளின் மேலும் இலையெல்லாம் உதிர்ந்துபோன சிறு மரங்கள் மீதும் பனிப்பூக்கள் (snow) விழுந்து நிரப்பிக்கொண்டிருந்தன. உக்கிரத்தை இழந்துபோன சூரிய ஒளியில், உறைந்துகிடந்த பனிப்படிவுகள் (ice) ஒளியை வாங்கி உமிழ்ந்துகொண்டிருந்தன. காலையில் மட்டுமல்ல, இரவில் கூட, அவை மின்விளக்குகளின் ஒளியைக் கடன்பெற்று மின்னிக்கொண்டிருந்தன. கண்ணாடிக் கதவுகளுக்குப் பின்னால் இருந்து பார்த்தால் எல்லாம் வேடிக்கையாகவும் அழகாகவும்தான் இருக்கிறது. ஆனால் வெளியே போனால் குளிர் நடுக்குமோ என்ற ஒரு பயம் வரத்தான் செய்யும். ஆனால், வெளியே வந்து பனிப்படிவுகளில் கால்களை வைத்தால், எல்லாம் எவ்வளவு சுகமாக இருக்கிறது! மேலேயிருந்து விழும் பனிப்பூக்கள் நம்முடைய முகத்திலும் உடையிலும் பட்டுப் படிகிறபோது இருக்கிற உணர்வு அற்புதமானது. பழக்கமில்லாததால் ஏற்படுகிற பயம், பழகிவிடுகிறபோது உற்சாகமாக ஆகிவிடுகிறது. குளுமை எப்போதும் சுகம்தான். பொருத்தமான ஆடைகளோடு ஆயத்தமாகஇருந்தால் பனிக்கட்டிகள்கூட புதிய அனுபவம்தான்.

அந்த மக்களுக்குப் பனிப்படிவுகள் பழகிப்போனவை; வாழ்க்கையின் ஒரு பகுதியாக ஆகிவிட்டவை. இயல்பு வாழ்க்கை பாதிப்பு அடைவதில்லை. நாங்களும் வெளியே செல்லலாம் என்று கிளம்பினோம். விடுமுறையில் இரண்டு நாள் கழித்துக் காரை வெளியே எடுத்தால் முன்புறக் கொல்லையைத் தாண்டிக் கார் போகவேண்டுமே. நாலைந்து அடிகளுக்கு மேல், சக்கரங்கள் சுழல மறுத்தன. குழைந்து மிருதுவாகத் தெரிந்த பனியில் சக்கரங்கள் பதிந்துவிட்டன. ஒரு அடி உயரத்துக்கு மேல் பரவிக்கிடந்த பனிப்படிவுகளை அப்புறப்படுத்த வேண்டும். எங்கள் மகனுக்கோ அவன் நண்பனுக்கோ அனுபவம் குறைவு. பெரிய சுளகு போன்ற ஷவலை (showel) எடுத்து வந்து அப்புறப்படுத்த முயன்றோம். லேசுப்பட்டதா என்ன? சிரமமாக இருந்தது. அப்போது அந்தச் சாலையில் 55 அல்லது 60 வயது மதிக்கத்தக்க அமெரிக்கப்பெண்மணி ஒருவர், காரில் சென்று கொண்டிருந்தவர்- நிறுத்தி, என்ன ஏது என்ற விசாரித்தார். 'அப்படியா.... இருங்கள். வருகிறேன்....' என்று சொல்லிவிட்டுப் போனார். சொல்லிச்சென்ற ஒரு கால்மணி நேரத்தில் அவருடைய கணவர், பக்கத்துத் தெருக்காரர் என்று சொல்லிக்கொண்டு 60 வயது மதிக்கத்தக்க ஒருவர் வந்தார். கையிலே சற்றுப்பெரிய ஷவல். கார் சக்கரங்களில் பின்னிக்கிடந்த பனிப்படிவுகளை லாவகமாகச் செதுக்கியெறிந்தார். வாரிவாரித் தள்ளினார். ஒரு 15 நிமிடம். கடினமான வேலை. பனிக்கட்டிகளை அள்ளியெறிந்து, பாதையையும் விலக்கினார். அருகிலுள்ள சாலைக்கும் வீட்டு முற்றத்துக்கும் இடைப்பட்ட பாதை இலகுவாகியது. அவர் அத்தோடு நிற்கவில்லை. சாலைக்கும் வீட்டுப் பகுதிக்கும் இடையே இணைகோடாக இரண்டுஅடி அகலத்தில் சிமிட்டியிலான நடைபாதை செல்கிறது., அதனைச் சுத்தமாக வைத்திருப்பது அவ்வவ் வீட்டுக்காரர்களுடைய பொறுப்பு. பனிக்கட்டியின் இறுக்கத்தில் பாதையில் செல்வோர், வழுக்கிவிழ நேரிட்டால் வீட்டுக்காரர் கனத்தஅபராதம் செலுத்த வேண்டியிருக்கும். உதவிக்குவந்த அந்த முதியவர் அந்த நடைபாதையிலுள்ள பனிப்படிவுகளையும் வாரிப் போட்டுச் சுத்தப்படுத்தினார். "பனிப்படிவத்தின் பரப்பில் உப்புப்போட்டு வையுங்கள். பனி, கரையும்; மெதுவாகும். வாரிப் போட்டுச் சுத்தமாக்குவது லேசு" என்று யோசனை சொன்னார். முன்பின்

பழக்கமில்லாதவர். அடுத்த தெருக்காரர். வெள்ளைக்காரர். வலிய வந்து உதவி செய்கிறாரே. ஆச்சரியமும் மகிழ்ச்சியும் மனதில் நிறைந்தது. இன்னும்கூட அவருடைய தோற்றம், மங்கலாக நினைவுக்கு வருகிறது.

நகரின் பிரதான வீதிகளில் பூவாகச் சொரியும் பனியில் நனைந்துகொண்டே கார்கள் இடைவெளி விடாமல் சென்று கொண்டிருந்தன. அந்த நேரத்தில் காரில் ஊரைச் சுற்றுவது சுவாரசியமாகத்தான் இருந்தது. வீதிகளில், வீடுகளும், மரங்களும், திறந்து கிடந்த தரைகளும், பனிப்பூக்களைப் போர்த்திக் கொண்டிருக்க, மின் விளக்குகளில் இரவு கண் சிமிட்டிக் கொண்டிருந்தது. சாப்பிடவேண்டுமே என்று நினைப்புவந்தது. மெக்சிகன் உணவுசாப்பிடுவோம்; நன்றாக இருக்கும்' என்றான் மகன். அந்த அகன்ற வீதியின் ஒதுக்கத்தில் ஒரு சிற்றுண்டிச்சாலை. சிறியது; அழகானது. அதன் பெயர் 'கான்குன் சிற்றுண்டிச்சாலை' (Concun Restaurent) என்பது. கான்குன், மெக்சிகோ நாட்டிலுள்ள ஒரு முக்கியமான நகரம். அதன் பெயரோடு கூடிய இந்த உணவகத்தை நடத்துபவர்கள், பணக்காரர்கள் அல்ல. ஒரு மத்தியதரக் குடும்பம் - தாய், தந்தை, இரண்டு, மூணு பிள்ளைகள் - இவர்கள்தான் எல்லாம். தொழில் நன்றாக நடப்பதாகத் தெரிந்தது. இவர்கள் யாருக்கும் சரளமாக ஆங்கிலம் தெரியாது. ஆங்கிலம் உடைந்துபோன அரைகுறைதான் இவர்களுக்கு. இவர்களின் மொழி, ஸ்பானீஷ்; ஆங்கிலம் தெரியவில்லையே என்ற மனக்குறை சிறிதும் இல்லை. தங்களுடைய மொழி பற்றிய ஒரு பெருமிதம், கம்பீரமாகக் காட்சி தருகிறது. அந்தக் கடையில் அழகானதொரு பலகை - அதிலே பளிச்சென எழுதியிருந்தது என்ன தெரியுமோ?

'If you don't make fun of our English - we promise-

We will not make fun of your Spanish.'

("நாங்கள் பேசும் ஆங்கிலத்தை நீங்கள் கிண்டல் செய்யாமலிருந்தால், நிச்சயம், நீங்கள் பேசும் ஸ்பானீஷ்க்காக உங்களை நாங்கள் கிண்டலிக்க மாட்டோம்")

இனம், மற்றும் மொழிப் - பெருமிதம் குறித்து நமக்குப் பாடம் சொல்லித் தருகிறது, அந்த வாசகம்.

நாங்கள் உப்பு ஏரி நகரம் சென்றது, கிறிஸ்துமஸை மிகவும் நெருங்கிக்கொண்டிருந்த காலம். வெள்ளைப்பனியில்

மூடாக்குப் போட்டுக்கொண்டிருந்த அந்த நகரத்தில் அந்த மூடாக்குக்களை விலக்கிப் பளிச்சிடும் கண்களையும் படர்ந்த முகத்தையும் வெளிப்படுத்துவது போல எங்குப் பார்த்தாலும் வண்ண விளக்குகள் ஒளிவிட்டுக்கொண்டிருந்தன. மரங்களின் மீதும் வீடுகளின் முற்றங்களிலும் முகப்புகளிலும் சரம்சரமாக மின் விளக்குகள் எரிவது யேசுநாதருடைய பிறப்புக்கு வரவேற்புத் தருவதாக இருந்தது. அன்று மட்டுமல்ல; அந்த வாரம் முழுதும் அப்படித்தான்.

சர விளக்குகளின் அலங்கரிப்புக்களில் வீடுகளும் வீதிகளும் ஜொலித்துக்கொண்டிருந்தன. கடைவீதிகளிலும் அடுக்கு மாளிகைகளிலும் சரவிளக்குகளின் இந்த அலங்கரிப்புக்களைக் காணோம். நகரத்தின் மையப்பகுதியில் உள்ள நகர்மன்ற வளாகத்தின் முன்னால், நீண்டுகிடக்கும் பூங்கா ஒன்றில், மின்விளக்கு அலங்காரம் பிரம்மாதமாகச் செய்யப்பட்டிருந்தது. பனிப்பூக்கள் சாரல்களாகத் தூவிக்கொண்டிருந்தன. விளக்கொளியில், வண்ணக்கலவையாக வந்துவிழுகின்றன, அவை. சரவிளக்குகளுக்கு அது ஒரு கூடுதல் கவர்ச்சி. செடி கொடிகளின் மீதும், உயரமான மரங்களின் மீதும், கட்டடங்களின் மீதும் பின்னிப் படர்ந்து சென்றுகொண்டிருந்த வண்ணங்களின் ஒளிவெள்ளத்தைக் கண்டு ரசித்திட நூற்றுக்கணக்கான மக்கள் தொடர்ந்து வந்துகொண்டேயிருந்தனர். அது ஒரு சுற்றுலா மையமாகவே ஆகியிருந்தது.

மறுநாள் பிற்பகல், நகரத்தின் மையமாகக் கருதப்படும் down town என்ற பகுதியிலுள்ள, 'கோயில் சதுக்கம்' (Temple Square) என்ற இடத்தைப் பார்க்கப் போனோம். down town என்பது, அரசு நிர்வாக அலுவலகங்கள், பொதுமன்றங்கள், வங்கிகள் முதலான நிதிநிறுவனங்கள் மற்றும் முக்கியமான கடைகள் என்ற திரட்சியைக்கொண்ட ஒரு பகுதி. அமெரிக்க நகரங்களிலுள்ள ஒரு அமைப்பு இது. பலமாடிக் கட்டடங்களைக் கொண்ட இப்பகுதிகள், உண்மையிலேயே, நகரங்களின் மையங்களில் அமைந்திருக்கும்? உப்பேரி நகரத்தில் இங்கே உள்ள 'கோயில் சதுக்கம்' பிரசித்தமானதும், அமெரிக்காவிலுள்ள - முக்கியமாக அதன் சமயநெறியில் வித்தியாசப்பட்ட ஒரு கிளை நாகரிகத்தின் (sub-culture) அடையாளமாக விளங்குவதும் ஆகும்.

சற்று உயரமான அகன்ற (35 ஏக்கர் பரப்பு) நிலப்பரப்பில் அமைந்த இந்த வளாகம், பிரம்மாண்டமானதாகக் காட்சி தந்தது. இது, வழக்கமான பெருநெறிக்குட்பட்ட (main stream) கிறித்தவ சமய நிறுவனம் அல்ல. 'The Church of Jesus of Latter Day Saints' என்ற இலச்சினையோடு கூடிய இந்த ஆலயம், மொர்மோன் (Mormon) என்ற சமயப் பிரிவினரின் நிறுவனம்; அல்லது வழிபாட்டு நிகழ்வுகளின் மையம் ஆகும். கிறித்துவ சமயம், பல உட்பிரிவுகளைக்கொண்டது. கத்தோலிக்கம், பிராட்டஸ்டண்டு, பெந்தேகோஸ்தே, எவஞ்சலிஸ்ட், லூத்தரன், மெதாடிஸ்ட், ஆங்கிலிக்கன், ஏழாம் நாள் அட்வெண்டிஸ்ட், சால்வேஷன்ஆர்மி என்ற பல பிரிவுகள் அதில் உண்டு. அது போன்றுதான் இதுவும் என்றாலும், மொர்மோன் வித்தியாசமானது. வலுவானது; தனி அடையாளங்கள் பலவற்றைக்கொண்டது. இது, யேசுநாதர் என்ற ஒற்றை அடையாளத்தைப் பிரதானப்படுத்து வதில்லை. அவருக்குப் பின்னால் வந்த Latter Day Saints களையும் இது மையப்படுத்துகிறது. மொர்மோன் கூறும் பின்னைய புனிதர்கள் யேசுவின் சீடர்களல்ல. அல்லது கத்தோலிக்கம் கூறும் பட்டியல்களில் உள்ள புனிதர்களும் அல்ல. இந்த மொர்மோன் நிறுவத்தில் தொடர்ந்துவரும் தேலாயத் தலைவர்களைத்தான் (Church Presidents) இது புனிதர்கள் என்று அழைக்கிறது) இவர்கள் புனிதர்களாக மட்டுமல்ல இறைத்தூதர்களாகவும் (Prophets) வருணிக்கப்படுகிறார்கள். இவர்களுள் ஜோசப் ஸ்மித் முதன்மையானவர். இவர், 'The Prophet of the Restoration' என்று இவர்களால் அழைக்கப்படுகிறார். இவருக்கு இங்கே தனியாகப் பெரியதொரு நினைவுக்கூடம் இருக்கிறது. மொர்மோன்கள், பழைய ஏற்பாடு, புதியஏற்பாடு என்ற பனுவல்களை விவிலியங்களாக ஏற்றுக்கொள்ளுவதில்லை; இவர்களுக்கென்று, மொர்மோன் விவிலியம் தனியே இருக்கிறது.

குடும்ப வரலாறு, பெரிய குடும்பம் அல்லது கூட்டுக் குடும்பம் என்ற அமைப்பு, மற்றும் குடும்ப உறவுகள் முதலியவற்றைத் தீவிரமாக நம்புகிறவர்கள், மொர்மோன்கள்; அதனைச் செயல்படுத்துபவர்கள். இதற்காக 'பலதார மணம்' (polygomy) செய்துகொள்பவர்கள்; ஆனால், அமெரிக்க நாட்டுச் சட்டப்படி, இது தண்டனைக்குரியது என்பதால், இப்போது இது இவர்களால் 'சட்டபூர்வமாகப்' பின்பற்றப்படவில்லை; அவ்வளவுதான். ஆனால் நடைமுறையில், சொல்லிக் கொள்ளாத அங்கீகாரத்தோடு இருக்கிறது. இந்த உப்பேரி நகரத்தில் - சால்ட்

லேக் சிட்டியில் - மொர்மோன்கள் கணிசமாக உள்ளார்கள். 1 ½ லட்சம் பேர், குறிப்பிட்ட இந்த ஆலயத்தில் உறுப்பினர்களாக இருக்கிறார்களாம். தங்கள் வருமானத்தில் பத்து விழுக்காட்டினை, இந்த ஆலயத்திற்காக இதன் உறுப்பினர்கள் தரவேண்டும். யுடா என்ற இந்த மாநிலத்தில் மொர்மோன்களின் எண்ணிக்கை அதிகம்; இதன் வலுவும் அதிகம். இது, மொர்மோன் நிலம் (Mormon State) என்று இவர்களால் அழைக்கப்படுகிறது. சமூக-அரசியல் தளங்களில் மொர்மோன்களின் செல்வாக்கு அதிகம். உப்பேரி நகரத்தைச் சேர்ந்தவரும், மஸ்ஸாசுசேட்ஸ் மாநிலத்தில் ஆளுநராக இருந்தவருமான 'ரோம் நே' (Romney) என்னும் பிரபல மொர்மோன், 'ரிபப்ளிகன்' கட்சி சார்பாக அமெரிக்க குடியரசுத் தலைவராக ஒபாமாவை எதிர்த்து நின்று, மிக்குறைந்த வித்தியாசத்தில்தான் வாய்ப்பையிழந்தார். இது ஒரு செய்தி. இந்தியா உள்ளிட்ட உலக நாடுகள் பலவற்றில் சங்கிலித் தொடராக இயங்கிவரும் 'மாரியாத்' (Hotel Marriot) என்னும் பெரும் ஓட்டல் நிறுவனத்தின் முதலாளி, இந்த நகரத்தைச் சேர்ந்த இன்னொரு பிரபலமான மொர்மோன் ஆவார். இது இன்னொரு செய்தி. செல்வச் செழிப்போடு கூடிய இந்த Church of Jesus Christ of Latter Day Saints என்னும் இந் நிறுவனம், இன்று உலக நாடுகள் பலவற்றில் தன்னுடைய கிளைகளைப் பரப்பியுள்ளது. இவற்றில் பணிபுரிவதற்காகவும், சமயப் பிரச்சாரம் செய்வதற்காகவும், கல்லூரிப் படிப்புக்குத் தயாராகவுள்ள இவர்களின் இளைஞர்கள் இடையில் இரண்டாண்டுக்காலம் கட்டாய சேவையாக இதற்கென ஆங்காங்கே அனுப்பப்பட்டு வருகிறார்கள்.

பயணங்களின்போது நமக்கு இப்படிப்பட்ட வித்தியாசமான பண்பாட்டுத் தளங்களைச் சந்திக்கின்ற வாய்ப்புக் கிடைக்கின்றது. இவற்றை அறிமுகப்படுத்துகிறபோது, புதிய அனுபவங்களைப் பகிர்ந்துகொள்கிற வாய்ப்புக் கிடைக்கின்றது.

மொர்மோன்களின் ஆதிக்கத்துக்குட்பட்ட கோயில் சதுக்கத்தில், மிகஉயரமான மாளிகை, தேவாலயத் தலைமையலுவலகம் அமைந்துள்ள கட்டடம் ஆகும். 26 மாடிகள் கொண்டது இது. சால்ட்லேக் கோயில் என்னும் ஆலயம் 1893-இல் கட்டப்பட்டது. உறுப்பினர்கள் தவிர அந்நியர்களுக்கு இதில் அனுமதியில்லை. இந்த வளாகத்தின் பிரம்மாண்டமான கட்டடம், மாநாட்டு அரங்கம் (Conference Hall) ஆகும். நடு மையமாகஉள்ள இந்த அரங்கில், 21 ஆயிரம்பேருக்கு விசாலமான இருக்கைகள் இருக்கின்றன.

மேலும், இதற்குள் அடுக்கடுக்காக மூன்று தளங்கள் (pavilion) இருக்கின்றன. எங்கிருந்து அமர்ந்து பார்த்தாலும் இடையீடு இல்லாமல் தாராளமாக மேடையைப் பார்க்க முடிகிறது. சுற்றியிருப்பவற்றையும் பார்க்கமுடிகிறது. கீழ்த்தளத்தில் விசாலமான மேடை. மேலே விதானத்தில் வட்டமும் வளைவும் நெளிவும் கொண்ட அமைப்பு. மேலேயிருந்து இதன் உயரத்தை அண்ணாந்து பார்த்தால் கழுத்தை வலிக்கிறது. மிக நவீனமான கட்டட உத்திகளோடு கூடிய இவ்வரங்கம் 2000 - 2004 -இல் கட்டி முடிக்கப்பட்டதாகச் சொன்னார்கள். இந்தக் கட்டடத்தின் ஒரு ஒதுக்கத்தில், மைய அரங்கத்துக்கு வெளிச்சுற்றில், 900 இருக்கைகள்கொண்ட ஒரு கலை அரங்கமும் தனியே இருக்கிறது. வளைந்து சுற்றிவரும் அரங்கத்தின் சுவர்களில் மொர்மோன்களின் புனிதர்கள் ஓவியங்களாகி நிற்கிறார்கள். ஆனால், யேசுநாதரின் பெரும் ஓவியங்களோ, மரியன்னையின் அடையாளங்களோ, அற்புதங்களோ - ஏன் சிலுவைகளோ கூட - எங்கும் இல்லையே. ஆச்சரியமாகத்தானிருந்தது. ஒரு ஒன்றரை மணிநேரம் கால்வலிக்கச் சுற்றிப் பார்த்தோம். பொதுவாக இதில் பிரம்மாண்டத்தைத் தவிர வேறொன்றும் இல்லையே என்றுதான் கடைசியாகத் தோன்றியது.

அலுப்புத் தீரக் கொஞ்சநேரம் ஓய்வு. எதிரே இறக்கத்தில் கிடந்த பெஞ்சுகளில் ஒரு அரைமணி நேரம் உட்கார்ந்திருந்தோம். சுற்றிப் புல்வெளிதான். பொதுவாகவே அமெரிக்க நகரங்களில் வீதிகளின் ஓரங்களிலும் வீடுகள் அல்லது பெருங் கட்டடங்களின் எதிரேயும் வெறுமனே மண்வெளியைப் பார்க்க முடிவதில்லை. பெரும்பாலும் புல்வெளிகள்தாம். திட்டமிட்டுப் பாதுகாக்கிறார்கள். இல்லையென்றால் சிமிண்டுப் பரப்பு; கார்களுக்குப் போகவர முக்கியமாக. நாங்கள் அரைமணி அல்லது ஒரு மணிநேரம் அப்படி இப்படி இருந்துவிட்டுக் கிளம்பினோம். நகரின் இன்னொரு பகுதியில் ‘திறந்த வெளி மால்’ (Open Mall) இருப்பதாகவும் பார்ப்பதற்கு ரசனையுடன் இருக்கும் என்றும் மகன் சொன்னான். அங்கே போனோம்.

அவன் சொன்னது, உண்மைதான். Gateway Mall என்று வழங்கப்படுகிற அந்த அங்காடிவீதியில் பல்வேறு பொருட்களின் கடைகள் இருந்தன. அது முக்கியமல்ல. ஏனைய பிற

'மால்கள்' போல் ஒரே வளாகத்தில் ஒரே கட்டடத்திற்குள் இல்லை என்பதுதான் முக்கியம். உயரமான அதனுடைய அமைப்பும் தோற்றமும் நெருக்கடியற்ற ஒரு வெளியைக் கண்முன் கொண்டுவந்தன. உள்ளே கொஞ்சத் தூரம் போனவுடன் இரு பக்கமும் நீண்டு நெளிந்த நீள்சதுர வெளி. அதன் ஓரங்களில் முறையான இடைவெளிகளுடன், மூன்றடி உயரம் மேலே எழும்பிவிழும் பல நீரூற்றுக்கள். வெதுவெதுப்பாக நீர், மேல் எழும்பிக் குதித்து விழுந்துகொண்டிருந்தது. அந்த வெளியின் மத்தியில் நடுவே வட்டமாக இடம் விட்டு அதனைச் சுற்றித் தீ சிவந்து கொழுந்துவிட்டு எரியுமாறு செய்திருந்தார்கள். அது பனிக்காலம்; வெம்மை நீரூற்றுக்களும் சிவந்த தீ நாக்குகளும் பனியின் ஆட்சியில் உக்கிரம் தெரியாமல் பார்த்துக்கொள்ளுகின்றன. உயர்ந்தெழும் இந்த வட்டவடிவமான தீயும், எழும்பிக் குதிக்கும் நீரூற்றுக்களும், அழகான ஓவியக் காட்சியாக நிற்கின்றன. இந்த வெளியின் மேலே வலப்பக்கம், உயரத்தில், இன்னொரு அடுக்கு - வெறுங் கட்டடமாக அல்ல - ஆனால், ரம்மியமான தோற்றத்தோடு சிறிய சாலையாகச் சென்றுகொண்டிருந்தது. அங்கும் சில நீரூற்றுக்கள் இருந்தன. ஏறியிறங்கும் படிகளைத் தாண்டி, நடுவில் நாணிக் கோணி நிற்கும் ஒரு அழகான சிற்றுண்டிச்சாலை இருந்தது. எல்லாவற்றையும் சுற்றியலைந்துவிட்டுக் காலாற அமர்ந்து வயிறார உண்ணலாம் என்று போனோம். 'Z galleria' என்ற பெயருடன் தாய் தாய்லாந்து) உணவகம். கூட்டம் இருந்தது. ஆனால் சிறிது நேரத்தில் எங்களுக்கு ஓரமாக இடங்கள் கிடைத்தன. பெயர்கள் நினைவுக்கு வராத சுவையான உண்டிகள். உணவகத்தின் இன்னொரு ஓரத்தில் வரிசையாகப் போடப்பட்டிருந்த அந்த ஒரு இருபது இருபத்தைந்து இருக்கைகளில் அமர்ந்திருந்த கூட்டத்திலிருந்து உற்சாகமாகக் குரல் வந்துகொண்டிருந்தது. ஏதோ விருந்து போலிருக்கிறது. எங்களுக்குப் பரிமாறிக்கொண்டிருந்த அழகிய இளம் தாய்-பெண்ணிடம் சமிக்ஞைக்காட்டி விசாரித்தோம். அவள் நமுட்டுச் சிரிப்புடன் சொன்னாள்: அது ஒரு திருமண நிகழ்ச்சியென்று. ஒரு வெள்ளை அமெரிக்கப் பெண்ணைத் தாய்லாந்து நாட்டுப் பையன் திருமணம் செய்துகொள்கிறானாம், பெண்ணைக் கடத்திவந்து. 'இப்படி ஒரு வார்த்தை எதற்கு? தமிழில், உடன்போக்கு என்ற வார்த்தை இருக்கிறதே.' இங்கே திருமணம்

நடக்கிறது என்றும், பாதிரியார் அதனை இங்கே நடத்தி வைக்கிறார் என்றும் சொன்னாள். ஏதோ, இப்படித் திருமணங்கள் எளிமையாக நடக்கின்றன என்பதோடு சரி; அதற்கு மேல் என்ன?

இந்த சால்ட் லேக் சிட்டியிலிருந்து ஒரு இருபது மைல் தொலைவில் ஒரு மலையிருக்கிறது. குன்றுகள் இருக்கின்றன. நகரத்திலிருந்து பார்த்தால் உயரமாக வெள்ளைவெளேரென்று ஒளிவிட்டுக்கொண்டிருந்தது. பனி போர்த்திக்கிடக்கும் இந்த மலைத்தொடருக்கு 'வாசப்ச் குன்றுகள்' (Wasapch Hills) என்று பெயர். ஒரு மதிய உணவுக்குப் பிறகு கிளம்பினோம். போக்கு வரத்து நெரிசல் இல்லாத பிரயாணம். மேலே போகப்போக, மனதே கனம் குறைந்துவிடுகிறது. மலையின் ஒரு பக்கமாகச் செல்லும் சாலையின் வலப்பக்கம் அடுக்கடுக்கான தாழ்வான சரிவுகள். மேலே போகப் போகப் பனிப்பொழிவு கொட்டத் தொடங்கியது. சரம் சரமாகப் பன்னீர்ப்பூக்கள் போலப் பனிப்பூக்கள் விழுந்துகொண்டிருந்தன. உயரமான மரங்களும் தாழ்ந்து கிடந்த புதர்களும் சிதறிக் கிடந்த பாறைகளும் வெள்ளி முலாம் பூசிக்கொண்டன. விழுந்து குவிந்து விரைவில் இறுகி விடுகின்றன. சாலையின் ஓரமெல்லாம் பனிப்படிவுகள் பரவிக், கட்டிகளாக விரவிக்கிடக்கின்றன. சூரிய ஒளி, பனியில் நனைந்து கொண்டிருந்தது; பனி, வெள்ளையாய் மின்னிக்கொண்டிருந்தது. பளிச்சிடும் வெள்ளை நிறமும் மேனியைத் துளைத்துச் செல்லும் பனியின் குளிர்ச்சியும், மனசை, லெகுவான இறகுகளாக்குகின்றன. இயற்கையின் இந்த அழகிலும் அதன் நெருக்கத்திலும்தான் மனிதன், தனது 'தான்'-ஐ மறக்கிறான்.

தொடராகவும் அடுக்கடுக்காகவும் உள்ள அந்தக் குன்றுகளின் உச்சங்களில் பனிச்சறுக்கு விளையாடும் மைதானங்கள் இருக்கின்றன. நாங்கள் 'மான்கள் பள்ளத்தாக்கு' (Deer Valley) என்ற பெயரில் உள்ள அத்தகைய அழகானதொரு இடத்திற்கு வந்தோம். இதனைச் சென்றடைவதற்கு முன்னால், அந்தச் சாலையின் வலதுபக்கம், உள்ளே சற்றுத்தள்ளி உள்ளடங்கி ஒரு சிறிய நகரம் அமர்ந்திருக்கிறது. அழகான, மிடுக்கான நகரம். அதற்குப் 'பூங்கா நகரம்' (Park-City) என்று பெயர். உயர்ந்தும் சரிந்தும் நீண்டும் செல்லும் அந்தச் சிறிய நகரம், குறிப்பிடத்தக்க சிறப்புக்கொண்டது. அங்கே, ஒவ்வோர் ஆண்டும் ஜனவரி மாதம் மாற்றுத்திரைப்படம் (alternature Cinema) தொடர்பான விழா நடக்கிறது. ஹாலிவுட் என்ற பெரிய

முத்திரையோ, பிளாக்பஸ்டர் (Black Buster) என்ற முத்திரையோ இல்லாத கலைப் படங்களும் (Art Film) சிறிய திரைப்படங்களும் ஆவணப் படங்களும் இங்கே அந்த விழாவின்போது திரையிடப் படுகின்றன. இதற்குப் பெயர், 'சூரிய நடனம்' (Sun Dance). நூற்றுக்கணக்கான இயக்குநர்கள், திரைக்கலைஞர்கள், திரைப்பட விமரிசகர்கள், பத்திரிகையாளர்கள் அமெரிக்காவின் பல பகுதிகளிலிருந்தும் வருகிறார்கள். இந்தப் படங்கள் பற்றி விவாதிக்கிறார்கள். திரைப்பட உலகில் பல ஆக்கபூர்வமான தாக்கங்களை இந்த விழா ஏற்படுத்துகிறதாம். சூரிய நடனம் என்னும் மாற்றுத் - திரைப்படவிழா, அமெரிக்காவிலேயே மிகப்பெரிய 'சுதந்திர - திரைப்படவிழா' Largest Independent Film Festival) என்று கொண்டாடப்படுகிறது. விழா நடைபெறும் அரங்கத்தை ஒருமுறை பார்த்துவிட்டு வந்தோம். அதன் பிறகுதான், இரண்டு அல்லது மூன்று மைல் தூரம்

தாண்டிப், பனிச்சறுக்கு விளையாடும் மான்கள் பள்ளத்தாக்கு வந்தது. அத்தகைய குன்று உச்சிகள் இன்னும் சிலவும் உண்டு. பொதுவாக, அந்த மையங்கள், பனிச்சறுக்கு (Ski-ing) விளையாட்டுக்கள் நடைபெறுகின்ற அமெரிக்காவின் புகழ்பெற்ற இடங்களாகும். Ski-ing என்பது, நீண்டு அகன்று, முனைப்பில் மேல்நோக்கி நன்றாக வளைந்து, வழவழப்பான பலகைபோன்று

Ski-ingboard -ஐக் கால்களில் அணிந்துகொண்டு, மேலும், பனிக்கட்டித் தரையில் ஊன்றித் தள்ளுகிற விதத்தில் கைகளிலே வலுவான நீண்ட குச்சியுடன் சறுக்கிப் பாய்ந்து வருவதுதான் Ski-ing ஆகும். இத்தகைய பனிச் சறுக்குக்கெனவே வசதிகள் கொண்ட அடுக்குகள் உள்ள பகுதி, இது. இங்கே ஒலிம்பிக்கின் பனிக்கால விளையாட்டுப் போட்டிகள் (Olympic - Winter Games) 2002-இல் நடந்திருக்கின்றன. மற்றும் இத்தகைய குளிர்ப் பருவங்களில் தேசிய அளவில் சிறிய சிறிய போட்டிகள் நடக்குமாம். நாங்கள் அங்கே சென்றபோது, சற்று முன்னர்தான் சில உள்நாட்டுக் குழுக்கள் வந்து விளையாடிவிட்டுச் சென்றனவாம். நாங்கள் போகும்போது ஏழெட்டுப்பேர் விளையாடிக் கொண்டிருந்தார்கள். வெள்ளைப் பனிக்கட்டிகளால் மூடப்பட்டுக், குன்றுகள் சிறிய சிறிய மடிப்புக்களாக இருக்கின்றன. மேலேயிருந்து பாய்ந்து சறுக்கி வருகிறபோது, மடிப்புப் போன்ற பகுதியில் கீழே சரிந்து, ஏற்றத்தில் மேலே எழும்பி, மீண்டும் சரிந்து, எழும்பி இப்படியே வேகமாக இலக்கு நோக்கிப் பாய்ந்து வரும் காட்சி, கண்கொள்ளாக் காட்சிதான். நேரே பார்க்கிற போது, அது இன்னும் சுவாரசியமாக இருக்கிறது. குளிரும் பனியைக்கூட மனிதன் கேளிக்கைக்கும் உற்சாகத்துக்கும் உரியதாக ஆக்கிக்கொண்டுவிடுகிறான். விளையாட்டுக்கள் அன்றாட மனித வாழ்க்கையின் ஒரு முக்கியமான பகுதி. இயற்கை செய்கிற ஆவர்த்தனங்களும் அப்படித்தான்.

திரும்பி வரும்போது இரவும் சேர்ந்து வந்துவிட்டது. ஆனால் குன்றங்களில் படர்ந்துகிடந்த பனி, வெள்ளை ஒளியை உமிழ்ந்துகொண்டிருந்தது. நகரம் நெருங்கி வந்தபோது அதன் விளக்கொளிகள் நட்சத்திரங்களாய் மின்னிக்கொண்டிருந்தன. வானத்து நட்சத்திரங்களைக் கீழேயிருந்து அண்ணாந்து பார்க்கவேண்டும்; நகரத்து ஒளிவெள்ளமாக மின்னும் நட்சத்திரக் கூட்டங்களைக் குன்றத்தின் மேலேயிருந்து குனிந்து பார்க்கவேண்டும். எல்லாம் அழகுதான். கீழே இயக்கத்தில், கார் வேகமாக வந்தது போலத் தோன்றியது. அன்று இரவு, நல்ல அலுப்பு. தூக்கங்களுக்கும் உணவுகளுக்கும் பேச்சுக்களுக்கும் இடையே இரண்டு நாட்கள் ஓடிப்போய்விட்டன. திரும்ப, நாங்களிருவரும் டால்லஸ் போகவேண்டும். விமான டிக்கட் காத்துக்கிடந்தது.

❖

லாஸ் வெகாஸ்

சூதாட்டமும் கேளிக்கையும்

14

லாஸ் வெகாஸ் (Las Vegas) சற்று வித்தியாசமான நகரம். நியூயார்க்கிலும் லாஸ் ஏஞ்சல்சிலும் பண்பாட்டுச் செயல்பாடுகள் குறிப்பிடத்தக்கனவாக இருந்தாலும் லாஸ் வெகாஸினுடைய கலாச்சாரச்செயல்பாடுகள் மற்றும் பொருளாதாரச் செலாவணிகள் அவற்றிலிருந்து வித்தியாசமானவை. இறுக்கமான புறச்சூழல்களிலிருந்தும் வழக்கமான வாழ்நிலைகளிலிருந்தும் விடுபடுதல், தப்பித்தல், இன்னொரு உலகத்திற்கு வருதல், கலைகளை நுகர்தல் மன இறுக்க மின்றிப் பொழுதுபோக்குதல், என்ற நோக்கத் தோடு, இன்னும் இவை மட்டுமல்ல; கொஞ்சம் கூடுதலாக இவற்றுடன் கூடிய கேளிக்கை, களியாட்டம், சூதாட்டம் - என்று ஒரு 'மிதப்புச்' சூழ்நிலையை, இது உருவாக்கித் தருகிறது. ஒட்டுமொத்தமாக, ஒரே இடத்தில் இவை கிடைக்கின்றன; பாதுகாப்புடனும் கிடைக்கின்றன. பெரும் முதலாளித்துவப் பொருளாதாரத்தின் பின்னணியில், நவீன நுகர்வுக் கலாச்சாரத்தின் (consumerism) வெளிப்பாடாகப், "பணத்தைத் தூக்கியெறி; புறஉலகத்தை மற; அனுபவி; மனதை லெகுவாக்கு."- என்ற முழக்கத்தைப் போதனை

யாகவும் வாழ்க்கை முறையாகவும் முன்வைத்து அமைந்தது, லாஸ்வெகாஸ். இது, 'உலகத்தின் கேளிக்கைத் தலைநகரம்" (entertainment capital of the world) என்றும், சூதாட்டத் தலைநகரம் (gambling capital) என்றும் வருணிக்கப்படுகிறது. சூதாட்டங்களும் இரவு நேரத்துக் கேளிக்கைகளும் இந் நகரத்திற்குப் 'பாவங்களின் நகரம்' (Sin City) என்ற ஒரு பெயரையும் வாங்கித் தந்திருக்கின்றன. ஒருவேளை, ஒழுக்க உணர்வாளர்கள் (moralists) இப்படி ஒரு பெயரை இதன்மேல் சுமத்திவிட்டார்களோ- என்னவோ? ஆனால், பெயர்களுக்கு அர்த்தமில்லாமலா போய்விடும்?

கலிபோர்னியா மாநிலத்துக்குக் கிழக்கே பாறைகளும் பள்ளத்தாக்குகளும் அதிகம்கொண்ட நெவாதா (Nevada) என்ற மாநிலத்தில், 1905-இல் உருவான ஒரு நகரம் இது. பாலைவனம் போன்று தரிசுகளால் நிரம்பிக்கிடந்த பகுதி, தொடக்கத்தில், கிழக்கேயிருந்து மேற்கே, கலிபோர்னியாவைத், தங்கவேட்டை நோக்கிப் பயணிப்பதற்கு இடையில் உல்லாசமாக இளைப்பாறிக்

கொள்ளுதற்குரிய இடமாக இருந்து, பின்னர் இப்படி நவீன பொருளாதாரத்தின் அங்கமாகவும் ஓர் அடையாளமாகவும் உருவாகியிருக்கிறது. இன்று அமெரிக்காவின் இதர

பகுதிகளிலிருந்தும் ஐரோப்பிய நாடுகளிலிருந்தும் பலர், வழக்கமாக இங்கே வந்து-இருந்து-போகிறார்கள்.

வேகாஸ், ஓரளவு பெரிய நகரம்தான். வழக்கமான நகர அமைப்போடுகூடிய நகர்மையம், கடைவீதி போன்றவற்றிலிருந்து ஒதுங்கி, நவீன வேகாஸ் தனியாக இருப்பதுபோல் தோன்றுகிறது. இதனுடைய முதன்மை வீதி 'ஸ்ட்ரிப்' (strip) எனப்படுகிறது. (இதனுடைய பொருளை அகராதியில் பார்த்துக்கொள்ளுங்கள்) வேகாசின் உயிர்நாடியாக விளங்குவதும், வேகாசே இதுதான் என்று சொல்லப்படுவதற்கும் உரியது, இந்த ஸ்ட்ரிப். இதன் இரு பக்கங்களிலும் பெருமனைகள் அல்லது மாளிகைகள் இருக்கின்றன; நடைமுறையில் இவை 'விடுதிகள்' (Hotels) என்றழைக்கப்படுகின்றன. அப்படி, இவை ஒரு முப்பது இருக்கும். இவற்றுள் பல, ஐரோப்பிய நாடுகளில் உள்ள சில நகரங்களின் பெயரால் அமைந்தவை; வெறும் பெயர்கள் அல்ல; அவற்றை முன்மாதிரியாகக் கொண்டுவருகிறது மாதிரியான ஒரு முயற்சி அல்லது யோசனை இதில் இருக்கிறது. முக்கியமாகக், கட்டட அமைப்புக்களும் தோற்றங்களும் அப்படியிருக்கின்றன. மேலும், சூதாட்டம், களியாட்டம், பொழுதுபோக்கு இவைதான் ஐரோப்பிய நாகரிகமோ என்று மயங்கவைக்கிற ஒரு சூழல் தரப்படுகிறது.

வேகாசின் 'ஸ்ட்ரிப்' வீதியில், இருபக்கமுமுள்ள பெரு மாளிகைகளில், உள்ளே பொதுவான வெளிகள் விசாலமாக இருக்கின்றன. ஒவ்வொன்றிலும் ஒரு ஒழுங்கில், கலைப் பொருட்களும், சொகுசுப் பொருட்களும் கிடைக்கின்ற கடைவீதிகளும் விதம்விதமான, வெவ்வேறு நாட்டு உணவு வகைகளோடு கூடிய சிற்றுண்டி, பேருண்டிக் கூடங்களும் மக்கள்கூட்டமும் இங்கே நிறைய இருக்கின்றன. இது ஒரு பகுதியென்றால், இதனைத் தொடர்ந்து எங்குப் பார்த்தாலும் 'கண' 'கண'வென்று ஒலித்துக்கொண்டும், 'நை' 'நை' என்று கண்சிமிட்டி ஒளிவிட்டுக்கொண்டும் 'ஸ்லாட் இயந்திரங்கள்' (slot machines) நின்றுகொண்டிருக்கின்றன. நாணயம் போட்டால், எண்கள் உருண்டு நின்று, பரிசுப்பணங்களையோ ஏமாற்றங் களையோ தருகின்றன. வீடியோ விளையாட்டுக்களும் இருக் கின்றன. பிறகு, மேசைகளில் தாயக்கட்டைகள் போன்றவை (dice) உருள்கின்றன; நோட்டுகள் கைம்மாறுகின்றன. எல்லாம் நம் ஊரில் இருப்பதுபோலத்தான்; புதுசு இல்லை. ஆனால் இங்கே ஒரே இடத்தில் இவை நூற்றுக்கணக்காக இருக்கின்றன. ஆனால்,

எதிர்பார்த்த மாதிரி இங்கே கூட்டம் இல்லை. நிறைய மேசைகளும் இயந்திரங்களும் ‘கொட்டாவி’ விட்டுக் கொண்டிருந்தன. ஒருவேளை நாங்கள் சென்றிருந்த நேரம் அப்படியோ, என்னவோ. இவை, எளிமையான சாதாரணமான சூதாட்டங்கள்; இவ்விளையாட்டுக்கள் கீழ் மத்தியதர வர்க்கத்து மக்களையும், சுற்றுலாப் பயணிகளையும் நோக்கமாகக்கொண்டு அமைந்தவை. பழைய தமிழ் இலக்கியங்கள் சொல்லுகிற ‘பொது அவை’, ‘வேத்தவை’ என்ற வகைமைகளில் இவை, பொது அவையை அதாவது, பொது அரங்கங்களைச் சேர்ந்தவை. அடுத்துப், பெரிய சூதாட்டங்கள், சீட்டாட்டங்கள் தனியே நடக்கின்றன. பிரத்தியேகமான அறைகள் மற்றும், அவற்றில் பிரத்தியேகமான வசதிகளுடன் இருக்கின்றன. இவற்றில் கலந்துகொள்ள, இடங்களை முன்கூட்டியே பதிவு செய்து கொள்ளவேண்டும். அனுபவப்பட்டவர்களும் வசதியானவர்களும் பிரமுகர்களும் வாடிக்கையாளர்களாக இருப்பதாலும் பணப்புழக்கம் உருண்டு புரண்டு ஓடுவதாலும் இந்த விளையாட்டுக்களுக்கு முக்கியத்துவம் உண்டு; பாதுகாப்பும் உண்டு. இது ஒரு பகுதி என்றால், கேளிக்கைகள், இரவு நேரத்து மகிழ்ச்சி நடனங்கள் தனியே, இதுபோல், தனியரங்குகளில் நடைபெறுகின்றன. வித்தியாசமான தரங்களுடனும் வித்தியாசமான முறைகளோடும் இவை நடக்கின்றன. மேலும் போதையூட்டும் இசை, நடன நிகழ்ச்சிகள், ஆடைகள் பெரும்பாலும் மேலாடைகள் கழற்றி யெறியும் நிகழ்வுகள் உள்ளிட்ட நடனங்கள் இந்த ஆடம்பரமான அரங்குகளில் நடக்கின்றன. மற்றும் சிலவிடங்களில் ‘மாஜிக் - மந்திர-தந்திரக் காட்சிகள் இதுபோல் சில அரங்குகளில் நடைபெறுகின்றன. இதையெல்லாம் ‘வேத்தவை’ அல்லது சிறப்பு அரங்கம் என்ற நிலையைக் கொண்டவை.

வேகாசின் பெரும்பாலான பெரும் விடுதிகளில் இதுபோன்ற கேளிக்கைகளும் சூதாட்டங்களும் நடக்கின்றன என்றாலும் இதுவே வேகாசின் மையமான நிகழ்வு என்றாலும், இந்தச் சூதாட்டங்களுக்கு எதிராகக் குரல்கள் எழாமலில்லை. ‘சூதாட்டப் பிரச்சினை மீதான நெவாடா ஆலோசனை மன்றம், (Nevada Council on Problem Gambling) என்ற அமைப்பு, சூதாட்டங்களுக்கு எதிராகக் குரல் எழுப்பி வருகிறது. சூதாட்டம் தரும் சீரழிவுகளைச் சொல்லிப் பிரச்சாரம் செய்துவருகிறது. லாஸ்வெகாஸின் முக்கியமான நோக்கம் கேளிக்கையும் சூதாட்டமும் என்றாலும், இன்னொரு பக்கம்,

சுற்றுலாக்காரர்களையும் பொதுரசனையாளர்களையும் திருப்திப்படுத்துகிற விதத்தில் கலையழகுகளையும் வெவ்வேறு நாடுகள் அல்லது நகரங்களின் தனிச்சிறப்பான கலாச்சார வரலாறுகள் அல்லது நிகழ்வுகளையும் நினைவுக்குக் கொண்டுவருகிற விதத்தில் அக்கறை காட்டப்படுகின்றது. 'பாரிஸ் வேகாஸ்' (Paris Vegas) என்ற பெருவிடுதியில் பாரிஸ் நகரத்தின் சிறப்பான அடையாளமாகிய ஈஃபில் கோபுரத்தின் (Eiffel Tower) மாதிரி வடிவம், உண்மை போன்ற தோற்றத்தோடு முன்னிறுத்தப்பட்டிருக்கிறது. 520 அடிகள் உயரம்கொண்டதாக இந்தக் கோபுரம் சொல்லப்படுகிறது. தானியங்கி மின்தூக்கி (elevator) மூலம் இதன் மேற்பகுதி வரை நாங்கள் போனோம். வேகாசின் - முக்கியமாக, ஸ்ட்ரிப்பின்-தோற்றம், அந்த இரவு நேரத்தில் அங்கிருந்து பார்க்க அழகாக இருக்கிறது. ஐரோப்பாவின் முக்கியமான இந்தக் கலைவடிவம், கேளிக்கை நகரமாகிய வேகாஸில் காட்சிப் பொருளாக ஆகிறது.

'சீசரின் அரண்மனை' (Caesar's Palace) என்ற ஒரு பெருவிடுதி. ரோமானியப் பேரரசன் சீசரின் பெயரோடு அமைந்த இந்த விடுதி அல்லது மாளிகையின் நடுவே உயரமானதொரு கூடத்தில் கிரேக்க-ரோமானிய வரலாறு, கலை நேர்த்தியோடு நினைவுகொள்ளப்படுகிறது. சுற்றிவர அழகிய சிலைகள்

அமைந்துள்ளன. ஏற்கெனவே, கிரேக்கச் சிற்பங்கள் நேரடியானவை; உண்மையான தோற்றத்தோடு கூடியவை. சுருள் முடிகளுடன் கூடிய தலையும், உருண்டைக் கண்களும், மார்பையும் தோளையும் அலங்கரிக்கும் நீளமான அங்கியும், அதன் ஒரு முனையை, இடது கையில் அள்ளிப்போட்டுத் தொங்கவிட்டிருக்கும் கோலமும் கிரேக்க வீரர்களை மெய்யான தோற்றத்தோடு கொண்டுவருகின்றன. இந்தக் கூடத்தின் நடுவே ஒரு பெரிய நீரூற்று; அதனையொட்டி வண்ணங்கள் கொப்பளிக்கும் விளக்கொளி. நடுவே, கிரீடத்தோடு மன்னன் அட்லஸின் சிலை. அருகருகே வீரத் தோற்றத்தோடு இன்னும் பல சிலைகள். இவர்கள் அட்லஸின் பிள்ளைகளாம். சுற்றி வர, நிறைய பேர் பார்த்துக்கொண்டு நின்றோம். திடீரென்று விளக்கொளி மங்குகிறது. நீரூற்று தாழ்கிறது. சப்தம் எழுகிறது. வாள்கள் உரசிக்கொள்ளும் சப்தம் ஒலிக்கிறது. சிலைகள் சில தாழ்கின்றன; சில, மேலே உயர்ந்து நிற்கின்றன. நீரூற்று, விளையாட்டுக் காட்டுகிறது. அட்லஸின் மகன்களுக்கிடையே, வாரிசுரிமைக்காக நடக்கிற சண்டை என்று இது வருணிக்கப்படுகிறது. கடைசியில், கிரேக்கக் கடவுளர்கள் உயிர்பெற்று எழுந்து வருவது போன்ற ஒரு காட்சி. கடவுள்களின் வருகையால், சண்டை நின்றுபோகிறது. நவீன மின்அணுக்கருவிகள் (animatronic) மூலம், தந்திரக் காட்சியாக இது வெளிப்படுகிறது. ஒரு மணி நேரத்துக்கு ஒருமுறை என்ற அளவையில், ஒரு ஐந்து அல்லது ஆறு நிமிடம் நிகழ்த்தப்படுகிற இக் காட்சி, வேறு எப்படி என்றாலும், கிரேக்க - ரோமானிய வரலாற்றையும் கலைகளையும் காட்சிப்படுத்துகிற ஒரு முயற்சியாக இருந்தது. கண்முன்னே ஒரு தொன்மை வரலாறு கொண்டுவந்து நிறுத்தப்படுகிறது. இந்த 'சீசரின் அரண்மனை' விடுதியில் நடந்து வருகிற விசாலமான வழியெல்லாம் இதன் நாகரிகச் சின்னங்கள் சிற்ப வடிவங்களாகவும் கட்டடக்கலை வடிவங்களாகவும் பளிச்சிட்டு நிற்கின்றன. இதுபோல் ஒவ்வொரு விடுதியிலும் பலநாட்டுக் கலைவடிவங்கள் நினைவுகொள்ளப் படுகின்றன. பெல்லாகியோ என்ற இன்னொரு பெருமனையில், ஓவிய மேதை பிகாசோவின் நவீன ஓவியங்கள், பீங்கான் (ceramics) பொருள்களில் வடிவமைக்கப்பட்டு வைக்கப்பட்டுள்ளன.

விடுதிகளின் அரங்கங்களுக்குள் இத்தகைய காட்சிகள் வடிவமைக்கப்பட்டுள்ள மாதிரி, விடுதிகள் சிலவற்றின் வெளிப்புறங்களிலும் கவர்ச்சி தரும் அழகிய காட்சிகள் காணப்படுகின்றன. சீசர் அரண்மனை என்ற விடுதிக்கு அருகில், பெல்லாகியோ (Bellagio) என்ற விடுதி இருக்கிறது. அதன்

முன்னால், வெளியே நீரூற்றுக்களின் தொகுதி, வட்ட வடிவமான பெரிய தடாகத்தின் மேலே அமைந்திருக்கின்றது. சிறிதும் பெரிதுமாக ஆயிரத்துக்குப் பக்கத்தில், நேர்க்கோடுகள் போன்று இந்த ஊற்றுக்கள் இருக்கின்றன. இப்போது, பின்புலத்தில், டிரம்பட் முதலிய கருவிகளின் இசை உரக்க எழுகிறது. அதனுடைய தாள லயத்திற்கேற்ப, இந்த நீரூற்றுக்கள் மேலே எழுந்து, கீழே தாழ்ந்து, மீண்டும் எழுந்து, தாழ்ந்து வித்தை காட்டுகின்றன. ராகங்கள், வரைபடங்களில் இசைக் குறிப்புக்களாக (musical notes) தரப்படுவதைப்போல நீரூற்றுக்களின் இந்த ஆட்ட அசைவுகள், ஒரு ஒழுங்கு முறையில் இருக்கின்றன. நீரூற்றுநடனம், ஒரு பிரம்மாண்டமான காட்சிதான். ஒரு ஐந்து நிமிடம்தான் இந்தக் கூத்து அல்லது ஊற்று நடனம். ஒரு மணி நேரத்துக்கு ஒருமுறை சிலவேளைகளில் அரைமணி நேரத்துக்கு ஒருமுறை - நடை பெறுகிறது இது. நூற்றுக்கணக்கான மக்கள் தெருவோரம் நின்று ரசித்துப் போகிறார்கள்.

சீசரின் அரண்மனைக்கு இடது பக்கம், 'கானல் நீர்' (Mirage) என்ற இன்னொரு பெரும் விடுதி. இதன் வெளிப்புறத்தில் 'எரிமலை' (Volcano) வெடித்துக் கிளம்புவதுபோல அதிர்வுடன் கூடிய ஒருகாட்சி நிகழ்த்தப்படுகிறது - இரவில் ஒரு முறை என்று இந்த நிகழ்ச்சி கட்டமைக்கப்பட்டுள்ளது. உயரமான, பனைமரங்களும் நீர்வீழ்ச்சிகளும் சுற்றியிருக்க, நடுவே, திடீரென்று தரையிலிருந்து ஒரு எரிமலை, குமுறி எழுகிறது; தீக்குழம்பையும் புகையையும் கக்குகிறது. அது என்ன, எரிமலை கிளம்புகிற இடமா, என்ன? இல்லை. ஆனால் எல்லாம் மின் ஆற்றலின் தந்திரங்கள்தான்; ஒலிகளும் ஒளிகளும் பின்னிக் கொண்டு நிகழ்த்துகின்ற விளையாட்டுக்கள்தான். அப்படித் தான் என்று தெரிந்தாலும், ஒரு நம்பகத் தன்மையை அந்த நிகழ்வு தருகிறதாகத் தோன்றுகிறபோது நம்மை மறந்து நாம் பிரமித்து நிற்கிறோம்.

இப்படி, லாஸ்வெகாஸ் என்பது, கேளிக்கை நகரமாக மட்டுமல்லாது அதற்கு இதர அம்சங்களோடு சேர்ந்த ஒரு பன்முகத்தோற்றத்தையும் தரவேண்டும் என்ற முயற்சி செய்யப்பட்டிருக்கிறது. எனவே சுற்றுலாப் பயணிகளைக் கவருகிற விதத்தில் பொழுதுபோக்கு அம்சங்களும், கலைகள் சார்ந்த செய்திகளும் கொண்ட ஒரு 'பொதுமையை'யும், மேலும் நவீனமானது, சம நோக்குடையது என்ற உணர்வையும் முன்னிறுத்த, லாஸ்வெகாஸ் முயற்சி பண்ணியிருக்கிறது. மேலும்

இதற்கு உகந்தது மாதிரி, பல அரங்குகள் - கட்டமைப்புக்கள், நான்கு அல்லது ஐந்து ஆண்டுகளுக்கு ஒருமுறை மாற்றங்கள் செய்யப்படுகின்றனவாம். பலதிறத்தவர்கள், பல தரத்தவர்கள் வந்துபோக வேண்டுமே... இருக்கட்டும்.

வேகாசின் ஸ்ட்ரிப் வீதியில், நடைமேடையில் போய்க் கொண்டிருந்தபோது, குறுக்கிட்ட ஒரு சிறிய அனுபவத்தையும் இங்கே பகிர்ந்துகொள்ளவேண்டும். ஆங்காங்கே வழியில், தெரு முடக்குகளில், சில வெள்ளைக்கார ஆடவர்கள், பளபளக்கும் விசிட்டிங் கார்டுகள் போன்றவற்றை அடுக்கி வைத்துக்கொண்டு வருவோர் போவோர் கைகளில் நீட்டினார்கள். போகிறவர்களில் பலரும் அதனையெல்லாம் கண்டுகொள்ளவில்லைதான். அவர்களுக்குத் தெரியும் போலிருக்கிறது. ஒதுங்கிப் போனார்கள். எனக்கு ஒரு ஆர்வம்; என்னதான் அது என்று பார்ப்போமே. ஒவ்வொரு கார்டிலும் ஒவ்வொருபெண். மிகக்குறைந்த உடையுடன், நெளித்துக்கொண்டும் காட்டிக்கொண்டும் சிரித்துக்கொண்டும் இருந்தார்கள். அவர்களின் பெயர்கள், அலைபேசி எண்கள், ஆரோக்கியமான உடல்நலமுடையவர் என்ற குறிப்பு எல்லாம் இருந்தன. சிலவற்றில், தோராயமான ரேட்டும் குறிக்கப்பட்டிருந்தது. அப்படிப் பின்னாலேயே வந்து அந்தத் தரகர்கள் கொடுத்த கார்டுகள் கைகளை நிறைத்தன. சீட்டுக்கட்டுக்களைப் போன்று, ஒரு கட்டாக நின்று இவை பல்லிளித்தன. பொருளாதார முரண்கள், சாபக்கேடுகளாக ஆகிறபோது, நாகரிகம் மலினப்பட்டுப் போகிறது. சலிப்பையும் புளிப்பையும் தந்து மனித மேன்மைகள் நைந்து போகின்றன. கார்டுகளை, ஒரு குப்பைத் தொட்டியில் மொத்தமாகப் போட்டுவிட்டு வந்தேன்.

லாஸ்வெகாசுக்கு இன்னொரு 'சிறப்பு' உண்டு. களியாட்டத் தலைநகரம், சூதாட்டத் தலைநகரம் என்று வருணிக்கப்படுவது போல, இது, 'திருமணத் தலைநகரம்' (Mariage Capital of the world) என்றும் வருணிக்கப்படுகிறது. 'திடீர்த் திருமணங்கள், (drive - thru marriages; instant marriages) தங்கு தடையற்று நடக்கின்ற இடம் இது. அதற்கென்று தேவாலயங்கள், பதிவு அலுவலகங்கள், பாதிரிமார்கள், விருந்து அரங்கங்கள் இருக்கின்றன. வேகாசின் சட்டங்கள் இந்தத் திருமணங்களுக்கு வசதி ஏற்படுத்தித் தருகின்றன. வந்தோமா - பார்த்தோமா - வெள்ளை அங்கிகளையும் கிரீடங்களையும் அணிந்தோமா - மோதிரங்களை மாற்றிக்கொண்டோமா - வெளியில் வந்தோமா - இருந்தோமா - என்று முடிகின்றன திருமணங்கள். பர்கர் (burger) போன்ற துரித உணவுகளுக்கு (fast food) ஆர்டர்

பண்ணுவது மாதிரித்தான் எல்லாம். காதலாவது குடும்பமாவது; எல்லாம் கொஞ்சநாள்; கொஞ்சி முடித்துவிட்டு, தேவைப்பட்டால், முடிச்சுப்போட்ட மாதிரி முடிச்சுக்களை அறுத்தெறிந்துவிட்டு, அதாவது, மோதிரங்களைக் கழற்றிக் கொடுத்துவிட்டு- சாவகாச மாகப் போகலாம், அவரவர் ஊர்களுக்கு. திருமணங்கள், இந்த சுவர்க்கத்தில் இப்படித்தான் நிச்சயிக்கப்படுகின்றன.

வேகாஸ் இப்படியிருக்கிறது. ஆனால், அமெரிக்கா பூராவும் வேகாஸ் அல்ல. மாநிலத்துக்கு மாநிலம் சட்டங்கள் வேறுபடுகின்றன. சூதாட்டங்களும் குடிகூத்துக்களும் அமெரிக்கா முழுக்கப் பரவிக் கிடக்கவில்லை. பல நகரங்களில் நட்சத்திர ஓட்டல்கள் எனப்படும் ஆடம்பர விடுதிகளில் கூட மதுபானம் அனுமதிக்கப் படுவதில்லை. மிகப்பல நகரங்களில் தாகம் தீர்க்கத் ‘தண்ணீர் அடிக்க வேண்டும்’ என்றால் 30 அல்லது 40 கி.மீ. தாண்டித்தான் போக வேண்டியிருக்கும். அமெரிக்காவில் பல நகரங்களில், குடி மக்களையோ, பாட்டில்களையோ, பார்த்ததாக எனக்கு நினைவில்லை. அது மட்டுமல்ல விடுதிகள் உட்படப் பொதுவிடங்களில் சிகரெட் குடிப்பவர்களைக்கூட (ஏதோ ஒரு இடத்தில் பார்த்த நினைவு; மற்றப்படி,) அதிகம் பார்க்க முடியவில்லை. பொது இடங்களில் ஆணும் பெண்ணும் கட்டித்தழுவி முத்தம் கொடுத்துக்கொள்கிற காட்சிகள்கூட மிகவும் குறைவுதான். அதுஅது, அது அதற்குரிய இடத்தில் இருந்தால்தானே மரியாதை.

வேகாசுக்குச் சுற்றுப்பயணம் போகிறவர்கள் பலர், ஹூவர் அணைக்குப் (Hoover Dam) போய்வருகின்றனர். வேகாசிலிருந்து ஒரு 60 கி.மீ. தூரம் இருக்கும். வழியெல்லாம் வெறும் பொட்டல் காடுதான்; ஒரே ஏற்ற இறக்கம். இந்த அணை 1935-இல் கட்டப்பட்டது; நெவாடா மாநிலத்தைச் சேர்ந்தது. அணையின் இந்தப் பக்கம் நெவாடா; அணையின் மேலே சற்று நீளமான மேம்பாலம் இருக்கிறது; அதனுடைய அடுத்த பக்கம், அரிசோனா மாநிலம். இந்தப் பக்கமிருந்து ஒரு கி. மீ. பாலத்தைக் கடந்து அந்தப் பக்கம் போனால் நெவாடா மாநிலம் முடிகிறது. அரிசோனா தொடங்குகிறது. இப்போது உங்கள் கடிகாரத்தை நீங்கள் ஒரு மணி நேரம் கூட்டி வைத்துக்கொள்ளுகிறீர்கள். ஒரே பாலத்தின் ஒரு பக்கத்தில் வேறு நேரம்; அதன் அடுத்த பக்கத்தில் வேறு நேரம். அமெரிக்கா, பரந்த வெளிகளைக்கொண்ட நாடு.

ஆதலால், இப்படிக் கிழக்குக்கும் மேற்குக்கும் இடையே காலவெளி (time zone) மாறுபடும்.

இந்த அணை வித்தியாசமானது. இது, தரைக்கு மேல் அல்லது இரண்டு குன்றுகளுக்கு இடையே, உயரமாகக் கல்லணையாகவோ, கான்கிரீட் அணையாகவோ கட்டப்பட்டது அல்ல. பாளம்பாளமான அடுக்குக் கற்பாறைகளையும் குன்றுகளையும் அரித்து - அறுத்து - குறுகிய கிடுகிடு பள்ளத்தாக்கினிடையே ஓடுகிறது, கோலரோடா (Coloroda) என்னும் பெருங் கோபக்கார ஆறு. மிகத்தூரத்திலிருந்து இளைக்காமல், களைக்காமல் ஓடிவரும் இந்த ஆற்றின் பயணத்தைப் பாதியில் வழிமறிக்கிறது, கிடுகிடு பள்ளத்தில்

கட்டப்பட்ட இந்த அணை. இதனை நாம் மேலேயிருந்து பார்க்கிறோம். அணையினால் கட்டுண்டு கிடக்கும் நீர்த்தேக்கம், மிகவும் கீழே தாழ்ந்து கெக்கலித்து சிரித்துக்கொண்டிருக்கிறது. கொஞ்ச தூரத்தில் அந்த ஆழமான பள்ளத்தாக்கினூடே பெரிய நீர்மின் திட்டம் தெரிகிறது. விழுகின்ற நீரின் வேகத்தின் சாரமாகச் சக்தி வாய்ந்த மின்சாரம் எடுக்கப்படுகிறது. இந்த மின்சாரம் மூன்று மாநிலங்களின் தேவைகளைச் சமாளிக்கிறதாம். நெவாடா, அரிசோனா, கலிபோர்னியா, இந்த மூன்றுமாநிலங் களும் இதனால் பயன்கொள்ளுகின்றன. தண்ணீரைப் பகிர்ந்து கொள்ளுவதற்காக இவை சண்டை போட்டுக்கொள்வதில்லை.

நாம் பார்க்கிற இந்த ஹுவர் அணையும் அதனுடைய நீர்ப்பிடிப்புப் பிரதேசங்களும் அவற்றைச் சூழ்ந்துகிடக்கும் அரிசோனா, நெவாடா நிலவெளிகளும் (plataeu) படிகப் பாறைகளின் அடுக்குத் தோற்றம் கொண்டவை. சுரங்கம் போன்று - பெரும்பள்ளத்தாக்குப் போன்று காட்சிதரும் இந்தப் பரந்தவெளி, சுண்ணாம்புப் பாறைகள், மற்றும் சிவப்புப் பாறைகள், கறுப்புப் பாறைகள் என்று அடுக்கடுக்காகப் படிந்து கிடக்கின்றன. நூற்றுக்கணக்கான ஆண்டுகளாகத் திசைமாறிப் பாய்ந்து வரும் கொலரோடா ஆறு, குன்றுகளையும் பாறைகளையும் அரித்து, அறுத்துச் செதுக்கிச் சென்றிருக்கிறது. அதனால்தான் இங்கே இந்த இயற்கையின் அற்புதம் நடந்திருக்கிறது என்று சொல்லப்படுகிறது. இப்படி ஆற்றின் பயணத்தினால் அறுக்கப்பட்ட பாறைகள் சிலவிடங்களில் பாலங்களாகவே வடிவமைந்துள்ளன. காட்சி தருகின்றன. சிறியவும் பெரியவுமான வளைவுகளும் (arches), வடிவமைக்கப் பட்டது போன்ற தோற்றம்கொண்ட இயற்கையான தோரண வாயில்களும் - இவை, இரண்டாயிரத்துக்கும் மேற்பட்டவை என்று சொல்லப்படுகிறது. இது, இந்தப் பிரதேசத்தை அதிசயப் பிரதேசமாக ஆக்கியுள்ளது. இது, ‘கிராண்ட் கன்யான்’ (Grand Canyon) என்று வழங்கப்படுகிறது. இந்த கிராண்ட் கன்யான், உலகின் இயற்கை அதிசயங்களில் ஒன்றாகக் கருதப்படுகிறது. வருடந்தோறும் லட்சக்கணக்கான பயணிகள் வந்துபோகிறார்கள். இன்று இது பிரசித்தமான சுற்றுலாப் பிரதேசமாக விளங்குகிறது. முக்கியமாக அரிசோனாவில் உள்ள ஃபீனிகஸ் என்னும் நகரப்பகுதி, இதனால் பெருத்த அனுகூலம் பெற்றுள்ளது. லாஸ்வெகாஸ் போன்றவை, மனிதக்கற்பனை செய்த விளையாட்டு என்றால், இந்த ‘கிராண்ட்கன்யான்’, இயற்கை நிகழ்த்திய விளையாட்டு ஆகும்.

❖

சியாட்டில்

ஒரு மரகத நகரம்

15

அப்போது, ஒரு இரண்டு மாதங்களுக்கு முன்புதான், எங்கள் மகன், சியாட்டில் நகருக்கு மாற்றலாகிப் போயிருந்தான். இது, வாஷிங்டன் மாநிலத்தில் உள்ள ஒரு முக்கியமான நகரம். வாஷிங்டன் மாநிலம், அமெரிக்காவின் வடமேற்கு மூலையில் உள்ளது. பசிபிக் பெருங்கடலின் அமைதியான வளைகுடாப் பகுதியோடு சேர்ந்த ஒரு பட்டினம், சியாட்டில். நீர்வளம் மிக்கது. வெய்யிலின் கடுகடுப்பு இல்லாதது. பெரும் பாலான நாட்களில் மழை அல்லது சாரலைப் பார்த்துக்கொண்டிருப்பது. ஆனால் அதனுடைய சிடுசிடுப்போ, நசநசப்போ இல்லாதது. பசுமையின் ஆட்சி, வருடம் பூராவும் கிளுகிளுப்பைத் தந்துகொண்டிருக்கப், பழைமையின் தளதளப்பும் புதுமையின் கலகலப்பும் பொதிந்து - நிரவிக் கிடக்கும் நகரம், இந்த சியாட்டில்.

சியாட்டில் போய்வரவேண்டும் என்றபோது, எனக்கு முதலில் நினைவுக்கு வந்தது, அங்கே உலக வணிகக் கழகம் (W.T.O.) நடத்திய உறுப்பு நாடுகளின் மாநாட்டின் போது நடந்த ‘கலவரம்’ பற்றிய செய்திதான்.

உலக வணிகக் கழகம் என்பது, அமெரிக்க அரசாங்கத்தை முதன்மையாகக்கொண்ட இங்கிலாந்து, பிரான்சு, ஜெர்மனி, ஸ்பெயின், ஜப்பான், இத்தாலி, நார்வே, ஸ்வீடன் முதலிய பெரும் முதலாளித்துவ நாடுகளின் கூட்டுநிறுவனம். உலக வங்கி (World Bank), உலக வணிகக் கழகம் (W.T.O.), சர்வதேச நிதி நிறுவனம் (I.M.F.) என்னும் மூன்றும், இந்தியா உள்ளிட்ட வளர்முக நாடுகள், மற்றும் கானா உள்ளிட்ட ஏழை நாடுகள் முதலியவற்றின் பொருளாதாரத்தைத் தங்களின் தொழில்குழும, முதலாளித் துவத்தின் (corporate capitalism) கட்டுப்பாட்டில் வைத்திருப்பதை நோக்கமாகக்கொண்டவை; இவை, ஆதிக்கம் படைத்த நிதி நிறுவனங்கள். இவற்றுள் 'உலக வணிகக் கழகத்தின்' மாநாடு, 1999-இல் சியாட்டிலில் நடைபெற்றது. அதன்போது, அதனை எதிர்த்து சியாட்டில் மற்றும் பிற அமெரிக்க நகரங்களின் மக்களும் உலக நாடுகள் பலவற்றின் மக்கள் இயக்கங்களும் சேர்ந்து நடத்திய பெரும் எழுச்சி அது. வலுவான பிரச்சாரம், பெரும் அணிவகுப்பு, ஆர்ப்பாட்டம் என்று போராட்டம் நடந்தது. மாநாடு தோல்வியடைந்தது. தொழில் குழும முதலாளித்துவம் கலவரம் அடைந்தது. சியாட்டிலில் நடந்த எழுச்சி மிக்க இந்தக் கலவரம், 'சியாட்டில் போர்' (Seatle Battle) என்று வருணிக்கப்படுகிறது.

டால்லசிலிருந்து இரண்டு மணிநேரம், கால வித்தியாசம்; நான்கு மணி நேரம் விமானப் பயணம், சியாட்டிலில் அழைத்துப்போக, மகன் வந்திருந்தான். சியாட்டிலின் கிழக்குப் பகுதியில், வாஷிங்டன் ஏரி என்ற பிரம்மாண்டமான ஏரிக்கு அருகில், மேலே கொலம்பியா தெருவில்தான் அவனுடைய வீடு. ஒரு பழைய நகரத்தின் சாயலோடும் அமைதியோடும் கூடியது அந்தப் பகுதி. சுற்றியுள்ள தெருக்களில் பெரும்பாலும் எத்தியோப்பியர்கள்தான். சியாட்டில் வீதிகளில் நடந்தோ - காரிலோ - போய்வருவது, மிகவும் மகிழ்ச்சியான சங்கதியாக இருக்கிறது. சாலை ஓரங்களிலும் வீடுகளின் புறவெளிகளிலும் எங்குப் பார்த்தாலும் அடர்ந்த மரங்கள், செடி, கொடிகள்; கண்ணுக்குள் நிறைந்து வழியும் வண்ண வண்ணப் பூக்கள். சரிந்தும் நிமிர்ந்தும் செல்லும் பல வீதிகளில் நடையோரங் களிலும் வீடுகளின் சுற்றுச்சுவர்களிலும் நிரம்பிக்கிடக்கின்றன. மற்றும், அது போதாதென்று வீதிகளிலுள்ள உயரமான இரும்புக் கம்பங்களிலும் வீடுகளின் முன், நீட்டிக்கட்டிய கிராதிகளிலும் எண்ண முடியாத வண்ணங்களுடன் பூக்கள் பூத்த பூந்தொட்டிகள் தொங்கிக்கொண்டிருக்கின்றன. நெருங்கிக் கிடக்கும் இந்தத்

தெருவோரங்களில் மட்டுமல்ல; கடற்கரைச் சாலைகளிலும், கடற்கரையின் ஓரங்களிலும் இரும்புக் கம்பங்களில் நீட்டிக் கட்டிய கிராதிகளில், இந்தப் பூந்தொட்டிகள் கடல் பார்க்க வரும் மக்களுக்கு அழகுகாட்டித் தொங்குகின்றன. மேலும் பெருநகர எல்லைக்குள்ளே சிறிதும் பெரிதுமாக சுமார் 500 பூங்காக்கள் இருப்பதாகக் கணக்குச் சொல்லப்படுகிறது. வாஷிங்டன் ஏரி, பசுமைஏரி, முதலிய பல ஏரிகளும் இருக்கின்றன. எங்கெங்கு காணினும் பசுமையின் சக்தியடா - என்று, பச்சைப் பசேலெனப் பொலிவுடன் விளங்குவதால் இந்த நகரம் ‘மரகத நகரம்’ (Emerald city) என்று அழைக்கப்படுகிறது.

சியாட்டில் நகரம் 150 ஆண்டுகளுக்கு முன்னர் உருவானது. இது, உருவாவதற்குத் தொடக்கமாக இருந்த இடம், இன்று ‘பயோனியர் சதுக்கம்’ (Pioneer Square) என்று அழைக்கப்படுகிறது. கடலோரச் சாலைக்குச் சற்று மேலே கொலம்பியா, செர்ரி முதலிய சில வீதிகள் தொடங்குகிற அல்லது சந்தித்துக்கொள்கின்ற பகுதிகளில்தான் இந்தச் சதுக்கம் இருக்கிறது. இது ஆடம் பரமான பகுதி அல்ல. வான்முட்டும் கட்டடங்களாலோ, பெரும் கடைவீதிகளாலோ, ஆனதல்ல; பழங்காலத்திய கலைப் பொருட்கள், கண்ணாடிப் பொருட்கள், ஓவியங்கள், முதலியவற்றை விற்கும் கடைகளே அதிகம். அங்கே சற்று விசாலமான, மையமான, தளத்தில் அடக்கமான ஒரு ‘நினைவிடம்’ இருக்கிறது. அதன் கீழே பளிங்குத் தளத்தில் விவரம் எழுதப்பட்டிருக்கிறது. 1889-இல் இங்கு நடந்த ஒரு கலவரத்தில் ‘பெருந்தீ’ (The Great Fire) மூண்டதாம். கலவரத்தில் மாண்டவர்கள், பெருந்தீயை அணைத்து ஊரைக் காத்தவர்கள் என்று ஒரு சிலருடைய பெயர்களும், விவரங்களும் அந்த நினைவு இடத்தில் பொறிக்கப்பட்டிருந்தன. இந்தப் பெருந் தீக்குப் பிறகுதான் சியாட்டில் நகரம் வேகமாக வளர்ச்சிபெற்றதாகச் சொல்லப்படுகிறது.

நெருக்கடியில்லாத அமைதியான இடம். அந்தச் சதுக்கம். அது ஒரு ஞாயிற்றுக்கிழமை. அங்கே ‘ஸ்டார்பக், காஃபி சாப்பிட்டுக்கொண்டிருக்கும்போது, ஒரு திருமணக்குழு அந்தப் பக்கமாக நடந்து சென்றுகொண்டிருந்தது. 40 வயது இருக்கும், அந்தப் பெண்மணிக்கு. சொடுங்கிப் போன கன்னங்கள்; மெலிந்து போன உடம்பு; கீழே தாழ்ந்த எளிமையான மங்கிய வெள்ளை அங்கி; முடிசூடிய தலை. அருகே, பழைய சூட்டுடன் உயரமான ஆண்; அவர் கையில் ஒரு சிறிய பூங்கொத்து. ஆண்களும் பெண்களுமாக ஒரு ஆறு, ஏழு பேருக்குமேல் இல்லை. பக்கத்தில்

தேவாலயத்தில் திருமணம் முடிந்து போகிறார்கள் போலிருக்கிறது. ஏழ்மையும் எளிமையும் சூழ்ந்து கிடந்தது.

பக்கத்தில் அஞ்சல் அலுவலகக் கட்டடம் (USP) சுற்றுச்சுவர், நுழைவாயிலுடன், அடக்கமான கட்டடம். உள்ளே சென்றோம். அங்கே, ஒரு எட்டடி அல்லது ஒன்பதடி உயரம் இருக்கும்- ஒரு அருவி கொட்டிக்கொண்டிருந்தது. என்னது, அருவியா? அங்கேயா? ஆம். செயற்கையாகச் செய்யப்பட்ட அருவி. அந்த அருவியைச் சுற்றிச், செடி கொடிகள். சலசலக்கும் ஓசை; கீழே கூழாங்கற்கள்; நடக்கச் சிறிய நடைபாதை; எதிரே, உட்கார்ந்திருக்க, நீளமான கற்பலகை. சில நாற்காலிகளும் பதிக்கப்பட்டிருந்தன. சிலர், சாவகாசமாக உட்கார்ந்திருந்தார்கள். சிறிய இடம்தான்; ஆனால் சிங்காரமான இடம். மதியம் அல்லது மாலை நேரங்களில் பக்கத்திலே இருக்கிற அலுவலகங்களிலிருந்து, சிற்றுண்டி டப்பாக்களுடன் வந்து, இங்கே அமர்ந்து சாப்பிட்டுப் போவார்களாம். செயற்கையில் உருவாக்கிய இயற்கையின் சூழலில் எளிமையான வாழ்க்கை, இப்படி ஒரு சுகத்தை அனுபவிக்கிறது. பொது இடங்கள், மக்களுக்காக இப்படி அர்ப்பணிக்கப்படுகின்றன.

இந்தப் பகுதியிலிருந்து சரிவான சாலையில் கீழே நோக்கிச் சென்றால், கடலோரமாகவுள்ள முதல் பெருவீதியில் (1st Avenue) பைக் தெரு என்று ஒரு பெரிய தெரு. அதன் தொடக்கத்தில் உள்ளது, 'பைக் மையப் பொதுச்சந்தை' (Pike-place Public Market).

இது உழவர் சந்தை (Farmer's Market) என்றும் அழைக்கப் படுகிறது. வாங்குபவர்க்கும் உற்பத்தியாளர்க்கும் இடையில் வரும் தரகர்களைத் தவிர்ப்பது இதன் நோக்கம். 'உற்பத்தியாளரைச் சந்தியுங்கள்" (meet the producer) என்பது இந்தப் பொதுச் சந்தையின் பொது அறிவிக்கை. அறிவிப்புப் பலகை இருக்கிறது. இத்தகைய அறிவிக்கை அல்லது நோக்கம், பெரும் அங்காடி மாளிகைகளாகிய 'மால்களின்' நோக்கத்தையும் கருத்தையும் மறுதலிக்கின்றன அல்லவா? சியாட்டிலின் உள் பகுதிகளில் 'மால்'களைப் பார்க்க முடியாது. மால்கள் வேண்டுமானால், புற நகர்ப் பகுதிகளிலுள்ள புதிய சிறு நகரங்களுக்குப் போகவேண்டும். இங்கே சிறிய கடைகளும் இந்த உழவர் சந்தையும்தான் நடைமுறை. இந்த 'பைக் பொதுச்சந்தை' கிராமப்புறத்துத் திறந்தவெளிச் சந்தையைப் போன்றது. இது இந்த இடத்தில் ஒரு நூறு ஆண்டுகளுக்கு மேல் இருப்பதாகச் சொல்லப்படுகிறது.

இதனுடைய முக்கியமான - சுவாரசியமான - பகுதி, மீன்சந்தை. பொதுவாகவே, ஒரு சிறிய துறைமுகப் பட்டினமாகவுள்ள சியாட்டில் நகரத்தில் மீன் தொடர்பான உணவுகளை மட்டுமே கொண்ட சிற்றுண்டிச் சாலைகள் பல உண்டு. கடற்கரைச் சாலையில் மீன் பொரியலின் மணம் எங்கும் கமழ்ந்து கொண்டிருக்கும். மீன்சந்தையில், சிறிய சுறா, சாலமொன் முதலிய கடல்மீன்கள் பனிக்கட்டிகளில் குன்றுகளாய்க் குவிந்து கிடக்கின்றன. அந்த மீன் வேண்டும் அல்லது இது வேண்டும் என்று தொட்டுக்காட்டினால் அல்லது சுட்டிக் காட்டினால் போதும். கடைக்காரன் அந்த மீனை, அலாக்காக, உயரே தூக்கிப்போடுகிறான். மீன் பறக்கிறது. ஏழு அல்லது எட்டு அடித் தூரத்தில் நிற்கும் இன்னொருவன் லாவகமாக அதனை எட்டிப் பிடிக்கிறான். பிறகு எடை போடுகிறான்; பணம் வாங்குகிறான். மாறி மாறி ஒருவன் உயரமாய்த் தூக்கிப்போட, இன்னொருவன் எட்டிப் பிடிக்க என்று தொடரும் காட்சி, ஒரு விளையாட்டுப் போல சுவாரசியமாக இருக்கிறது. வியப்போடு அதனைப் பலர் வேடிக்கை பார்க்கிறார்கள். வேடிக்கை பார்ப்பதற்காகவே பலர் நிற்கிறார்கள்.

மீன் சந்தை, ஒரு பகுதி. அதற்கருகே வரிசையாகப் பற்பல காய்கறிக் கடைகள், பழங்கள், மூலிகைகள், பருப்புக் கொட்டைகள், வகைவகையான தேன்கள், பழச்சாறுகள், மணப்பொருள்கள், பூங்கொத்துகள் இவையெல்லாமே விற்பனையாகிக் கொண்டிருக்கின்றன. இவையெல்லாமே இந்தப் பகுதியில்

விளைந்தவை. மக்கள் நிறைய வருகிறார்கள். சியாட்டிலில் ஒரு கிராமியச்சூழல், அந்த நகரத்தின் பாரம்பரியமாக முன்னிற்கிறது.

உழவர் சந்தையின் அருகே, எதிர்த்தெருவில், நாற்சந்தியின் மூலையில், ஒரு 'ஸ்டார்பக்ஸ்' (Star Bucks) காஃபி அங்காடி இருக்கிறது. அமெரிக்காவின் எல்லா நகரங்களிலும் மற்றும், நெடுஞ்சாலைகள் சிலவற்றின் ஓரங்களிலும் பரவிக்கிடக்கிற ஒரு கடைதான் இது. ஆனால், குறிப்பிட்ட இந்த இடத்தில் தான் ஸ்டார்பக்ஸ் முதன்முதலில் ஆரம்பிக்கப்பட்டதாம். சியாட்டிலின் பிரியமான குழந்தை மாதிரி இது. இந்த நகரத்தின் மூலைமுடுக்கிலெல்லாம் ஸ்டார்பக்ஸைப் பார்க்கலாம். ஹொவார்ட்ஷுல்ப் (Howard Schulpz) என்ற ஜெர்மானிய யூதரால் இங்கே இந்த நிறுவனம் ஆரம்பிக்கப்பட்டதாம். இந்தப் பெயர், ஹெர்மன் மெல்வில் எழுதிய 'மொபிடிக்' (Moby Dick) என்ற புகழ்பெற்ற நாவலின் முக்கியமான பாத்திரம் ஒன்றின் பெயர்.

மக்கள் நடமாட்டம் அதிகமுள்ள பகுதி, இந்த நாற்சந்தி. இதனுடைய முனையிலும், சற்றுத் தள்ளி, இன்னும் இரண்டு இடங்களிலும், கிதார், டிரம் முதலிய சில இசைக் கருவிகளை மீட்டிக்கொண்டு, சில இளைஞர்கள் பாடிக்கொண்டிருந்தார்கள். எதிரே மல்லாக்கக் கிடந்த ஒரு தொப்பியில் டாலர் நோட்டுகளும் சில்லறைகளும் விழுந்துகிடக்கின்றன. அருகே சற்றுத் தள்ளி, வயது அதிகமான ஓரிரண்டு பேர், சற்றுக் கிழிந்த பேண்ட் - சட்டையுடன் தனியே நின்று, வருகிறவர் போகிறவர்களிடம் கைநீட்டிக் கொண்டிருக்கிறார்கள். இந்தப் பொதுச் சந்தைக்குப் புறத்தே, விசாலமான பச்சைப் பசும் புல்வெளியோடு கூடிய ஒரு பூங்கா இருக்கிறது. அங்கே உட்கார்ந்திருந்தோம். சற்றுத்தள்ளி அருகே, ஓரங்களில், சோர்ந்து களைத்துப்போன உடம்போடும் சற்றுக் கிழிந்த உடையோடும், சில வெள்ளைக்கார இளைஞர்கள், சாம்பல் பூத்த மேகங்களைப் பார்த்தவண்ணம் படுத்துக்கிடந்தார்கள். கனத்த தோள் பையைத் தலைக்கு வைத்துக்கொண்டு, அகலமான தொப்பியை வைத்து நெற்றியையும் கண்ணையும் மறைத்துக்கொண்டு, படுத்திருந்தார்கள். இவர்கள் வீடற்றவர்கள். பெரிய நகரங்களில் இவர்கள் பலர் இருக்கிறார்கள். நியூயார்க், லாஸ் ஏஞ்செல்ஸ் முதலிய பெருநகரங்களில் இவர்கள் கணிசமாக இருக்கின்றார்கள். ஒரு பக்கம், மேகங்களை உறிஞ்சும்

பல மாடிக் கட்டடங்கள்; மறுபக்கம், தூங்கவும் சமைத்து உண்ணவும் போக்கு இல்லாமல் வீதிகளில் படுத்துறங்கும் மக்கள். இவர்களுக்கென்று தங்குவதற்காகப் பொது அரங்கங்களை அரசாங்கம் பல நகரங்களில் கட்டியிருக்கிறது. ஆனாலும், அவையும் போதுமானதாக இல்லை; மேலும், கோடைக் காலத்தில் எங்கேயும் படுத்துக்கொள்ளமுடியும். ஆனால், குளிர், பனிக்காலங்களில் நிலை என்ன? அப்போதெல்லாம் குளிர் அதிகமிருக்காத, வெப்பம் வாழுகிற பிற நகரங்களுக்குச் சென்றுவிடுவார்களாம்.

சியாட்டிலின் பிரதானமான அடையாளமாக இருப்பது, விண்வெளி ஊசி (Space Needle) என்னும் ஒரு கட்டடம். மத்திய சியாட்டிலில் உள்ள இதனை, நகரத்தின் எந்தப் பகுதியிலிருந்தும் பார்க்கலாம். நாங்கள் முதலில், 'குயின் ஆன்' என்னும் உயரமானதொரு பகுதியில், இதற்கெனப் பிரத்தியேகமாக உள்ள 'கெர்ரி பார்க்' என்னுமிடத்திலிருந்து ஒரு இரவுநேரத்தில் பார்த்தோம். நியூயார்க்கில் உள்ள வான்முட்டும் பெருங் கட்டடங்கள் போன்றதல்ல இது. அடக்கமாகவும் நளினமான தோற்றத்தோடும் உள்ள இந்த Space Needle -இன் மேற்பகுதி, உயர்ந்து ஊசிபோல் நீண்டு, ஒளியின் வெள்ளத்தில் ஆகாயத்தில் குத்திக்கொண்டிருப்பது போன்று இருக்கிறது. தரையில் நான்கு கால்களையும் பரத்திப் போட்டுக்கொண்டு, அகலமான தூண்கள் உயர்ந்து வானளாவி நிற்கின்றன. ஐந்நூறு அடிகள் உயரம்கொண்ட அந்த அமைப்பின் இடையில் சற்றுக் கீழே, நான்கு கால்களையும் சேர்த்துக் கட்டியது மாதிரியான நாற்கோண அமைப்பு. அதன்பின் மீண்டும் நான்கு தூண்கள் மேல்நோக்கிச் செல்கின்றன. கடைசியில் மேற்பகுதியில், ஊசி வடிவமைப்பிற்குக் கீழே, வட்டவடிவமான - அதே நேரத்தில் சற்று உயரமான அகன்ற அமைப்பு இருக்கிறது. அதன் நடுவே ஒரு சிற்றுண்டிச்சாலை. அது தன்னைத்தானே சுற்றிக்கொண்டு சுழல்கிறது. அங்கிருந்து நகரத்தின் அழகைப் பார்ப்பது சுவாரசியமாக இருந்தது.

சியாட்டிலின் பெருமிதங்களாகக் கருதப்படும் தொழிலகங்கள் போயிங் விமானத்தொழிற்சாலை, மற்றும் மைக்ரோசாஃப்ட், அமேசான் ஆகிய கணினி நிறுவனங்கள்,

மற்றும் ஸ்டார்பக் காஃபி நிறுவனம் ஆகியவை. இந்த நான்கும் இங்கேயே பிறந்து வளர்ந்து பெயரெடுத்தவை. அமுத சுரபிகளாகப் பணத்தைச் சுரப்பன இவை. போயிங்கின் தொழில்மனை, பெருநகர சியாட்டிலின் (Metro-Seatle) வடக்கில் எவரெட் (Everett) என்னும் பகுதியில் உள்ளது. சுற்றிப் பார்க்க டிக்கட் வாங்கினோம். அந்த வளாகத்து பஸ்; உடன், ஒரு வழிகாட்டி வந்திருந்தார். மளமள என்று எதோ ஒப்புவிப்பது போல் - ஆனால் ஏற்ற இறக்கத்தோடும் நகைச்சுவையோடும் விளக்கிக்கொண்டே வந்தார். அமெரிக்காவிலேயே மிக நீளமும் விசாலமும்கொண்ட மிகப் பெரும் தொழில்மனை, இதுதான். இங்கே ஒரே இடத்தில் 30 ஆயிரம் பேர் பணிபுரிகிறார்கள். சொல்லிக்கொண்டே வந்தார். உள்ளே போனோம். மாடியில் உயரமான மேடையில் நின்று பார்த்தோம். கீழே சற்றுத் தூரத்தில் 'பார் பார் பட்டணம் பார்' என்ற தோரணையில் வழிகாட்டி, மழையாகப் பொழிந்துகொண்டிருந்தார். விமானத்தின் இறக்கைகள் மற்றும் விமானத்தின் உடலின் வெவ்வேறு பகுதிகள், குளிர்சாதனம், இருக்கைகள் உள்ளிட்ட பகுதிகள், எரிசக்தி இயந்திரங்கள் - இப்படி, இவை ஆங்காங்கே நிறுத்திவைக்கப்பட்டிருந்தன. விமானத்தின் முக்கியமான பகுதிகள், இங்கேயே உற்பத்தி செய்யப்படுகின்றன. சில உதிரிப் பாகங்கள் வெளியே செய்யப்பட்டுக் கொண்டு வரப்படுகின்றன. இவற்றையெல்லாம், இரண்டு மூன்று பகுதிகளாக உடைய இந்தத் தொழில் மனைகளில் ஒருங்கிணைக்கிறார்கள். பிறகு பரிசோதனைகள் செய்யப்படுகின்றன. கணினித் தொழில்நுட்பமும் இயந்திரவியல் தொழில் நுட்பமும் இணைந்து செயல்படுகின்றன. இறுதி வடிவம் பெற்றவை, தொழில் மனைக்கு வெளியே வைக்கப் பட்டுள்ளன. இந்தியன் ஏர்லைன்சுக்கு எனத் தயாரிக்கப்பட்ட ஒன்றும் அதன் பெயர் எழுதப்பட்டு- நின்றுகொண்டிருந்தது. போயிங்கின் பல்வேறு வகை மாதிரிகளையும் வளர்ச்சிகளையும் காட்டக்கூடிய காட்சிமனை (Museum of Boeing) ஒன்று- சியாட்டில் விமான நிலையத்திற்குப் போகிற வழியில் இருக்கின்றது.

போயிங் தொழிற்சாலையில், இரண்டு மாதங்களில் மூன்று விமானங்கள் என்ற விகிதத்தில் தயாராகின்றனவாம். அவ்வளவு

வேகமாகத் தயாராகியும் இன்னும் 800 ஒப்பந்தங்கள் நிறைவு செய்யப்படவேண்டும்; 2019 -இல்தான் இந்தப் பட்டியல் முடியுமாம். அவ்வளவு கிராக்கி. தொடர்ந்து கிராக்கிதான். இதனை நிறுவியவர், வில்லியம் போயிங். 1915இல் தொடங்கி யிருக்கிறார். இவருக்கு 'ஏழு' என்ற எண் ரொம்பவும் பிடிக்குமாம் (ராசி); எனவே 747 - 777- தொடர்ந்து திட்டமிடப் பட்டது - 787; இந்த 787போயிங், நவீன தொழில்நுட்பத்தினோடு கூடிய சிக்கனம் கொண்டதாம். இதன் விலை 20 விழுக்காடு மேலும் குறையுமாம். குறையட்டுமே - இதற்காக நாம் யாரும் போயிங்கை வாங்கப் போவதில்லை. வேணுமானால் போயிங்கில் போகலாம். அவர்கள் விளம்பரப்படுத்திக் கொள்கிற மாதிரி, "If not Boeing, I am not going." இதற்குப் போட்டியாக உள்ள ஒரே பெரிய நிறுவனம், பிரான்சு நாட்டிலுள்ள AIRBUS என்னும் நிறுவனம்.

எவரெட் - போயிங்கைப் பார்த்துவிட்டு அப்படியே பெருநகர சியாட்டிலின் கிழக்குப் பகுதியிலுள்ள பெல்வியு (Bellevue) என்ற சிறுநகரத்தைப் பார்க்கப் போனோம். நகைக்கடை விளம்பரத்தில் தோன்றும் இளம்பெண்ணின் புதுக்கருக்கோடு பொலிவாக இருக்கிறது இது. ஒரு பக்கம் கடல்போன்று பரந்து கிடக்கும் வாஷிங்டன் ஏரி; இன்னொரு பக்கம், எப்போதும் நீர்சுரந்து பிரகாசமாகக் காட்சி தரும் 'கேஸ்கேட்' (Cascade) மலை; இன்னொரு பகுதியில், ஏரியின் மேல் அகலமாய்க் கரைவிரித்து உட்கார்ந்திருக்கும் பாலம். பெல்வியு சமீபத்தில் வளர்ச்சி பெற்ற நகரப் பகுதி. தொகுப்புக் கடைமாளிகைகளும் (Malls) சங்கிலித்தொடர் உணவகங்களும் அங்கே இருக்கின்றன. ஆனால், சியாட்டிலின் உள் நகர்ப் பகுதியில், இத்தகைய அமெரிக்கப் பெருந் தேசியக் கடைகள் இல்லை. எல்லாம் உள்ளூர் மரபுக்கேற்ற கடைகள்தான். பெல்வியுவில் பல கணினித் தொழிலகங்கள் இருக்கின்றன. இந்தியர்கள் இந்தப் பகுதியில் கணிசமாகவே வாழுகின்றனர். சியாட்டிலின் உள் நகர்ப்பகுதியில் வெள்ளையர்களும், சீனர்களும் எத்தியோப்பியர்களும்தான் பெரும்பகுதியினர். சீனர்கள் வாழுகின்ற பகுதி, நியூயார்க் உள்ளிட்ட ஏனைய பெருநகரங்களில் போன்று 'சைனாடவுன், என்று அழைக்கப் படுகிறது. இங்கே இது நகரின் மத்திய பகுதியில் இருக்கிறது.

'சர்வதேச மாவட்டம்' (International District) என்ற பெயரும் இதற்கு உண்டு. பெல்வியூவுக்குச் சற்று வடக்குப் பகுதியில் உள்ள 'ரெட்மோண்ட்' (Red Mond) என்ற நகருக்கு ஒருநாள் சென்றோம். அங்கேதான் மைக்ரோ சாஃப்ட்டின் தலைமையகம் தொழில்மனை கம்பீரமாக அமர்ந்திருக்கிறது. இன்னொரு சர்வதேச கணினி நிறுவனமாகிய 'அமேசான் டாட்கம்' என்பது சியாட்டில் நகரத்தின் மையப் பகுதியிலிருக்கிறது. வெளியேயிருந்து அந்தக் கட்டடத்தை- அலுவலகத்தை-வேடிக்கை பார்த்துவிட்டு வந்தோம்.

ஒரு ஞாயிற்றுக்கிழமை, ரெய்னியர் மலை என்ற ஒரு மலைக்குப் போகலாம் என்று ஒரு யோசனை. வாஷிங்டன் மாநிலத்தில் இது ஒரு பிரசித்தமான இடம். வருடத்திற்கு 20 லட்சம் சுற்றுப்பயணிகள் இங்கே வந்து போகிறார்களாம். உண்மையில், சியாட்டிலில் கண்பார்வை மறைக்காத சற்று உயரமான இடத்திலிருந்து பார்த்தால், தொலைவில் இந்த மலையின் மங்கலான தோற்றம், அதனுடைய அடிவாரம் மறைந்து கிடக்க, கறுப்புமலையோடு வெள்ளைப்பனி மூடிக்கிடக்க, அது ஏதோ வானத்தில் மிதப்பதுபோலத் தோன்றுவதைப் பார்க்கிறோம். மலையை நேரே பார்க்க வேண்டாமா? தெற்கே, டகோமா (Tacoma) என்ற இன்னொரு பெரிய நகரத்தை நோக்கிப் போகிற தடையற்ற பெருஞ்சாலையிலிருந்து இடையிலிருந்து விலகிப் போகவேண்டும். தொடர்ந்து, அடர்ந்த காட்டுப் பகுதி. மேலேறி நெளிந்துபோகும் அழகான சாலை. ஒரு மணி நேரம் பிரயாணம்; சுகமான, ரசிக்கும்படியான பிரயாணம். ஏறத்தாழ உச்சிப் பகுதிக்கு வந்துவிட்டோம். அது எல்லாமே தேசிய பூங்கா என்று அழைக்கப்படுகிறது. சுற்றிவரச், சிறிய சிறிய முகடுகளுடன் கூடிய பரந்தவெளி. அந்த முகடுகளினிடையே பெரும்பகுதி, வெள்ளைப் பனியால் மூடிக்கிடக்கிறது. கீழே பள்ளத்தாக்குகள். அதன் பெயர் 'சுவர்க்கப் பள்ளத்தாக்கு'. சிறிய சமவெளி போன்ற அந்த வெளியில் ஓய்வெடுக்கும் பெரிய அரங்கம் ஒன்று இருக்கிறது. அதன் பெயர் 'சுவர்க்க விடுதி'. 1916-இல் கட்டப்பட்டதாம். அதிலே இந்த மலை பற்றியும் இதன் சுற்றுலா மையங்கள் பற்றியும் விளக்குகின்ற காட்சிச்சாலையும் இதில் இருக்கிறது. அந்தச் சிறிய சமவெளி மைதானத்திலிருந்து,

குனிந்து பள்ளத்தாக்குகளின் அழகைப் பார்க்கலாம். சிறிய பூங்கா இருக்கிறது. சுற்றிப் பார்த்தோம். இதன் அருகே சரிவுச் சாலை ஒன்றில் அழகான ஓர் அருவி; அதன் பெயர் நரோடா; பார்க்கலாம்; குளிக்க முடியாதே.

இந்த மலை, வேறு எந்த மலையையும் போன்றதுதான்; என்றாலும் வசதிகளுடன் கூடிய நல்ல சுற்றுலா மையமாக இதனை ஆக்கியிருக்கிறார்கள். அமெரிக்காவில் இப்படி எந்த இடத்தையும், ஓரளவு சுவாரசியமும் அழகும் இருந்துவிட்டால் அல்லது ஒருதேவை இருந்துவிட்டால், சற்றுலா மையமாகப் பிரபலப்படுத்திவிடுகிறார்கள்; ஒரு வரலாற்றையும் கற்பித்து விடுகிறார்கள். மக்களின் வாழ்நிலை ரசனைகள் கொண்டதாக ஆகிவிட வேண்டும். இதற்கு ஒரு உதாரணம், இந்த ரெய்னியர் மலை. இன்னொரு உதாரணம், பசுமை ஏரி என்ற ஓர் ஏரி.

மத்திய சியாட்டிலின் ஒரு பகுதியில், பசுமை ஏரி (Green Lake) என்பது, விரிந்து பரந்து ஒய்யாரமாகக் குடிகொண்டிருக்கிறது. அதற்குச் செல்லுகிற சாலைகளில் பெரிய கடை வீதிகளோ வாகன நெருக்கடிகளோ இல்லை. அப்படி வைத்திருக்கிறார்கள். அமைதியான இடம். அப்படி, அமைதியாக வைத்திருக்கிறார்கள். நெளிந்த வட்டமாகத் தோன்றும் அந்த ஏரி, மூன்றுமைல் சுற்றளவு கொண்டது. தெளிவான சுத்தமான நீர். ஏரியைச் சுற்றி அழகான சாலை, அதனைச் சுற்றி உயரமான, இளமையான மரங்கள். இடையிடையே அடர்த்தியான செடி, கொடிகள். அந்த ஏரிச்சாலை, நடையாளர்களுக்கு மட்டுமே உரியது. சைக்கிள் தவிர வேறு எந்த வாகனங்களுக்கும் அனுமதி கிடையாது. நாங்கள் இரண்டு நாள் அங்கே போனோம். ஏராளமான பேர் ஆண்-பெண், பல்வேறு வயதுடையவர்கள் வேகமாக நடக்கிறார்கள்; மெதுவாக ஓடுகிறார்கள். களைத்துப் போனால், இடையிடையே நீளமான பெஞ்சுகள் இருக்கின்றன. உட்காருகிறார்கள். படுத்திருப்பவர்கள் யாரும் இல்லை; எல்லாம் மிகச் சுத்தமாக இருக்கிறது. ஏரியின் ஒரு மூலையில் படகு சவாரி, அதற்குரிய பயிற்சி தருகிற இடமும், மற்றும், நீந்துகிற வசதி... எல்லாம் இருக்கிறது. இன்னும் ஒரு மூலையில் கூடைப் பந்து, டென்னிஸ் முதலிய விளையாட்டு மையங்கள் இருக்கின்றன. நடையாளர்களுக்கு அது சுவர்க்கமாகத் தோன்றுகிறது. அப்படி நடந்து போகின்றவர்களில் ஒருவரை

இரண்டு நாட்களும் பார்த்தேன். 60 அல்லது 65 வயது இருக்கலாம். அவருடைய 'டீ ஷர்ட்டில்' மார்பிலும் முதுகிலும் 'I Love Spanish'. Learn Spanish Language" என்று அழகாக எழுதப்பட்டிருக்கிறது! ஆர்வம் உந்த ஒரு பத்து நிமிடம் இவருடன் பேசிப்பார்த்தேன். ஸ்பானீஷ் மொழியைத் தாய்மொழியாகக் கொண்ட இவர்க்கு, என்னமாய் மொழிப்பற்று இருக்கிறது! அங்கே அந்தப் பூங்காவின் ஒரு மூலையில், இவர் தினமும் ஸ்பானீஷ் சொல்லித்தருவாராம். ஸ்பானீஷ் பேசுகிறவர்களுக்கு உற்சாகம் ஊட்டுவாராம். வழக்கமாக அங்கே நடப்பவராகிய இவர், எல்லோராலும் நேசிக்கப்படுபவர். அமெரிக்காவில் ஆங்கிலம் கோலோச்சினாலும் ஸ்பானீஷ் மொழியின் செல்வாக்கைப் புறந்தள்ள முடியாது. அமெரிக்காவின் சில பள்ளிகளிலும் சில பொது இடங்களிலும் ஆங்கிலத்தின் மேலாண்மைக்கு அறைகூவல் விடப்படுகிறது.

சுதந்திரத்தை வேண்டுவதும் மரபுகளை நினைவுகூர்வது அல்லது மீட்டெடுப்பதும் பெரும் முதலாளித்துவத்தையும் அதனைச் சார்ந்த உலகமயமாதலையும் எதிர்கொள்ளுவதும்

என்பன போன்றவற்றில் சியாட்டிலுக்கு உணர்வுடன் கூடிய ஒரு நிலைப்பாடு இருக்கிறது. அமெரிக்கா என்ற பெருந்தேசியம், புலம்பெயர்ந்து பிழைப்புக்கு வந்த ஐரோப்பிய இனத்தவர்களால் உருவானதே என்பதும், முதலில் இங்கிருந்த பூர்வீகக் குடிகளாகிய செவ்விந்தியர் முதலிய இனத்தவர்களில் பெரும்பாலானோரை

அழித்தும் அல்லது அடிபணிய வைத்தும் உருவாக்கப்பட்டதே என்பதும் நமக்குத் தெரியும். சியாட்டிலில் அந்தத் தடயம் அழுத்தமாக இருக்கிறது. சியாட்டில் என்ற பெயரே, அப்படியொரு பூர்வீக இனத்தவரின் பெயரை வைத்து வந்ததுதான். சியாத்தல் (Seathl) என்பது அவரது பெயர். பத்தொன்பதாம் நூற்றாண்டின் பாதி வரை, இந்தப் பகுதியின் நதிகளோடு உள்ளிட்ட பெரும்பாலான நிலப் பகுதி இவருடைய இனத்தவர்களிடையே தான் இருந்தது. 1854இல் அன்றைய அமெரிக்க அரசின் அதிபர், அந்த நிலங்களையெல்லாம் கையப்படுத்தத் திட்டமிட்டாராம். நிலங்களை எங்களுக்கு விற்றுவிடு என்று சியாத்தலை அவர் நிர்ப்பந்திக்கத் தொடங்கினார். இதனையடுத்துச், சியாத்தல் அவருக்கு மறுப்புத் தெரிவித்து ஒரு கடிதம் எழுதினார். அது, ‘திறந்த மடல்’. அது, திடமான உறுதியும் உணர்வுகளும் கொண்ட ஒரு கடிதம். அது மட்டுமல்ல - கவித்துவமான மொழிநடையும் கொண்டது அது. இலக்கியமாகவே அது கருதப்பட்டு வருகிறது. சியாட்டில் நகரம் பற்றிச் சொல்லுகிறபோது, அதனுடைய வரலாற்றோடு கூடிய இதனையும் நாம் சொல்லவேண்டும். அவருடைய திறந்த மடல், தேச பக்தியின் அர்த்தத்தைச் சொல்லுகிறது. இந்தப் பூமியை நேசிக்கச் சொல்லுகிறது. சுற்றுச் சூழலை நேசிக்கச் சொல்லுகிறது. அது, இப்படிச் சொல்கிறது:

“இந்த வானத்தை அல்லது நிலத்தின் வெதுவெதுப்பை உங்களால் எப்படி வாங்கவோ விற்கவோ முடியும்? அந்த நினைப்பே எங்களுக்கு நிரம்பவும் புதுசாக இருக்கிறது. காற்று தரும் புத்துணர்வும் பரந்த நீர்நிலையின் மினுமினுப்பும் நமக்குச் சொந்தமில்லையென்றால், அவற்றை எப்படி உங்களால் வாங்கமுடியும்? என்னுடைய மக்களுக்கு, இந்தப் பூமியின் ஒவ்வொரு பகுதியும் புனிதமானது. ஒவ்வொரு மரமும், ஒவ்வொரு சிறிய பூச்சியும்கூட, என்னுடைய மக்களுக்கு அவர்களின் அனுபவத்தில் புனிதமானது. நாங்கள், இந்தப் பூமியின் அங்கம்; இந்தப் பூமி, எங்களின் அங்கம். நறுமணம் வீசும் மலர்கள், எங்கள் சகோதரிகள்; மலைகளின் உச்சிகளும், இந்தப் பூமியின் புல் பூண்டுகளும் எல்லாமே எங்கள் குடும்பத்தின் உறுப்பினர்கள். எனவே, வாஷிங்டனில் உள்ள பெரிய தலைவர், எங்களுடைய நிலங்களை வாங்கவேண்டும் என்று தன்னுடைய விருப்பத்தைத் தெரியப்படுத்துகிறார் என்றால், அது எங்களுக்குப் புரியவில்லை.

நதி முணுமுணுக்கிறதே, அது என்னுடைய பாட்டனாரின் -

என்னுடைய வமிசத்தாரின் - குரல். இந்த நதி வறண்டு போகுமானால், எங்களுடைய தொண்டையும் வறண்டு போகும். நதிகள், எங்கள் படகுகளை ஏந்திச் செல்கின்றன. எங்களுடைய குழந்தைகளுக்கு, அவை உணவு ஊட்டுகின்றன. உங்கள் குழந்தைகளுக்கு கற்றுக் கொடுங்கள்- இந்தத் தண்ணீர், உங்களுக்கு நெருங்கிய உறவினர் என்றும் இதற்கு உரிய மரியாதை தரவேண்டும் என்றும் உங்கள் பிள்ளைகளுக்குக் கற்றுக்கொடுங்கள். இந்தப் பூமியோடு அன்பாக இருக்கவேண்டும் என்று சொல்லிக் கொடுங்கள். எங்களுடைய வழிகள் உங்களுக்குப் புரியாது என்று எங்களுக்குத் தெரியும். பரந்த நிலத்தின் எந்த ஒரு பகுதியும் உங்களுக்கு இன்னொரு பகுதி போன்றதுதான். அப்படி நினைக்கிற நீங்கள், எங்களுக்கு அந்நியர்தான். எங்களுக்குச் சொந்தமான நிலத்திலிருந்து, முடிந்ததை எடுத்துப் போய்விட வேண்டும் என்று நீங்கள் வருகிறீர்கள். இந்தப் பூமியை ஒரு தாய் என்று நீங்கள் கருதுவதில்லை; அப்படி நடந்துகொள்வதில்லை. மாறாக எதிரியைப் போன்று நடத்துகிறீர்கள். ஒருமுறை இதனை வென்று கையகப்படுத்திவிட்டீர்கள் என்றால், நீங்கள் அடுத்ததுக்குத் தாவுவீர்கள். இந்தப் பூமியின் மூலாதாரம், எங்கள் குழந்தைகளின் வருங்காலம். இதனை நீங்கள் அபகரிக்க நினைக்கிறீர்கள்.

நாங்கள் எங்களுடைய பிள்ளைகளுக்குக் கற்றுத் தந்திருப்பதைப் போல, நீங்களும் உங்கள் குழந்தைகளுக்குச் சொல்லிக் கொடுங்கள். எது இந்தப் பூமிக்கு நேர்ந்தாலும், இதிலே வாழுகின்ற எல்லா உயிரினங்களுக்கும் அது சேர்ந்தேதான் நடக்கிறது. இந்த நிலத்தை மதிக்காமல் இதன்மேல் யாரும் எச்சில் துப்பினால் அது அவர்களையும் சேர்ந்தே பாதிக்கும். நமக்கு இந்தப் பூமி சொந்தம் என்பதல்ல. நாம், இந்தப் பூமிக்குச் சொந்தம் என்பதே முக்கியம். இது எங்களுக்கு நன்றாகத் தெரியும். பெரிய குடும்பம் என்பது ரத்த பந்தத்தோடு பிணைந்து கிடப்பது; அதுபோல, இங்கே எல்லாப் பொருட்களும் ஒன்றோடு ஒன்று பிணைந்தே கிடக்கின்றன. இது எங்களுக்கு நன்றாகத் தெரியும்."

நயாகரா

ஏரி, ஆறு, அருவி

நயாகரா, அமெரிக்காவில் மிகவும் பிரபலமான சுற்றுலா மையங்களில் ஒன்று. ஏனைய பல இடங்களில் சுற்றுலா என்பது வேறு பிறவற்றோடு ஒரு கூடுதல் கவர்ச்சி என்றால், நயாகரா, முதலில் ஒரு சுற்றுலா மையம்தான். வருகிற கூட்டமெல்லாம், சுற்றுலாப் பயணிகளின் கூட்டம்தான். மேலும் பெரும்பான்மைக் கூட்டம் அமெரிக்காவைப் பொறுத்த அளவில் வெளிநாட்டவர் கூட்டம் தான். பயணிகளுக்காக அரசாங்கம் செலவழிக் கின்ற பணம் மிகவும் குறைவாகத்தானிருக்கும். ஆனால், அருவி, இவர்களுக்குப் பணத்தைக் கொட்டோ கொட்டென்று கொட்டுகின்றது.

நயாகரா, ஒரு நாட்டுக்குச் சொந்தமல்ல. இரண்டு நாடுகளுக்குச் சொந்தம். ஒரு பக்கம் அமெரிக்கா; மறுபக்கம், கனடா. நடுவே அருவி; நடுவே ஏரி; ஆறு. எதிர் எதிரே இரண்டு பகுதிகளிலிருந்தும் நயாகராவைப் பார்க்கலாம்; ரசிக்கலாம். சரி. எப்படிச் சண்டையில்லாமல் அருவி பாய்ந்து ஓடுகிறது?

அமெரிக்க நயாகரா, நியூயார்க் மாநிலத்தில் இருக்கிறது. அந்த மாநிலம் கிழக்குமேற்காக நீண்டு கால்பரப்பியிருக்கும் ஒரு மாநிலம். நியூயார்க் நகரம் கிழக்கு ஓரத்தில் கடலின் கரையில் நின்று

கொண்டிருக்கிறது. நயாகரா, மேற்குக் கடைசியில் கனடாவை முட்டிக் கொண்டு நிற்கின்றது. இரண்டிற்குமிடையே ரொம்பவும் தூரம்தான்.

நாங்கள், நியூயார்க்கிலிருந்து போகவில்லை; வாஷிங்டனி லிருந்துதான் நயாகராவுக்குப் போனோம். அதுவும் காரில், எட்டு மணி நேரத்துக்குமேல் பிரயாணம்.

சாலையின் இருபக்கமும் பச்சைப் பசேரென்று கண்ணுக்கு இதம்தரும் உயர்ந்த அடர்த்தியான மரங்கள், செடிகள், இடையிடையே நீர்நிலைகள். நகரங்களுக்குள் செல்லாமல், விலகிச் செல்லுவதால், எங்கே இருக்கிறோம் என்று தெரியாது- ஆனால் ஓடுவது தெரியாமல், கார் ஓடிக்கொண்டிருக்கிறது. பசுமையின் குளுமையில் அலுப்புத்தட்டாமல் இருக்கிறது, பயணம். இடையில், அங்கங்கங்கே வசதியான சிற்றுண்டிச் சாலைகள்- ஆனால் பேருண்டிகளும் கிடைக்கின்றன. இருந்து ஓய்வெடுத்துவிட்டுப் போவதற்கு வசதிகள், தாராளமாக உண்டு. சாலையின் இடப்பக்கம், சற்றுத் தொலைவில் நீண்ட நெடும் ஏரி தெரிகிறது. வலப்பக்கம், தொடர்ந்து திராட்சைத் தோட்டங்கள். அங்கங்கே உள்ளே ஒயின் தயாரிப்புத் தொழிலகங்கள் இருக் கின்றன. இங்கே தயாராகும் ஒயின், மிகவும் தரம் வாய்ந்தது என்று சொல்லப்படுகிறது. நெருங்கிவந்துவிட்டோம். நெடுஞ் சாலையிலிருந்து விலகி ஊருக்குள் செல்லும் சாலை வழியாகப் போனோம்.

அந்தப்பகுதியில் பஃபல்லோ (Bufallo) என்ற நகரம் தான் பெரிய நகரம்; நியூயார்க் மாநிலத்தில் நியூயார்க் நகரத்தையடுத்து இதுதான் பெரியது. ஆனால், மக்கள் தொகையோ இரண்டரை லட்சம்தான். பெரியது மட்டுமல்ல முக்கியமானதும் ஆகும். அங்கிருந்து கனடா போவதற்கு வசதியிருக்கிறது; பக்கம்தான். இடையில் நயாகரா நதியின் குறுக்கே ஒரு பாலம்; அவ்வளவு தான். அதுபோல், நயாகரா அருவியும் பக்கம்தான். பஃபல்லோ- வுக்கு நுழைகிற வழியில் ஒரு முடக்குச்சாலையின் அருகில், வழிப்போக்கர் விடுதிகள் (motels) பல இருக்கின்றன. சிறியவை; எளிமையானவை; மலிவானவை. அங்கேதான் அந்த இரவு கழித்தோம். வாஷிங்டனிலிருந்து நாங்கள் வந்த நெடுஞ்சாலை, நேரே போனாலும், நான்கு மாநிலங்களைத் தாண்டி வந்திருக் கிறது. கொலம்பியா மாநிலத்திலிருந்து கிளம்பி, மேரிலாண்ட், பென்னிசில்வேனியா, பிறகு நியூயார்க் மாநிலம்.

பஃபல்லோ நகரத்திற்கு, இரவு உணவுக்காகக் கிளம்பினோம்.

எங்கள் மகனுக்கும் அவனுடைய நண்பனுக்கும் மிக வேண்டிய இந்தியத் தம்பதிகள் இருவர், பக்கத்திலேயே கனடாவிலிருந்து, இவர்களைப் பார்க்க வருவதாகச் சொல்லியிருந்தார்கள். கனடாவில் குடியுரிமை பெற்றவர்கள். 'விசா' இல்லாமலேயே அமெரிக்காவுக்கு வந்துபோக முடியும். பஃபல்லோவில் ஓர் இந்தியச் சிற்றுண்டிச்சாலைக்கு எங்களை வரச்சொல்லியிருந்தார்கள். அங்கேதான் சந்தித்தோம். சாப்பிட்டுக் கொண்டே, கடையை மூடுகிறவரை, பேசிக் கொண்டிருந்தோம். இந்தியா, கனடா, அமெரிக்கா மூன்று நாடுகளும் உரையாடலில் வந்துபோய்க்கொண்டிருந்தன. கனடாவிலிருந்து பலபேர், இப்படி அங்கங்கே உள்ள அமெரிக்கப்பகுதிகளுக்கு வந்து போகிறார்கள். துணிமணிகள், சில மின்னியல் சாதனங்கள் கனடாவைவிட அமெரிக்காவில் சற்று மலிவாம். எனவே வாங்கிப் போக வருகிறார்கள். சுங்கச்சாவடிகளில் தடுத்துப் பார்த்தாலும் ஓரளவுக்குத்தானே அது முடியும்? இந்த நண்பர்கள் இந்த நகரத்தின் விடுதியொன்றில் ஒருநாள் இரவு தங்கிவிட்டு மறுநாள் காலை கனடாவுக்குப் போய்விட்டார்கள்.

நயாகரா என்ற பெயரில் அருவி மட்டுமல்ல, அங்கே ஆறும் இருக்கிறது; நகரமும் இருக்கிறது. நகரம் அருவியைச் சுற்றி உள்ள சிறிய சிறிய பகுதிகளின் தொகுப்புத்தான். அமெரிக்காவையும் கனடாவையும், உள்ளிட்ட இந்தப்பகுதி களுக்கு (ஈரி) என்ற பெயரில் (Earie) உள்ள பெரிய ஏரிதான் உயிர்நாடி. தமிழ்ப் பெயர் போலவே நலிக்கின்ற 'ஏரி' என்ற ஏரி, அமெரிக்காவின் மிகப்பெரிய ஏரிகளில் ஒன்று. ஆனால் இதனுடைய மேற்பகுதி, கனடா நாட்டிற்குச் சொந்தம். சுமார் 400கி.மீ. நீளம்கொண்ட இந்த ஏரி, கனடாவின் ஒன்டாரியோ, அமெரிக்காவின் ஒஹாயோ, பென்னிசில் வேனியா மற்றும் நியூயார்க் மாநிலம் ஆகியவற்றை அணைத்துக் கொண்டு நீர்வரத்துக்களின் செழிப்போடு தளும்பி நிற்கிறது. பஃபல்லோவைத் தொடர்ந்து வடக்கே, அமெரிக்கா கனடா நிலப்பகுதிகளுக்கு இடையே, ஒரு துண்டம் போல சிறிய நிலப்பகுதி ஒன்று குறுக்கிடுகின்றது. அதற்குப் பெயர் பெரியதீவு. அதனுடைய இருபக்கமும் அறுத்துக்கொண்டு அந்த ஏரி, நதியாக ஓடுகிறது. இரண்டு பக்கமுமே அதற்கு 'நயாகரா ஆறு' என்றுதான் பெயர். கொஞ்சத்தூரத்திலேயே அது, சறுக்கிக் குதித்து அருவியாக விழுகிறது. அமெரிக்கப் பகுதியில் விழும்

அருவி, அமெரிக்க அருவி என்றால் கனடாப் பக்கம் விழுகின்ற அருவி முக்கால் வட்டத்தில் குதிரைலாடம் வடிவமைப்பில் இருப்பதால் குதிரைலாட அருவி (Horse-Shoe falls) என்று வழங்கப் பெறுகிறது. இதுதான் அதனை விட அழகானது; வேகமுடையது. மேலும் கனடாப் பக்கம்தான் பார்வை யாளர்கள் கூட்டமும் அதிகம் இருக்கும் என்கிறார்கள். ஆனால் அமெரிக்காவின் நயாகரா அருவிக்கு வலப்பக்கமும் இடப் பக்கமும் சிறிய சிறிய சுற்றுலாமையங்கள் அதிகமாக இருக் கின்றன.

நாங்கள் நயாகராவுக்குப் போகும்போது, காலை பத்து மணிக்குமேல் இருக்கும். வழிநெடுக நல்லகூட்டம். கார்களைத் தவிர இரண்டு பக்கமும் நடந்துபோகிறவர்களே அதிகம்தான். தொடர்ந்து பல இடங்களில் இந்தியச் சிற்றுண்டிவிடுதி என்ற அடையாளப் பலகைகள் காணப்பட்டன. அந்தப் பகுதியில் மட்டும் இருபது இந்தியச் சிற்றுண்டிச்சாலைகள் இருக்கின்றன வாம். அப்படி ஒரு பெரிய சிற்றுண்டிச்சாலைக்குச் சொந்தமான ஒரு வாகனக்காப்பகத்தில்தான் காரை நிறுத்தினோம். திறந்த வெளியிலுள்ள வாகன நிறுத்தகங்களைவிட இங்கே கட்டணம் மலிவாகவும் இருந்தது. காரைநிறுத்திவிட்டு அருவியை நோக்கி நடந்தோம். எங்குப் பார்த்தாலும் கூட்டம்; எங்குப்பார்த்தாலும் சிறிய சிறிய கடைகள். ஒரு இடத்தில் ஒரு பெட்டிக்கடை - அங்கே அழகாக (ஆங்கிலத்தில்தான்) ஒருவிலைப் பட்டியலில் எழுதிப்போட்டிருந்தார்கள். இட்லி, சாம்பார், இட்லி சாம்பார் சாதம்- இவை அதிலே பிரதானமாக இருந்தன. மூடிய பாத்திரங்களில் வைத்து முன்பலகையில் அவற்றை அடுக்கி, வைத்துமிருந்தார்கள். ஆசைதான், வாங்கலாமேயென்று; பசியில்லை; எனவே ஆசை தீர்ந்தது.

அதெல்லாம் போகட்டும். அங்கே இருந்த கூட்டத்தில் பெரும்பகுதி, இந்தியர்கள்தான். அமெரிக்கர்கள்- வெள்ளையர் களோ, கறுப்பர்களோ- மிகவும் குறைவு. இந்தியர்களிலும் பெரும்பான்மை, தமிழர்களும் ஆந்திரர்களுமாகத்தான் தெரிந்தது. வேட்டிகளும் சேலைகளும், ரொம்ப உற்சாகமாக எங்கே பார்த்தாலும் அலைந்து கொண்டிருந்தன. சீனர்கள் அல்லது கொரியர்கள் கொஞ்சம்பேர் அந்தக்கூட்டத்திலே உண்டு. மற்றபடி இது தென்னிந்தியாவிலுள்ள ஒரு கிராமத்துத் திருவிழா போலவே இருந்தது. ஓ, எத்தனைபேர்? நாம்

எங்கிருக்கிறோம்? எல்லோரும் எங்கேயிருந்து வந்தார்கள்? சுதந்திரமாக அலைவதற்கு இடமும் சூழலும் மிகவும் ஏற்புடையதாக இருந்தன. சுற்றுலாப் பேருந்துகள் அங்கு மிங்குமாக ஓடிக்கொண்டிருந்தன. மக்கள் கியூ வரிசைகளில் நிற்கிறார்கள்.

அருவிக்குப் போகிற வழியில் திறந்தவெளியில் இருப்பது போன்ற, படாடோபம் இல்லாத ஒரு பெரிய கடை- அதனைத் தாண்டித்தான் அருவிக்குப் போனோம். உள்ளே சற்றுத் தூரத்தில் ஒரு மின்தூக்கியில் சென்றால் மேலே பார்வைக் கோபுரம் (observation tower) இருக்கிறது. விசாலமான உயரமான இடம். அங்கிருந்து அமெரிக்க ஏரியையும் கனடா ஏரியையும் தெளிவாகப் பார்க்கமுடிகிறது. எங்கும் இரைச்சல் தான். அருவி விழுகின்ற இடத்திலேயெல்லாம், நீர்த்துளிகள் தூவிக் கொண்டிருக்கிற வெள்ளை வெளேர் என்ற புகை மண்டலம். பொங்கிப் பொங்கி விழுகிறது அருவி. ஒரே சீரான அகலமான பரப்பு. அருவி, நிரவிப்பரந்து விழுகிறது. நீர்ப்பரப்பின் அடர்த்தியில் விஞ்சிக்கிடக்கும் வேகம். கீழே அடித்தளத்திலும் ஆழமான அகண்ட நீர்ப்பரப்பு, ஒண்டாரியோ ஏரி என்று அழைக்கப்படுகிறது. ஆனால் விழுகிற இடம், பெரியதாக இருந்தாலும், அது தொடர்ந்து ஓடுகிற ஆறுதான்; எனவே, நயாகரா ஆறு என்றுதான் முக்கியமாகப் பெயர் விளங்குகிறது. ஒண்டாரியோ என்பது, கனடா நாட்டின் பகுதி.

நாங்கள் ஏறிநின்ற பார்வையாளர் கோபுரத்திலிருந்து பார்த்தால் அருவிகளும், ஒண்டோரியா ஏரியும் மட்டுமல்லாமல், நேரே எதிரில் தூரத்தில் டோரொண்டோ (Toronto) நகரத்தின் உயரமான கட்டடங்களும் தெரிகின்றன. டொரெண்டோ, கனடா நாட்டின் மிகப் பெரிய நகரம். ஒட்டாவா (Ottawa) என்பது, கனடாவின் தலைநகரம். ஆனால் அதனைவிடவும் இந்த டொரொண்டோதான் பெரியது. குதிரை லாட அருவியின் பக்கமாகக், கனடா நாட்டிலிருந்து வருகிற பார்வையாளர் களின் கூட்டம் இங்கிருந்தே தெளிவாகத் தெரிகிறது. பக்கத்தில் ஒண்டாரியோ ஏரி அல்லது நயாகரா நதியின் குறுக்கே, கனடாவுக்கும் அமெரிக்காவுக்கும் இடையே ஒரு பெரிய பாலம் இருக்கிறது. அதன் பெயர் வானவில் பாலம் (rainbow bridge).

பார்வைக் கோபுரத்திலிருந்து முன் பக்கமாகக் கீழே தளத்திற்கு வருகிறோம். இரண்டு அடுக்குகளைக் கொண்ட பெரிய மோட்டார்ப்படகு, கரையோரமாக நின்று கொண்டிருக்

கிறது. “மூடுபடல மங்கை” (Maid of the Mist) என்று அதற்குப் பெயர். தலையிலிருந்து முழங்கால் வரை மூடிக்கொள்வதற்கு ஏற்ற பிளாஸ்டிக் மழை அங்கி (rain coat)- நீலநிறத்தில் தருகிறார்கள். ‘மூடு படல மங்கை’ புகை மண்டலத்திற்கிடையே வேகமாகப் போகிறாள். அழுந்திப் பறந்து விழுகின்ற அருவியின் அருகே போகிறோம். சிதறியடிக்கின்ற அருவி நீரிலிருந்து துளும்பித் துளும்பிப், புகைமண்டலம் போல எழும்பும் நீர்த் துளிகளின், கொண்டாட்டம், மூடுபடலமாக அந்தப் பகுதியையே சூழ்ந்து கிடக்கிறது.

சுழன்று அடிக்கும் நீர்த்துளிகள்; எல்லோரும், மகிழ்ச்சியில் ‘ஆ... ஆ...’ என்று கத்துகிறார்கள். மூடுபடலத்திற்கிடையே, பக்கத்தில் நிற்பவர் முகம்கூட நமக்குத் தெரிவதில்லை. அருவி நீரின் வேகமும், அது கீழே விழுந்து சிதறிப்பாய்வதால் எழுகின்ற பேரொலியும், உடலெல்லாம் அடித்துவிழும் நீரின் மிகையும், கூட்டமாக இருந்தாலும், அதனிடையே மூடுபடலத்தினுள்ளே தனியே இருந்து மகிழ்வது போன்ற உணர்வும், புதிய அனுபவமாக மக்களை உற்சாகப்படுத்துகிறது. படகில் அருவிக்கு நேரே கீழே போகமுடியாது. பக்கத்தில்தான் போகமுடியும். குளிக்கமுடியாது. ஆனால் நீர்த்துளிகளின் வேகமான பாய்ச்சலில் உடலும் உள்ளமும் குளித்துவிடுகிறது. ஆர்ப்பாட்டத்தினிடையே பரவலாகிவிழும் அருவியின் அன்புப் பிடியில் ஒரு பத்து அல்லது பதினைந்து நிமிடம். அதனை அணைத்துக் கொண்டு போன மோட்டார்ப் படகு, வேலை முடிந்து வெளியேறி வருகிறது. நீலநிற அங்கியுடன் கூட்டம் நெகிழ்ந்து நெளிந்து, படகிலிருந்து கரைக்கு வருகிறது. இதே போல் அடுத்தகரையிலும் ஒரு மோட்டார்ப் படகு கனடாப் பகுதியிலிருந்து குதிரைலாட அருவியின் பக்கமாய்ப் புறப் பட்டுப் போகிறது.

மீண்டும் பார்வைக் கோபுரம் வருகிறோம். போன திசையை- வந்த திசையைப்- பார்க்கிறோம். அகன்ட நீர்ப்பரப்பும் மக்கள் கூட்டமும் தூரக்காட்சிகளும் கண்களிலே மிதக்கின்றன. அடுத்த பக்கமாகக் கீழே இறங்கி வருகிறோம். விசாலமான அந்தத் தளங்களில், பயணிகள் மகிழ்ச்சியாகப் பொழுதுபோக்கப் பற்பல சிறிய மையங்களிருக்கின்றன. இருக்கைகளும் சிறுவர் விளையாடும் இடங்களும் இருக்கின்றன. சிறிய மீன்காட்சி சாலையுமிருக்கிறது. பேரேரிப் பூங்காவில் (Great Lakes Garden)

குழந்தைகள் விளையாடிக் கொண்டிருக்கிறார்கள். பெரியவர்கள் ஓய்வெடுத்துக்கொண்டிருக்கிறார்கள். சிறியசிறிய சாலைகளும் கடைவீதிகளுமாக இருக்கிற ஒருமுக்கியமான வீதியில் 'பாலிவுட்' (Bollywood) என்ற பெயரில் ஒரு இந்தியச் சிற்றுண்டிவிடுதியொன்று இருக்கிறது- சுத்த சைவ சாப்பாடு தான். மதியம். ஆனாலும் இட்லி, தோசை இருந்தது. பூரி, சப்பாத்தி இருந்தது. சாப்பிட்டோம். சுவையான சாப்பாடுதான்- சாப்பிட்டுமுடிகிற நேரத்தில், மழை- சிறியதாகத் தொடங்கிப் பெரிதாகப் பிடித்துக் கொண்டது. மழைக்குப் பயந்து, பாலிவுட்டுக்குள் நின்றால், ஊர் போய்ச் சேரமுடியாது. மழையோடு மழையாக, சற்றுத்தூரத்திலிருந்த வாகனக் காப்பகத்திலிருந்து காரை யெடுத்துக்கொண்டு புறப்பட்டு விட்டோம்.

விமான டிக்கட், நயாகராவிலிருந்து ஒரு இரண்டு மணிநேரப் பிரயாண தூரத்திலுள்ள ரோச்சஸ்டர் (Rochaster) என்ற நகரத்திலிருந்து செல்வதாக இருந்தது. விமானம்- 'ப்பா, ஆகச்சிறியது! 40 பேர்தான் கொள்ளும். ஒரு சிறிய பேருந்து மாதிரி இருந்தது, வித்தியாசமாகத் தோன்றியது.

ஃபிலடெல்பியா வரை அந்த விமானம். அதன் பிறகு, அமெரிக்கன் ஏர்லைன்ஸ்' என்ற விமானத்தில், சியாட்டில் வந்து சேர்ந்தோம். மனதில் அருவி, கொட்டிக் கொண்டிருந்தது.

❖❖❖

பயணங்களும் சுற்றுலாத்தளங்களும் பயனுடையனவாகவும் உற்சாகம் தருவனவாகவும் இருக்கின்றன என்றால் அவை அப்படி, நல்ல சூழமைவுகளோடு அமைந்துள்ளன; பாதுகாக்கப் படுகின்றன. மக்கள் பயணிக்கிறார்கள். பயணிக்க விரும்பு கிறார்கள். அன்றாட வாழ்க்கை நிலைகளிலுள்ள நெருக்கடி களிருந்தும் மன அழுத்தங்களிலிருந்தும், அயர்ச்சிகள் அலுப்புக் களிலிருந்தும் தப்பித்துப் போகவேண்டும். புதிய அனுபவங்கள் வேண்டும். புதியனவற்றைக் கற்றுக்கொள்ளவேண்டும். உலகம் பொதுவானது; வானமும் வெளியும் பொதுவானவை. பக்கமோ, தூரமோ, பயணங்கள் எப்போதும் மனிதனைச் செழுமைப் படுத்துகின்றன.

❖❖❖

பல இடங்களுக்கும் நீ பயணம் செய்கிறாய். "ஓ, இந்த உலகம் எவ்வளவு பெரியது; இங்கே என்னவெல்லாம் இருக்கின்றன- எப்படியெல்லாம் இருக்கின்றன" என்று நீ வியக்கிறாய். இதன் முன்னால், நீ எவ்வளவு சிறிதாக இருக்கிறாய் என்பது உனக்குத் தெரிகிறது. இந்த உலகத்திற்கு நீ ஒரு பொருட்டல்ல- ஆனால், இந்த உலகம் உனக்குப் பொருட்டானது; முக்கியமானது. இந்த உலகத்தில் தனியே நீ பெரியமாற்றம் எதையும் செய்யப் போவதில்லை. ஆனால் சிலவற்றை உன்னால் ஒப்பிட்டுப்பார்க்கமுடிகிறது; சிலவற்றைத் திரும்பக்கொண்டுவரமுடிகிறது; சிலவற்றை விதைக்கமுடிகிறது. உன் பார்வை விசாலப்படுகிறபோது, உன் அனுபவமும் விசாலப்படுகிறது.

எப்படி இருக்கவேண்டும் என்றல்ல- ஆனால், எப்படி எப்படி எப்படியெல்லாம் இந்த உலகம் இருக்கிறது என்று நீ பார்க்கிறாய். அதிலே உன்னைக் காணுகிறாய். மனம் லெகுவாகிறது. சுதந்திர மனிதனாக உன்னை நீ அறியலாம்.

வாஷிங்டன்

ஒரு தலைநகரம்

அழகும் அடையாளங்களும் வரலாற்றின் அங்கங்களும் எல்லா இடங்களிலும் அதனதன் அளவில் நமக்குப் பல விடயங்களைச் சொல்லிக் கொண்டுதானிருக்கின்றன. வாஷிங்டன், அரசியல் அதிகாரங்களின் மையம். தனது அண்மை வரலாறுகளை அமெரிக்கா, உணர்வுகளோடு நினைவு கொள்ளுகின்ற நகரம். அதேபோது, தன் உடலிலே, அடக்கமானதொரு கம்பீரம் உள்ளடங்கிக் கிடக்கிற நகரம்.

இந்த வாஷிங்டன் நகரம், வெறுமனே 'டி.சி' (District of Columbia) என்றோ வாஷிங்டன் டி.சி, என்றோதான் பொதுவாக அழைக்கப்படுகிறது. இது, வேறு மாநிலங்கள் மாதிரி அல்ல. இதற்குச் சட்டரீதியாகத் தனித் தகுதி உண்டு. அமெரிக்க மக்களவையின் (Congress) நேரடிக் கண்காணிப்பில் உள்ள நகரம் இது. ஏற்கனவே வாஷிங்டன் என்ற பெயரிலே ஒரு மாநிலம் இருக்கிறது. வாஷிங்டன் டி.சி. என்ற இந்த நகரம், மேரிலாண்ட் எனும் மாநிலத்தைச் சேர்ந்தது. இதனுடைய மேற்கு ஓரம், பொடாமாக் (Potomac) ஆறு ஓடுகிறது. இந்த ஆற்றோடு சேர்ந்து கிழக்கு-வடக்கே இதனுடைய கிளை நதி அனகோஸ்த்தியா (Anacostia) என்ற ஒரு சிறிய ஆறு ஓடுகிறது.

17

ஜார்ஜ் வாஷிங்டன், பிரிட்டனுக்கு எதிரான அமெரிக்க சுதந்திரப்போரில் (1783) தளபதியாக இருந்தவர். அமெரிக்கா, குடியேற்ற ஆதிக்கத்திலிருந்து விடுதலை பெற்றவுடன், இதன் முதல் ஜனாதிபதியாகத் (1789-1797) தேர்ந்தெடுக்கப்பட்டவர். அமெரிக்காவை உருவாக்கியவர்களில் முதன்மையாக இருந்தவர். அவருடைய நினைவாக இந்த நகரம் அவர் பெயரைத் தாங்கிக் கொண்டது. 1791-இல் இந்த நகரம் திட்டமிட்டு வடிவமைக்கப் பட்டது. இதன் மக்கள் தொகை இன்று, 6.3 லட்சம் தான். அமெரிக்காவின் பெருநகரங்கள் வரிசையில் இதற்கு 24-வது இடம்தான். பெரிய தொழில் நிறுவனங்கள் இல்லை - அல்லது, தோற்றுவிக்கப்படவில்லை- தொடர்ந்து இது சிறிய நகரமாகவே வைக்கப்பட்டிருக்கிறது. தலைநகரம், பாதுகாப்பாக இருக்க வேண்டுமல்லவா? மேலும் மலையோகடலோ, பக்கத்தில் இல்லை.

நாங்கள், சியாட்டில் நகரிலிருந்துதான் வாஷிங்டன் டி.சி.க்குப் போனோம். சியாட்டில், வடமேற்குக் கடலோரம் இருக்கிறது. வாஷிங்டன் நகரம் அதற்கு நேரே கிழக்கே இருக்கிறது. ஐந்து அல்லது 5½ மணி நேர விமானப் பயணம். கால அளவில் இரண்டுக்குமிடையே 3 மணி நேரம் வித்தியாசம். காலை 7 மணிக்கு நாங்கள் வாஷிங்டன் போய்ச் சேர்ந்தோம். விமான நிலையத்தில் வாடகைக் கார் ஒன்றை அமர்த்திக் கொண்டோம். 5 நாளுக்கு மொத்தவாடகை. வாஷிங்டனில் நியுட்டன் தெரு என்ற சுறுசுறுப்பானதொரு தெருவில், தொகுப்பு வீட்டில், ஒருவீட்டை நான்குநாள் --- வாடகைக்கு எடுத்திருந்தோம். அதுவும் வலைதளத்தின் மூலம் நடந்த ஒரு சங்கதிதான். கோடைவிடுமுறையில் அல்லது நீண்ட விடுமுறை நாட்களில் சிலர், இப்படிச் சில நாட்கள் தங்கள் வீடுகளை வாடகைக்கு விடுவார்களாம். நாங்கள், அங்கே விருந்தாளி களாகப் போனது போல்தான் இருந்தது. நல்ல வசதியான வீடு. சமையல் பொருட்கள் முதற்கொண்டு எல்லாம் அங்கே இருந்தன. விடுதிகளில் ஆகும் செலவுகளைவிடப் பாதிக்குமேல் குறைவு. விடுதி என்ற உணர்வு வராத சுதந்திரமான இடம். பிரயாணக்களைப்பை அந்தப்பகலிலே அங்கேயே விட்டுவிட்டு, மதியம் அங்கே சமைத்துச் சாப்பிட்டுவிட்டுப் பின்னை மாலைப்போதிலே வாஷிங்டன் வீதிகளைக் காரிலேயே மேலோட்டமாகச் சுற்றிப் பார்த்துவிட்டு வந்தோம்.

தெரியாத- அல்லது சரிவரத் தெரியாத- நகரத்தைச் சுற்றிப் பார்க்க வேண்டும்; சாலைகளையும் வீதிகளையும் விடுதிகளையும் பெரிய கடைகளையும், சுற்றுலா மையங்களையோ- எவை, எங்கேயிருக்கின்றன என்று எப்படித் தெரிந்து கொள்வது? கார்களிலும் சற்று நவீன அலைபேசிகளிலும் கூகுள் வலைதளத்தில், புவியியல் வரைபடங்கள் G.P.S (Global Positioning System) இருக்கிறது. உற்ற நண்பனாய் இருந்து வழி சொல்லு கிறது. பிரயாணங்களுக்குக்கிடைத்த ஒரு வரப்பிரசாதம், இது.

நியூயார்க் மாதிரியோ பிற பெரிய நகரங்கள் மாதிரியோ வாஷிங்டனில் பளிச்சிடும் படாடோபம் இல்லை. பெரும் கடைகள், கடைவீதிகள் என்று அதிகம் தெரியவில்லை. சாலைகளின் திருப்பங்களில் கார்களில் நெருக்கடிகள் இல்லை. பெரும்பாலான தெருக்கள், எண்களின் வரிசைகளாலும், ஒற்றை எழுத்துக்களின் வரிசைகளாலும் அறியப்படுகின்றன- முக்கியமான வீதிகள் சில, அமெரிக்காவின் சில பெரிய நகரங்களின் பெயர்களைத் தாங்கிக் கொண்டுள்ளன- நியுயார்க் வீதி, பென்சில்வேனியா வீதி, வெர்ஜினியா வீதி... இப்படி. மஸ்ஸாசு சேட்ஸ் என்ற பெரிய வீதியொன்றில், அயல் நாட்டுத்தூதரகங்கள் இருக்கின்றன. முந்நூறுக்குப் பக்கத்தில் இப்படித் தூதரகங்கள் இருக்கின்றனவாம். இதனாலேயே இது 'தூதரகங்களின் வரிசை' என்றும் அறியப்படுகிறது.

குடியரசுத் தலைவரின் 'வெள்ளை மாளிகை' (White House), பென்னிசில்வேனியா வீதியை ஒட்டி அமைந்துள்ளது. பிரம்மாண்டமான வெளி; ஆர்ப்பாட்டமான தோற்றம் எதுவும் தெரியவில்லை. அந்த வீதிவழியே போனோமே தவிர, அதன் அருகே போகவில்லை. பாதுகாப்புவளையங்களுக்குள் அது பத்திரமாக இருக்கிறது. வெள்ளை மாளிகையைவிட, மக்களவையும் அதன் செயல்களும் கொண்ட தலைமைக்குன்றம் என்று வழங்கப்பெறும், தலைமையகம் (Capitol Hill) தான் பிரசித்தமானது. மேலும், அது தான் நகரின் பிரதானமான பகுதி யாகவும் கவனத்தைக் கவருவதாகவும் இருக்கிறது. அதனருகே, வடக்குப்பக்கமாக, அரசியல்சாசன வீதி (Constitution Avenue) நீண்டு செல்கிறது. அதுபோல, நேர் இணையாகத், தெற்கே சுதந்திரப் பெருவீதி (Independence Avenue) செல்கிறது. சுதந்திரத் திற்கும் அரசியல் சட்டத்திற்குமிடையே, ஒரு நாட்டின் தலைமையகம் இருப்பது, நியாயம்தான்.

நீண்டு செல்லும் அந்த இரண்டு பெருவீதிகளுக்கும் நடுவே, அந்தத் தலைமையகத்தை நேரே பார்த்துக்கொண்டு, நீள் சதுரமாகத் தேசியப் பெருவெளி (National Mall) இருக்கிறது. புல்வெளி அதிலே படர்ந்துகிடக்கிறது. அகன்ற அந்தத் திறந்த வெளியில் நடுவே, வாஷிங்டன் நினைவுத்தூண் (Washington Monument), உயர்ந்து வானம் பார்த்து நின்று கொண்டிருக்கிறது. இறுதியில், மிக உயரமான லிங்கன் நினைவாலயம் (Lincoln Memorial) காட்சி தருகிறது. அதன் பின்னால் பொடாமாக் ஆறு; ஆற்றின் குறுக்கே ஆர்லிங்டன் பாலம். அதனைக் கடந்து போனால் ஆர்லிங்டன் கல்லறை வெளி. லிங்கன் நினைவாலயத் திற்குச் சற்றுத்தள்ளி, முன்னால், வலப்பக்கமும் இடப்பக்கமும் வியட்நாம் போர் வீரர்களின் நினைவுக்கூடமும், கொரியன் போர் நினைவுக் கூடமும் இருக்கின்றன. லிங்கன் நினை வாலயத்தின் வடக்கே, அருகில் அரசியல் சாசனப் பெருவீதி முடிகிறது.

தலைமையகத்தை எதிர்நிறுத்திப்பார்த்துக்கெண்டிருக்கும் தேசியப் பெருவெளி, சுற்றுலா நோக்கில் மிகவும் குறிப்பிடத் தக்கது. அங்கேதான். பெரும்பாலான ஸ்மித்சோனியன் அருங்காட்சி மனைகள் இருக்கின்றன. எதனையும் சுற்றிப் பார்த்திடக் கார்ப்பார்வை போதாது. காட்சிமனைகளையும் வரலாற்றுச் சின்னங்களையும் நெருங்கியிருந்து பார்க்க வேண்டும். மேலும் கார்களில் போனால், அவற்றை நிறுத்த இடம் வேண்டும். எங்கேயாவது தூரத்தில், வாகனக்காப் பகங்களில் நிறுத்தவேண்டும். பிறகு, ரொம்பத் தூரம் நடக்க வேண்டும். சரிப்பட்டுவராது. 'Big Bus' என்ற பெயரில் பல பேருந்துகள் இருக்கின்றன. எல்லாமே மெட்ரோ ரயில் சந்திப்பு முனையிலிருந்து (Metro-Union) கிளம்புகின்றன. அது ஒரு விசாலமான வெளி. அமெரிக்கத் தலைமையகம், அதற்கு மிக அருகிலேயே இருக்கின்றது. பேருந்துகள் இரண்டு வேறு வழிகளில் செல்லக்கூடியவை. டிக்கெட் எடுத்தால் ஒரு நாள் பூராவும் அந்தப் பேருந்துகளில் சுற்றலாம். குறிப்பிட்ட நிறுத்தங்களில் எந்த நிறுத்தத்திலும் இறங்கலாம். பார்க்க வேண்டியதைப் பார்த்துவிட்டு எந்தப் பேருந்திலும் ஏறிக் கொள்ளலாம். பேருந்தின் உள்ளேயும் மேலேயும் இருக்கைகள் உண்டு. பேருந்துகள் சற்று மெதுவாகத்தான் போகின்றன. மேலேயிருந்து ஒரு வழிகாட்டி, வழிநெடுக அந்த அந்த

இடங்களைப்பற்றி விவரித்துக் கொண்டே செல்கிறார். அப்படியாகப்பட்ட ஒரு பேருந்தில் ஏறிக் கொண்டோம்.

முதலில், ஸ்மித்சோனியாவின் பெருமனை (Smithsonian Castle) என்ற இடத்திற்குப்போனோம். அது, சுதந்திர வீதியில் தான் இருக்கிறது. அழகானதொரு பூங்காவில் உள்ள அந்த மாளிகை, உண்மையில் ஒரு தகவல்மையம் மட்டும்தான். அருங்காட்சியகங்களின் நிர்வாக அலுவலகமும் அங்கேயிருக்கிறது.

இந்த அருங்காட்சியக நிறுவனங்கள் குறிப்பிட்ட சில தனித்துவங்களும் சிறப்புக்களும் கொண்டவை. இப்படி, பத்தொன்பது அருங்காட்சியகங்கள் அதன் பொறுப்பில் உள்ளன. எல்லாம், தனித்தனிப் பொருண்மைகள் (themes) கொண்டவை. இவற்றுள் பத்து, தேசியப் பெருவெளி என்ற நீண்ட பகுதியில் அருகருகே இருபக்கமும் இருக்கின்றன. இன்னும் ஒரு ஆறுகாட்சி மனைகளும் மற்றும், தேசிய மிருகக் காட்சி சாலையும், நகரின் மெட்ரோ பகுதியில் இருக்கின்றன. வாஷிங்டனிலுள்ள ஸ்மித்சோனியன் அருங்காட்சியகத்தின் சிறப்பு என்ன என்றால், எல்லாவற்றிற்கும் அனுமதி இலவசம் தான். மேலும் ஒவ்வொரு காட்சிமனையும், தனித்தனியே சிறப்புக்கள் கொண்டவை. எல்லாவற்றிலும் பயன்தரத்தக்க குறிப்புக்களும் காட்சிப் பொருள்களும் லட்சக்கணக்காக இருக்கின்றன. தொகுப்பாகக் கருதப்படும் இந்தக் காட்சிமனைகள் தான் அவ்வகையில், உலகத்திலேயே மிகப் பெரிதாகக் கருதப்படுகின்றன. ஜேம்ஸ் ஸ்மித்சன் என்ற ஆங்கிலேய விஞ்ஞானி, அமெரிக்க மக்களுக்காகக் கொடுத்த அருங் கொடை, இது. 1846-இல் நிறுவப்பட்டு, இன்றும் மிகச் சிறப்பாகப் பேணப்பட்டுவருகிறது, இந்த நிறுவனம். அமெரிக்க அரசாங்கம் இதற்குத் தாராளமாக நிதியுதவி செய்துவருகிறது. இந்த அருங்காட்சிமனைகள், மனித வரலாற்றையும் சாதனை களையும், முக்கியமாக, அமெரிக்க நாட்டின் பண்பாட்டு வரலாற்றையும் அதிலேயுள்ள ஆர்வநிலைகளையும் எடுத்துச் சொல்கின்றன.

அமெரிக்க வரலாற்றின் தேசிய அருங்காட்சியகம் (National Museum of American History), இவற்றில் முக்கியமான ஒன்று. இது அமெரிக்கவரலாற்றின் பல்வேறு வளர்ச்சி நிலைகளை மிகச்சிறப்பாக எடுத்துரைக்கிறது. அமெரிக்காவின் பூர்வீக

இந்தியர்களின் வரலாற்றையும் அவர்களின் கலை மற்றும் பண்பாட்டு சாதனங்களையும் அமெரிக்க இந்தியர்களின் தேசிய அருங்காட்சியகமும், ஆப்பிரிக்கமக்களின் மரபுசார்ந்த பழைமையோடு கூடிய கலை வடிவங்களையும் சமகாலத்திய பண்பாட்டு வடிவங்களையும் ஆப்பிரிக்கக் கலைகளின் தேசிய அருங்காட்சியகமும், சைனா, இந்தியா, ஜப்பான் மற்றும் இசுலாமியர்களின் கலை, பண்பாட்டு வடிவங்களை ஆர்தர் சேக்லா காலரியும் மற்றும் கலைகளின் சுதந்திர காலரியும் எடுத்துச் சொல்லுகின்றன. அமெரிக்கக் கலைகள், ஓவியங்கள், மனிதச்சித்திரங்கள், சிற்பங்கள், அலங்காரக் கலை வடிவங்கள், நாட்டுப்புறக்கலைவடிவங்கள், என்று பல படைப்புக்களும் வெவ்வேறு காட்சிமனைகளில் இடம் பெற்றுள்ளன. விமானங்கள் மற்றும் விண்வெளிக் கலங்களின் அருங்காட்சியகம் (National Air and Space Museum) அமெரிக்காவின் அறிவியல் தொழில் நுட்ப சாதனைகளை, மிகச் சிறப்பாக எடுத்துரைக்கின்றது. ஆகாய விமானம் கண்டுபிடித்த இங்கே- அமெரிக்காவில்- பிறந்தவர்களாயிற்றே- அவர்களுடைய முதல் கண்டுபிடிப்புக் களின் (1903) மாதிரி வடிவங்களோடு இந்த அருங்காட்சியகம் தொடங்குகிறது. போர்களோடும் பயமுறுத்தல்களோடும் தொடர்புபட்ட பல்வேறு ராக்கெட்டுகள், ஏவுகணைகள் முதலியவற்றின் மாதிரிகளையும் அங்கே காணலாம். விண்வெளிச் சாதனைகளாகிய விண்வெளிக்கப்பல்கள் (space- ships) மற்றும் சமீபத்தில் இவர்கள் உருவாக்கிய அப்பல்லோ 11, முதலியவற்றின் மாதிரிகளும் இடம் பெற்றுள்ளன. மேலும், இவற்றை இயக்கக்கூடிய மற்றும் பரிசோதித்து அறியத் துணை செய்யக்கூடிய நுட்பக்கருவிகளின் மாதிரிகளும் வைக்கப் பட்டிருக்கின்றன. இவற்றைப்பற்றிய விவரக்குறிப்புக்களும் விளக்கங்களும் அங்கங்கே இருக்கின்றன; தொழில்நுட்ப அறிவோ, இதுபோன்றவற்றில் மிகுந்த ஆர்வமோ இல்லை யென்றால், எல்லாம் சுவாரசியமிழ்ந்து போகின்றன. பிரமிப்பு மட்டும் மிஞ்சுகிறது. ஆனால், நுணுக்கங்களையும் சிரமப் பட்டாவது புரிந்துகொள்ளத்தானே வேண்டும்? இதுபோன்ற அருங்காட்சியகங்கள் சாதனைகளைச் சொல்லுவனவாகவும், அதேபோது அறிவு பரப்புகின்றனவாகவும் உள்ளன.

ஒரு பகுதியில் போக்குவரத்து சாதனங்களின் வளர்நிலை களைக் காட்டுவதற்கு அப்படியே அவற்றின் மாதிரிகள் வடிவமைக்கப்பட்டு விவரங்களோடு வைக்கப்பட்டிருக்கின்றன.

கப்பல் மற்றும் மோட்டார் வாகனங்கள் படிப்படியாக மாறி, நவீனப்பட்டு வந்திருக்கின்றன. முக்கியமாகக் கப்பல்கள்- கட்டுமரங்கள், பாய்மரக்கப்பல்கள் என்று தொடங்கி இன்றைய நவீனமயமான கப்பல்கள் வரை, ஓவியங்களாகவும் நிழற்படங் களாகவும் காட்டப்பட்டுள்ளன. கப்பல்கள் என்றால் வெறுமனே பயணக் கப்பல்களும் சரக்குக் கப்பல்களும் மட்டுமல்ல- போர்க்கப்பல்களின் செய்திகளும் காட்சிப்படுத்தப்பட்டுள்ளன. போர்க்கப்பல்கள் என்றால்- கப்பல்கள் மட்டுமா? கப்பல் களோடு, கடற்போர்கள் பற்றிய செய்திகளும் காட்சிகளும் காட்டப்பட்டிருக்கின்றன.

இன்னொரு பகுதியில்- வீடுகளின் அமைப்புக்கள் எவ்வாறெல்லாம் வளர்ச்சிபெற்று வந்திருக்கின்றன என்ற செய்திகள், மாதிரிகளின் வடிவமைப்புக்களோடு சொல்லப் பட்டிருக்கின்றன. இதனோடு முக்கியமாகச், சமையலறை எப்படி உருமாறி வந்திருக்கிறது என்ற செய்தியும் விளக்கமாக இடம் பெற்றுள்ளது. சமையலறை என்பது, நாகரிகத்தின் ஒரு சிறப்பான அடையாளம். சமையலறை மட்டுமா, சமையல் முறையும்தான். அமெரிக்காவில், சமையல் முறைகளில் பல புதுமைகளை உருவாக்கியவர், ஜூலியா சைல்டு (Julia Child) எனும் பெண்மணி. கலிபோர்னியாவில் பிறந்த அவர், 92 வயது வரை (2012) வாழ்ந்தவர். பிரஞ்சு சமையல் முறையில் தேர்ச்சி பெற்ற அவர், தம்முடைய மக்களுக்கு அம்முறையில் பயிற்சிகள் தந்திருக்கிறார். பல அருமையான நூல்களை எழுதியிருக்கிறார். நவீன சமையல் பற்றிய அவருடைய புத்தகம் இல்லாத அமெரிக்க இல்லத்தைப் பார்க்கமுடியாது. வீடுகள்- அறைகள்- சமையலறைகள் என்று இவற்றின் வளர்ச்சியோடு ஜூலியா சைல்டின் பங்களிப்பும் விளக்கப்பட்டிருக்கின்றது. இப்படி இந்த அருங்காட்சியகம், பல பரிமாணங்களோடு வரலாற்றின் சுவடுகளைச் சொல்லுகின்றது.

அமெரிக்கவரலாறு பற்றிய இந்த அருங்காட்சியகம் இப்படிச் சிறப்பாக உள்ளது என்றால், 'இயற்கை வரலாறு பற்றிய தேசிய அருங்காட்சியகம்' (National Museum of Natural History) என்பது இன்னும் பிரசித்தமானது என்று சொல்லப் படுகிறது. இயற்கையின் ஆற்றலையும் விலையுயர்ந்த செல்வங் களையும் மட்டுமல்லாது மனிதனின் தோற்றம் முதல் அவனுடைய நாகரிக வளர்ச்சி நிலைகளையும் காட்டுகின்ற

இவ்வருங்காட்சியகத்தில் எப்போதும் கூட்டம்தான். நாங்கள் போகவில்லை.

பொதுவாகவே, தலைநகர் வாஷிங்டனின் மிகமுக்கியமான வெளிப்பாடுகளில் ஒன்று- வரலாற்றுத் தடயங்களையும் உணர்வுகளையும் நினைவுபடுத்திக் கொள்ளுதல் என்பதாகும். இதனை எத்தனையோ முனைகளில்- எத்தனையோ முறைகளில் அது கொண்டுவருகிறது. நாட்டின் ஒற்றுமைக்கும், பெருமிதத் திற்கும் முன்னேற்றத்திற்கும் இது மிகவும் தேவை என்று கருதுவதாகத் தெரிகிறது. இது தலைநகரில் நிகழ்த்தப்படுவது, பொருத்தமானதாகவும் தோன்றுகிறது. வாஷிங்டனில் ஏராளமான நினைவாலயங்கள் உண்டு. அமெரிக்க வரலாற்றின் உருவாக்கத்தில் முன்னணியில் நின்ற பல தலைவர்கள் நினைக்கப் படுகிறார்கள். ஜார்ஜ் வாஷிங்டன், தாமஸ் ஜெஃப்பர்சன், ஆபிரகாம்லிங்கன், ஃபிராங்க்ளின் ரூஃவெல்ட், யுலிசெஸ் கிராண்ட், உட்ரோவில்சன், ஜான் கென்னடி, மார்ட்டின் லூதர் கிங், முதலிய தலைவர்களுக்கு, நினைவுகொள்ளத்தக்க நிலைவாலயங்கள் இருக்கின்றன. மேலும் உலகப்போர்களை நினைவு கொள்ளும் போர் நினைவுக்கூடம் (War Meusiam) இங்கே பிரசித்தமாக உள்ளது.

பெரும் பேருந்து (Big Bus) எனும் சுற்றுலாப் பேருந்தில் லிங்கன் நினைவாலயத்திற்கு வந்தோம். வாஷிங்டன் நினைவுத் தூணுக்குப் பின்னால், சற்றுத்தூரத்தில் குறுக்கே செல்லும் ஒரு சிறிய சாலையைத்தாண்டி, மிகவும் கம்பீரமாக, லிங்கன் நினைவாலயம் உட்கார்ந்திருக்கிறது. சுற்றிலும் ஒரு பரந்த வெளி. நடுவே, உயரமான பளிங்குமண்டபம். அடுக்குகளாக அகன்று நீளமாகப் படிந்து கிடக்கின்ற ஓர் அறுபது அல்லது எழுபது படிகளின் வரிசை. மண்டபத்தைக் கையேந்தி நான்கு பக்கங் களிலும் தூக்கிப் பிடித்துக் கொண்டிருக்கிற உயரமான வெள்ளைத் தூண்களின் அணிவகுப்பு. நடுவே, உயர்ந்த மேடையில், வேலைப்பாடுகளோடு கூடிய உயரமான ஒரு பளிங்கு சிம்மாசனம். அதனுடைய நீளமான இரண்டு பக்கக் கைப்பிடி களின் மேலே தன்னுடைய கைகளை நீட்டிவைத்துத், தாடியுடன் கூடிய முகத்தைத், தலைமைக் குன்றம் நோக்கி நேரே நிமிர்த்தி அமெரிக்காவையே அளந்து பார்ப்பது போன்ற கம்பீரமான தோற்றத்துடன் உயரமாக லிங்கன் அமர்ந்திருக்கிறார். பதினெட்டாம்படி வெள்ளைச் சாமியோ என்ற பிரமிப்பு ஏற்படுகிறது.

ஆபிரகாம் லிங்கன், அமெரிக்காவின் 16-ஆவது குடியரசுத் தலைவர். தொடர்ந்து இருமுறைகள் தேர்ந்தெடுக்கப்பட்டவர். (1861; 1864) பல எதிர்ப்புக்களுக்கிடையே, கறுப்பு இனமக்களுக் கெதிரான அடிமை முறையை ஒழித்தவர்; சமவுரிமை பெற்றுத் தந்தவர். உள்நாட்டுக் கலவரங்களால், நாடு சிதறுண்டு போகுமோ என்று பலரும் அஞ்சியபோது, தீவிரமாகச் செயல்பட்டுத் தேசத்தின் ஒற்றுமையை நிலைநாட்டியவர். அடிமைமுறையை ஒழித்ததால் வந்த எதிர்ப்பில், 1865-இல், தன்னுடைய 54-ஆவது வயதில், ஜான் வில்கிஸ் பூத் எனும் ஒரு நடிகனால் அவர் சுட்டுக் கொல்லப்பட்டார். இது நடந்தது, 10-ஆவது தெருவிலுள்ள ஃபோர்டு அரங்கத்தில். உடனடியாக, எதிரேயுள்ள பீட்டர்சன் இல்லம் என்ற வீட்டிற்குக் கொண்டு செல்லப்பட்டும் பலனின்றி, அவர் இறந்துபோனார். இது, இப்போது ஒரு நினைவுக்கூடம். அந்த வீட்டிற்கும் நாங்கள் சென்றிருந்தோம், அதைப் பார்க்க எப்போதும் 'கியு' இருக்கிறது. லிங்கன் இறந்தபிறகு மூன்று நாட்கள், அவருடைய உடல் வெள்ளை மாளிகையில் மக்களின் பார்வைக்கு வைக்கப்பட்டுப், பிறகு ஒரு தனி ரயிலில் அவர் பிறந்த ஊரான இல்லினாய்ஸ்-ஸ்பிரிங்ஃபீல்டுக்குக் கொண்டுசெல்லப்பட்டது. வழிநெடுக லட்சக்கணக்கான மக்கள் மரியாதை செலுத்தினர். அமெரிக்கக் குடியரசுத் தலைவர்களுள், முதலில் சுட்டுச் கொல்லப்பட்டவர், லிங்கன். இன்றும் லிங்கன் ஆழமான உணர்வுகளுடன் நேசிக்கப் படுகிறார்.

லிங்கள் நினைவாலயத்திற்குப் பிறகு இன்னும் சில இடங்கள் பார்த்துவிட்டுப் பின்னர், 'ஆர்லிங்டன் தேசியக் கல்லறை' என்ற இடத்திற்குவந்தோம். லிங்கன் நினைவால யத்திற்கு அருகே, பின்புறம், பொடோமாக் ஆற்றின் அக்கரையில் உள்ளது இந்தக்கல்லறை வெளி. வித்தியாசமான இடம்; வித்தியாசமான உணர்வுகள். உள்ளே நுழைந்தவுடன் நிற்கின்ற ஒரு நவீன சிலையில், 'சுதந்திரத்தின் விலை' (Price of Freedom) என்ற வாசகம் நம்மை வரவேற்கிறது. உள்ளே நுழைகிறோம். திறந்த வெளி; அமைதியான சூழல். ஒரு அறிவிப்புப் பலகை: "தேசத்தின் மிகப் புனிதமான ஆலயம்" (Our Nation's Most Sacred Shrine). அது மிகவும் வித்தியாசமான இடம். இத்தனை கல்லறைகளா? ஒரு அடி அல்லது ஒன்றரை அடி உயரத்தில் வெள்ளை வெளேரென்று, வரிசை வரிசையாக, சற்றும் பிறழாமல், நேர் நேரே...... இவ்வளவு வரிசைகளா?

மொத்தம் 2 லட்சத்து 60 ஆயிரம் கல்லறைகளாம். குறிப்புச் சொல்லுகிறது. பல்வேறு போர்களில் இறந்த வீரர்கள்- பெயர் தெரியாதவர்கள்; ஆனால் தியாகம் செய்தவர்கள். இவர்கள் மத்தியிலே, ஜான் கென்னடி. குடியரசுத் தலைவராக இருந்த போது, கென்னடி, ஒருமுறை இங்கே வந்திருந்தாராம். வந்தவர், சொல்லியிருக்கிறார்," இங்கே நான் நிரந்தரமாகத் தங்கலாம் போலிருக்கிறதே..." ஆம், கடைசியில் அப்படித்தான் ஆயிற்று. கென்னடி சுடப்பட்டு இறந்தது, 1963 நவம்பரில், டால்லஸ் நகரில். ஆனால் அவர், புதைக்கப்பட்டது, இங்கே வாஷிங்டனில் உள்ள இந்த ஆர்லிங்டனில். இவரோடு இவருக்கு அருகே இவருடைய மனைவி ஜாக்குலைன் கென்னடி, இவர்களுக் கருகே இவர்களுடைய இரண்டு பச்சிளங் குழந்தைகள். அடுத்து, 10 அல்லது 15 அடி தூரத்தில் இவருடைய புகழ்பெற்ற தம்பிகள், எட்வர்ட் கென்னடி, ராபர்ட் கென்னடி. இந்தக் கல்லறைகள், தனியே உயரமான இடத்தில் இருக்கின்றன. பளிச்சிடும் கருங்கல்களின் படுக்கையில், கென்னடியின் கல்லறையில் எப்போதும் ஒளிவிடும் விளக்குகள் ஏற்றப் பட்டிருக்கின்றன.

ஆர்லிங்டனிலிருந்து மீண்டும் சுற்றுலாப் பேருந்தில் ஏறிக்கொண்டோம். சர்வதேச ஊடகங்களில் அடிக்கடி பேசப்படும் அமைச்சகக் கட்டடங்களையும் அவை இடம் பெற்றுள்ள வீதிகளையும் ஜார்ஜ்டவுன் பகுதிகளையும் பார்த்துவிட்டு, அதன் வடபகுதியில், விஸ்கான்சின் வீதியிலுள்ள வாஷிங்டன் தேசிய தேவாலயம் (Washington National Cathedral) என்ற ஆலயத்தைப் பார்க்கப்போனோம். புனிதபீட்டர், புனித பால் என்ற இரு துறவிகளின் நினைவாக எழுப்பப்பட்ட இந்த ஆலயம் 1907-இல் தொடங்கி 1990-இல்தான் முடிந்ததாம். உலகத்திலேயே ஆறாவது பெரிய புரொட்டஸ்டன்ட் ஆலயம் என்று சொல்லப்படுகிற இவ்வாலயம் இந்த நகரத்தைப் பொறுத்தளவில், நான்காவது உயரமான கட்டடமாகும். தலைநகரம்- வாஷிங்டனின் குறிப்பிடத்தக்க ஒருசெய்தி- இங்கே வான் முட்டியக்கட்டிடங்கள், ஆர்ப்பாட்டமான அடுக்குமாடி அமைப்புக்கள், பளிச்சிடும் ஒளிகளின் பெருகிடும் வெள்ளங்கள்- இதெல்லாம் கிடையாது. எல்லாம் கட்டுப்படுத்தப்பட்டுள்ளன.

பொதுவாக, வாஷிங்டன் நகரில் தேவாலயங்கள் நிறையவே இருக்கின்றன. தேவாலயங்கள் இல்லாத தெருக்களே இருக்காது என்கிறார்கள். அமெரிக்காவின் வேறு நகரங்களை

விடவும் வாஷிங்டனில்தான் தேவாலயங்கள் அதிகம். அமைச்சு அலுவலகங்கள், வரலாற்று- பண்பாட்டு- நினைவுக்கூடங்கள், தேவலாயங்கள்; இந்த மூன்றும்தான் எங்குப்பார்த்தாலும் வாஷிங்டனில் வேரோடிக் கிடக்கின்றன. பிற பெரிய நகரங்கள் அல்லது வளர்ந்துவரும் நகரங்களில், வீதிகளில், கடைகள், உணவகங்கள் அல்லது தனியார் நிறுவன அலுவலகங்கள்; இவைதான் எங்கும் பரவிக்கிடக்கும்; மேலும், இவற்றில் மின் வெளிச்சங்கள் வெள்ளமாய் ஓடிக்கிடக்கும். இந்தப் படாடோபத்தோடு ஒட்டாமல், வாஷிங்டன் அடக்கமாக இருக்கின்றது.

அடுத்தநாள் மீண்டும், பேருந்திலே மைய- மெட்ரோ பகுதிக்குச் சென்றோம், ‘மேடம் துஸ்ஸாட்ஸ்’ (Madame Tussauds) என்ற ஒரு கலைக்கூட்டம்- அது, தலைவர்கள் மற்றும் பிரமுகர்களின் மெழுகுச் சிலைகளின் காட்சி மனை- அதனைப் பார்க்கச் சென்றோம். இந்த மெழுகுக்- கலைவடிவக் காட்சிசாலையை உருவாகியவர், பிரஞ்சுப் பெண்மணி, மாரி (Marie), என்பவர்; ‘துஸ்ஸாட்ஸ்’ என்பது அவருடைய கணவரின் பெயர். இந்த முயற்சி, முதலில் லண்டன் நகரில் 1774 -இல் உருவாகியிருக்கிறது; 1836-இல் ஒரு நிறுவனமாக வளர்ந்திருக்கிறது. இன்று லண்டன், நியுயார்க், வாஷிங்டன் என்று பத்துக்கும் மேற்பட்ட நகரங்களில் இந்த மெழுகுக் காட்சி சாலை இருக்கிறது. லண்டனில் இருப்பதுதான் பெரியதாம்; அங்கே பெரும் அரசியல் தலைவர்களும் அறிவாளிகளும் மட்டுமல்லாமல், நடிகர் நடிகைகளும், பிரபலமான கொலையாளிகளும் கொள்ளையர்களும்கூட, அணி செய்கிறார்கள். ஆனால் வாஷிங்டனில் உள்ளது, சிறியது. இங்கே அதிகமாக அமெரிக்க ஜனாதிபதிகள்தான் இதனை அணிசெய்கிறார்கள். எனவே இது, ‘The Presidents Gallery’ என்று அழைக்கப்படுகிறது. அப்படியே உயிருடைய தோற்றம் போல பல குடியரசுத் தலைவர்கள், மெழுகினுடைய திறன்பெற்ற வார்ப்பிலே காட்சி தருகிறார்கள். என்ன ஆச்சரிய மென்றால், அமெரிக்க அரசின் நீண்டகாலப் பகைவரான கியுபாவின் புரட்சித்தலைவர் ஃபெடல் காஸ்ட்ரோவின் கம்பீரமான சிலையும் இந்த வரிசையில் இருக்கிறது. இவரை யன்றியும் அமெரிக்காவின் சில சாதனையாளர்களின் மெழுகுச் சிலைகளும் இருக்கின்றன. இந்தத் தலைவர்களின் சிலைகளோடு சேர்ந்து நாம் புகைப்படம் எடுத்துக் கொள்ளலாம். மெழுகை

இளக்கி எவ்வாறு உருவங்களை வார்க்க முடியும் என்பதையும், அவற்றில் மனித உரோமங்கள் எவ்வாறு இயல்பாக நட்ட வைக்கப்படுகின்றன என்பதையும் அங்கே மாதிரிக்காகச் செய்து காட்டவும் செய்கிறார்கள்.

மெழுகுகளின் புனைவு உலகத்திலிருந்து அமெரிக்கக் குடியரசின் தலைமைக் குன்றத்திற்கு வந்தோம். உண்மையில், அது ஒன்றும் குன்றம் இல்லை; சற்று உயரமான இடம், அவ்வளவுதான். அழகாக விசாலமாக புல்வெளிகளுக்குப் பின்னால், விசாலமான 'வெளி'யில் பூத்துக் கிடக்கிறது, அந்தத் தலைமையகம். நெருக்கடிகள் இல்லை. ஆடம்பரம் எதுவும் இல்லை. எளிமையாகச் சென்றுவரமுடிகிறது. ஒருபக்கம், சுதந்திரப் பெரு வீதி, இன்னொரு பக்கம் அரசியல் சாசனப் பெருவீதி. இன்னொரு பக்கம், முதல் தெரு. இவையெல்லாமே, இந்தத் தலைமையகத்தைச் சுற்றி உள்ளன; மேலும், இங்கிருந்துதான் அவை தொடங்குகின்றன. ஆடம்பரமில்லாத ஒரு நுழைவாயிலின் வழியே உள்ளே போகிறோம். வளைந்த நீண்டபாதை- முடிவில், கம்பீரமான அழகான கட்டடம். உள்ளே நுழைவிடத்தின் முன்னால் படிகளின் வரிசை. இறக்கை போன்று வலப்பக்கமும் இடப்பக்கமும் அகலமான பகுதிகள். நடுவே நுழைவுவாயிலுக்கு மேலே, மூன்றடுக்குகளில் வட்ட வடிவமான, ஒரே சீரான ஒழுங்குடன், மூடாக்குப் போட்டுக் கொண்டது போன்ற அமைப்பு. அதற்கும் மேலே வட்ட வடிவமாகக் கூம்பி வளர்ந்த அழகிய கூண்டு போன்ற ஒரு அமைப்பு. அதன்மேலே சிறிய மணிக்கூண்டு போன்ற ஒரு வடிவம்- அதற்குமேலே முத்தாய்ப்பாக ஒரு பெண்ணின் தோற்றத்தில் உயரமாக நின்று கொண்டிருக்கும் விடுதலைச் சிலை (Statue of Freedom). சரியாகச் சொல்லப்போனால்- பிற பிற நாடுகளின் நாடாளுமன்றக் கட்டடங்கள் தலைமைச் செயலகங்கள் ஆகியவற்றின் தோற்றங்களிலிருந்து மாறு பட்டது அல்லது தனித்துவமானது என்ற அடையாளத்தைக் காட்டக்கூடியதாக, வாஷிங்டனில் உள்ள இந்தத் தலைமையகம் அமைந்துள்ளது.

தலைமையகத்தின் கிழக்குப்பகுதியில் உயரமான தளத்தில் அதன் நுழைவாயில் இருக்கிறது. பரிசோதனைகளுக்குப்பிறகு உள்ளே அனுமதிக்கப்படுகிறோம். அடித்தளம் நோக்கி இறங்குகிறோம். விசாலமான அந்தத் தளம்தான், பயணிகள் அல்லது பார்வையாளர்கள் கூடுகின்ற மையம் ஆகும். இந்தப்

பார்வையாளர் மையம் (capital visitor centre), சமீப காலமாக அடிமைத்தளை ஒழிப்பு அரங்கமாக (marncipation Hall) பெயரிட்டு வழங்கப்படுகிறது. ஒருகாலத்தில் அடிமைகளாக வந்த ஆப்பிரிக்க இனத்து மக்கள்தான், இந்தப் பகுதியைக் கட்டி முடிக்கப் பணி செய்தார்களாம்- பின்னர், அவர்கள் விடுதலை செய்யப்பட்டார்கள்; அதற்காக இந்தப் பெயர்.

அந்தத் தளத்திலிருந்து உள்வட்டமாக மூன்றடுக்குகளில் கூண்டு வடிவம் உயர்ந்துநிற்கிறது. பார்வையாளர் கூடுகின்ற அந்த அடித்தளத்தின் மேலே மேடையில், விடுதலைச்சிலையின் மாதிரி (model) நின்றுகொண்டிருக்கிறது. 19½ அடி உயரமாம்; பிளாஸ்டர் எனும் பொருளால் செய்யப்பட்டதாம். பெண்ணின் சிலை. ரோமானிய வீரன் போன்று அவள் காட்சிதருகிறாள். இன்றைய அமெரிக்கப் பெண்ணை இதனோடு ஒப்பிடக் கூடாது. உடல் பூராவும் போர்த்தியிருக்கின்ற கனமான மேலங்கி; தலையில் சுற்றிவளைந்து நட்சத்திரங்களோடு கூடிய முடி; தலையின் மேலே இறகுகளைக் கொண்டு கட்டியது போன்ற கூந்தல்; ஒரு கையிலே பூவளையம்; இன்னொரு கையிலே, அணிசெய்யப்பட்டுத், தரையோடு ஊன்றியுள்ள கோல், குழந்தைமையோடும் முன்னோக்கிப் பார்க்கிற புன்கையோடு கூடிய அழகிய முகம். இந்த விடுதலைச் சிலையையும் நியுயார்க்கின் கடலில் உயரமாய்த் தனித்து நிற்கும் சுதந்திரதேவி சிலையையும் ஒப்பிடமுடியாது. சுதந்திர தேவி, கம்பீரமாக, அதிகார மிடுக்குடன் நிற்பவள்.

அடித்தளத்தில் கூடி நிற்கின்ற பார்வையாளர்களை அழைக்கிறார்கள். மேலே, ஒரு அழகான சிறிய அரங்கம். அமர்கிறோம்; எதிரே வெள்ளித்திரை. "பலவற்றின் மத்தியில், ஒன்று" (Out of Many, One) என்ற தலைப்புடன், ஒரு விளக்கப் படம் திரையிடப்படுகிறது. பதின்மூன்றே நிமிடம்தான். அமெரிக்கா, எப்படி ஒரு குடியரசாக ஆனது; நாடாளுமன்ற மகாசபையின் (Congress) பணியும் பங்கும் என்ன; இந்தத் தலைமையகம் எப்படித் தோன்றியது- என்ற செய்திகள், சுருக்கமாகக் காட்சிப்படுத்தப்பட்டுள்ளன. அந்தச் செய்தி யோடும் அறிமுகத்தோடும் தான் உள்ளே பயணம் தொடங்கு கிறது.

பார்வையாளர் தளத்தின் உள்ளே வட்டமாக சில அரங்கங்கள் இருக்கின்றன. ஒரு அரங்கத்தில், அமெரிக்கக்

குடியரசுத்தலைவர்கள் சிலரின் சிலைகள் காட்சிக்கு வைக்கப் பட்டுள்ளன. மேலே, வட்டச்சுவரில் பல ஓவியங்கள், அமெரிக்க வரலாற்றையும் பண்பாட்டையும் காட்டுகின்றன. வழிகாட்டிகள் அவற்றைப்பற்றியெல்லாம் விளக்கமாகச் சொல்லுகிறார்கள். வெளியே ஓசை கேட்காமல், காதுகளில் பொருத்திய கருவிகள் மூலமாக இந்த விளக்கம் உள்ளே செல்லுகிறது. இந்தச் சிலைகள் மட்டுமல்லாமல், அமெரிக்காவின் பல பகுதிகளைச் சேர்ந்த பூர்வீக பழங்குடி இனத்துத் தலைவர்களின் சிலைகளும், ஹெலன் கெல்லர் உள்ளிட்ட அரசியல் அதிகாரத்தில் இல்லாத சிலருடைய சிலைகளும், பார்வையாளர் தளத்திலும் வெவ்வேறு அரங்குகளுக்குச் செல்லுகின்ற பிரகாரங்களிலும் வைக்கப் பட்டிருக்கின்றன. தலைமையகத்தின் மையத்தில் சற்றுப் பெரிய வட்டவடிவ அரங்கம் ஒன்று இருக்கிறது. ரோடுண்டா (Rotunda) என்ற இந்த மைய அரங்கத்தில்தான், இறந்துபோன அமைரிக்கத் தலைவர்களுக்கு இறுதி மரியாதை செய்வதும், வெளிநாட்டுத் தலைவர்களுக்கு வரவேற்புக் கொடுப்பதும் நடக்கிறதாம்.

அடித்தளத்திற்கு மேலேயுள்ள தளத்திற்கு வருகிறோம். சுற்றிவருகிற பிரகாரத்தின் தூக்கலான ஒரு இடத்தில் மகாசபையின் நூலகம் (Library of Congress) என்ற ஒரு அறிவிப்புப் பலகை. அதனருகே யிருந்து, குகை வழி (tunnel) ஒன்று உள்நோக்கிச் செல்லுகின்றது. புகழ்பெற்ற இந்த நூலகத்திற்கு இப்படி வரலாம். நீண்டபாதை அது. இது, மூன்று தனித்தனிக் கட்டடங்களில் இந்தக் குகைவழி செல்லுகிறது. வெளியே போகாமல் உள்ளுக்குள்ளேயே இப்படிச் செல்ல முடிகிறது.

மேல்தளத்தின் முன்பகுதியில் உள்ள விசாரணை மையத்தில் விசாரித்தோம்- அமெரிக்கக் குடியரசின் பிரதிநிதி களின் கூட்டம் (House of Representatives) நம்முடைய பார்லிமெண்ட் மாதிரி அன்று நடக்கிறது என்றார்கள். சென்று பார்க்க முடியுமா என்று கேட்டோம். அது, குடியரசின் 113-ஆவது மகாசபை. அனுமதிச் சீட்டு தந்தார்கள் (13543305). வழி சொன்னார்கள். பரிசோதனை இருந்தது. உள்ளே கதவைத் திறந்து அனுப்பினார்கள். மேலே வரிசையாகப் பார்வையாளர் இருக்கைகள்; எங்களைப் போல் பலர் அமர்ந்திருந்தார்கள். கீழே- மகாசபை அரங்கம் (Congress Hall). விவாதம் நடந்து கொண்டிருந்தது. கல்வி தொடர்பான நிதியுதவிகள் பற்றிய

விவாதம். அவைத்தலைவர் சற்று உயரமான இருக்கையில் அமர்ந்திருக்க இருபக்கமும் அலுவலர்கள் அமர்ந்திருக்க, உறுப்பினர்கள் ஒருவரையடுத்து ஒருவர் வந்தனர். எழுதப்பட்ட வாசகம்; தங்கள் கருத்துக்களை எழுதித்தான் வாசிக்கிறார்கள். வாசித்துமுடித்தவுடன் அவையின் செயலாளரிடம் அதனைத் தருகிறார்கள். இப்படியே ஒவ்வொருவரும்... விவாதம் அல்லது கருத்துரை நிகழ்கிறது. ஒரு அரைமணி நேரம் உட்கார்ந்திருந் தோம். அமெரிக்க- நாடாளுமன்றக் கூட்டத்தை நேரில் பார்த்த ஒரு மன நிறைவு.

அமெரிக்கக் குடியரசின் மகாசபை (Congress) இரண்டு உறுப்புக்களைக் கொண்டது; ஒன்று- செனட் (Senate); இன்னொன்று பிரதிநிதிகள் அரங்கம் (House of Representatives). பிரதிநிதிகள் அரங்கம் என்பது, மக்கள் தொகையின் அடிப் படையில் தேர்ந்தெடுக்கப்படுகிறது. இன்று, அதன் எண்ணிக்கை 435. செனட் அவை, ஒருமாநிலத்துக்கு- அது, சிறியதோ, பெரிய தோ, எதுவாயினும்- இரண்டுபேர் தேர்ந்தெடுக்கப்படுகின்றனர். இன்று, அதன் எண்ணிக்கை, 100. விவாதங்கள் இரண்டு அவைகளிலும், தனித்தனியே நடந்தாலும், நாட்டின் ஒட்டு மொத்தமான நலன்குறித்த தீர்மானம், இரண்டு அவைகளின் கூட்டு ஒத்திணைவில்தான் முடிவாகவேண்டும். மேலும், அது நடைமுறைப்படுத்தப்படுதல் எல்லாம்- இந்த மகாசபையோடு மட்டுமல்லாமல், அதனோடு, பொதுநிர்வாகம், மற்றும், நீதி பரிபாலனம் என்ற மூன்றையும் (Legislative, Executive and Judiciary) உட்கொண்டதாகக், கூட்டாகவே நிகழ்த்தப்படுகிறது. நாட்டைப் பாதிக்கக்கூடிய நடைமுறைகள், ஒருவரால் அல்லது ஒருசிலரால் அல்லது சில குழுக்களால் தீர்மானிக்கப்படுபவை அல்ல. அவை, ஒப்பிட்டுச் சரிபார்க்கப்படவும் கட்டுப்படுத்தப் படவும் வேண்டுமே- அதற்காகத்தான் இந்த முன் பாதுகாப்பு.

ஜனநாயகம் இப்படித்தான் வழிகாட்டப்படுகிறது; வரையறுக்கப்படுகிறது. எல்லாம் சரிதான். ஆனால், ஒரு நாட்டின்- அந்த நாட்டு மக்களின்- கதியும் விதியும், உண்மையில் யாரால், எங்குத்தீர்மானிக்கப்படுகின்றன? சமூக- பொருளாதார அதிகாரமையங்களும் தீர்மானிப்பு சக்திகளும், தத்தம் சுய நலன்கருதி எங்கெங்கோ, மையங்கொண்டிருக்கின்றன. உலகமயமாதல் வணிகம், எண்ணெய், ஆயுதம், மருந்துப்பொருள் உள்ளிட்ட ரசாயனம், வங்கி மற்றும் இன்சூரன்ஸ், துரித உணவு,

கணினி முதலியவற்றின் பன்னாட்டு கார்ப்போரேட் சக்திகள் இவைதான் நடைமுறையில் தீர்மானிப்பு சக்திகளாக நாடாளு மன்றங் களையும் நிர்வாக இயந்திரங்களையும் நீதிபரிபாலனங் களையும் இயக்குகின்றன. இதனையும் தெரிந்துகொள்ள வேண்டும்.

நாடாளுமன்றத்தையும் அதற்குட்பட்ட செயலகத்தையும் பொதுமக்களுக்கான வெளியையும் விசாலமான, உயரமான, அழகான கட்டடத்திற்குள், தலைமையகம் பாதுகாப்பாக வைத்திருக்கிறது. 1793-இல் அடிக்கல் நாட்டிப் பணியைத் தொடங்கிவிட்டு, ஃபிலடெல்ட்பியாவிலிருந்த தற்காலிக அலுவலகத்தை இங்கே 1800-இல் வாஷிங்டனுக்குக் கொண்டு வந்தார்கள். அதன்பின், 1807-இல் தொடங்கிப் பல ஆண்டுகள் தொடர்ந்து, இறுதியில் 2008-இல் தான் இன்றைய அமைப்புடன் படிப்படியாக முடிவுபெற்றது. புதுப்பொலிவுடன் கம்பீரமாகத் திகழ்கிறது. அனுமதிக்கப்படுகின்ற இடத்தையெல்லாம் பெரும்பாலும் பார்த்துவிட்டு, இறுதியில், பார்வையாளர் தளத்தின் கீழ்ப்பகுதியில் உள்ள உணவகத்திற்குவந்தோம். பெரிய உணவகம்; நிறைய இருக்கைகள்; நல்ல கூட்டம்; விதவிதமான உணவுகள். அமெரிக்க நாடாளுமன்றத்தில் கலந்து கொள்ளும் தலைவர்களும், நிர்வாகிகளும், பார்வையாளர் களும், இப்படிப்பலரும் கலந்து சாப்பிடும் உணவகம், அது. மன நிறைவோடு சாப்பிட்டு வெளியே வந்தோம்.

கிழக்கு வாசலின் வெளிப்புறத்தில் விரிந்துகிடக்கும் பளபளப்பான தளத்தின் வழியே நடந்துவந்தோம். அங்கே அந்தக் கூண்டு மாளிகையின் கீழ் வெளியில், விடுதலைச் சிலையின் பார்வையில் நின்றுகொண்டுதான், அமெரிக்கக் குடியரசுத்தலைவர்கள், பதவியேற்புடன் கூடிய தம்முடைய தொடக்கவுரையை நிகழ்த்துவார்கள். பல்லாயிரக்கணக்கான மக்கள், எதிரேயுள்ள திறந்த வெளியில் கூடுவார்கள். கூண்டு மாளிகையை மீண்டும் அண்ணாந்து பார்த்துவிட்டு அந்த வழியே, நாங்கள் வெளியே வந்தோம். வாஷிங்டன் என்ற தலைநகரத்தை, வெறுமனே சுற்றுலாவுக்காக அல்ல; அல்லது பொழுதுபோக்கும் சுகத்திற்காக அல்ல- நிறைய கற்றுக் கொள்வதற்காகவும் நிறையத் தெரிந்துகொள்ளுவதற்காகவும், இப்படி நம்மால் கண்டுகொள்ளமுடிகிறது.

❖

ஆசிரியரின் பிறநூல்கள்:

- திறனாய்வுக் கலை
- கவிதையெனும் மொழி
- தமிழின் பண்பாட்டு வெளிகள்
- தமிழகத்தில் வைதீக சமயம்: வரலாறும் வக்கணைகளும்
- தமிழ் அழகியல்
- உரைகளும் உரையாசிரியர்களும்
- தி.ஜானகிராமன் நாவல்கள் ஒரு மறுவாசிப்பு அனுபவம்.